ஜீரோ மைல்

ஜீரோ மைல்

பால கணேசன்

எழுத்து
பிரசுரம்

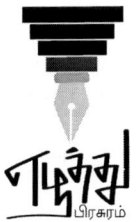

Title: Zero Mile
Author's Name: Bala Ganesan
Copyright © Bala Ganesan
Published by Ezutthu Prachuram

All rights reserved. No part of this publication may be reproduced, stored in a retrieval system, or transmitted, in any form or by any means, electronic, mechanical, photocopying, recording, psychic, or otherwise, without the prior permission of the publishers.

Ezutthu Prachuram
(An imprint of Zero Degree Publishing)
No. 55(7), R Block, 6th Avenue,
Anna Nagar,
Chennai - 600 040

Website: www.zerodegreepublishing.com
E Mail id: zerodegreepublishing@gmail.com
Phone: 89250 61999

Ezutthu Prachuram First Edition: December 2022
ISBN: 978-93-95511-22-3
TITLE NO EP:

Rs. 280/-

Cover Design & Layout: Vijayan
Printed at Clictoprint, Chennai, India.

இப்படி ஒரு உலகம் இருப்பதை எனக்கு அறிமுகப்படுத்தி 22 ஆண்டுகளாய் பயணிக்க வைத்துக் கொண்டிருக்கும் அண்ணன் ராமமூர்த்திக்கு இந்த நாவல் சமர்ப்பணம்.

முன்னுரை

சுஜாதாவின் ஸ்ரீரங்கத்து தேவதைகள் வாசித்தபோது ஏற்பட்ட தாக்கம் அதீதமானது. தன் பால்யத்தில், இளமையில் என, தன்னைச் சுற்றி நடந்த எல்லாவற்றையும் கதைகளாக மாற்றி, அவ்வுலகத்தில் நம்மை உலாவ வைத்தது அந்தத் தொகுப்பு. நான் சிறுகதைகள் எழுத முயன்றபோது என்னையுமறியாமல் ஸ்ரீரங்கத்து தேவதைகளின் தாக்கத்தை அதில் உணர்ந்தேன். அது எனக்கு எளிதானதாகவும் இருந்தது. ஆனால், நான் எழுதிய எதுவுமே தீவிரமான உணர்வினைக் கொடுக்கிற கதையாக அமையவேயில்லை. மேம்போக்கான அணுகுமுறையில் நிரம்பி வழிந்தது.

பின் சாரு நிவேதிதாவை வாசிக்கத் தொடங்கிய பின் நான் கண்ட உலகம் வேறு. குறிப்பாக ராஸலீலா எனக்குள்ளே பல அலைகளை உண்டாக்கியது. அந்த நாவல் படிக்கையில் எனக்குள்

எழுந்த பல கேள்விகளுக்கு இன்றுவரை நான் விடைகள் கண்டுபிடிக்கவில்லை. ஸீரோ டிகிரி இன்னுமே எனக்குப் பிடிபடாத நாவல். ஆனால், அந்த நாவலுக்குள் இருந்த ஒரு ரிதம் எனக்கு எப்போதும் பிடித்தமானது. ராஸ லீலா அப்படியில்லை. என்னால் அதை முழுமையாக அனுபவிக்க முடிந்தது. மூன்று முறை முழுதாகவும், சில இடங்களை மட்டும் பத்து முறைக்கும் மேலாகவும் படிக்கும் அளவு அதன் மீதான பித்து இருந்தது.

இதையெல்லாம் ஒரு நாவலாக எழுதவேண்டும் என எனக்குள்ளேயே புதைந்திருந்த பல சம்பவங்களை எழுத்து வடிவமாக்க நான் எடுத்துக்கொண்ட காலம் 15 வருடங்கள். இந்த 15 வருடங்களில் சமூக வலைத்தளங்களில் எவ்வளவோ எழுதிக் குவித்திருந்தாலும் கூட ஒரு நாவல் எழுதுவதற்கான நேரத்தை என்னால் என்னிடம் இருந்து திருட இயலாமல் இருந்தது. ஸீரோ டிகிரி பதிப்பகத்தாரின் இந்த இலக்கிய விருது போட்டி அதை சாத்தியப்படுத்தியது. எழுத அமர்ந்த என்னை ஸ்ரீரங்கத்து தேவதைகளும், ராஸலீலாவும் ஒவ்வொரு அடியாகக் கைபிடித்து அழைத்துச் சென்றன. அந்த இரண்டு புத்தகங்களை நான் படித்திராவிட்டால், இந்த ஜீரோமைல் சாத்தியமே ஆகியிருக்காது. அதற்கு என் மானசீகமான நன்றி.

சாலைக்கட்டுமானத்துறை என்பது ஒரு பெரும் உலகம். இங்கே கழிவு என்பதே கிடையாது. எல்லாமே காசாக்கி விடலாம். "ஏதோ ரோடு போடுறாங்க போல..." என்பது தான் இந்த உலகத்தைப் பற்றிய பாமரனின் கருத்து. அந்த உலகத்தில் 20 வருடங்களாய் உழல்பவன் என்கிற முறையில் இந்த நாவலின் பல வார்த்தைகள் நிஜத்துக்கு மிக அருகில் இருப்பவை. நரசய்யா அவர்களின் கடலோடி தொடராக வந்த போது அதை ரசித்துப் படித்தவன் என்கிற முறையில், கடல் பற்றிய முற்றிலும் வேறு ஒரு கோணத்தை அது உணர்த்தியது. அப்படியான ஓர் உணர்வை நான் இருக்கும் இந்தத் துறை பற்றி ஓரளவேனும் கடத்தவேண்டும் என்கிற முனைப்பும் இந்த நாவலில் உங்களுக்குத் தென்படலாம்.

இந்த நாவலில் வரும் சம்பவங்களில் எத்தனை சதவீதம் உண்மை, எத்தனை சதவீதம் கற்பனை என்பதெல்லாம் இப்போது எனக்கே குழப்பமாக இருக்கிறது. ஆனால் அங்கே அப்படி அந்நேரத்தில் ஒருவன் இருந்தான் என்பதும், அது தந்த அனுபவமும், படிப்பினையும் அவனை இன்னும் செழுமையாக்கியது என்பது முற்றிலும் உண்மையானது. இந்த நாவலில் உலாவரும் கதாபாத்திரங்கள் அத்தனை பேருக்கும் என் நன்றி. காரணம் எப்போதோ ஒரு தருணத்தில் நீங்கள் என் அருகில் நின்றிருந்திருக்கிறீர்கள். உங்கள் உருவமோ, உங்கள் தோரணையோ, உங்கள் உடல்மொழியோ, உங்கள் குரலோ எனக்கு இப்போது நினைவில்லை. ஆனால், அது தந்த பாதிப்பு இன்னும் எனக்குள் மிச்சமிருக்கிறது. அதற்கான சான்றுதான் இந்த நாவல்.

இந்த நாவல் நிகழ சாத்தியமாக இருந்த என் தந்தைக்கு நன்றிகள். தொடர்ந்து எழுத ஊக்கப்படுத்திக் கொண்டே இருந்த, இருக்கும் என் முகநூல் நண்பர்களுக்கும் நன்றிகள். பிழை திருத்தி செப்பனிட்டுத் தந்த எழுத்தாளர் கௌரி முத்துகிருஷ்ணன் அவர்களுக்கும் நன்றிகள். "நான் எழுதிட்டிருக்கேன்... அப்புறம் பேசவா?" என்று சொன்னதும் "சரிடா..." என ஒரு புன்னகையோடு நகர்ந்த என் நெருக்கமான மனிதர்களுக்கும் நன்றிகள்.

எப்போதும் போல என் அம்முவுக்கு பிரியமான முத்தங்கள்.

அடுத்த படைப்பில் சந்திக்கலாம்.

பால கணேசன்

1

புத்தாண்டுக் கொண்டாட்டம் நடைபெற்றுக்கொண்டிருக்கும் ஓர் இரவில் பெல்காம் நகரின் ஏதோவொரு மூலையில் உள்ளூர் ரவுடி ஒருவனைச் சந்திப்பதற்காக என் நண்பன் சுரேஷ் பாட்டீலோடு நான் காத்திருந்தேன். இப்படி ஒரு காத்திருப்பு என் வாழ்க்கையில் நிகழும் என்று இரண்டு மணி நேரங்களுக்கு முன்பாக கடவுளே வந்து எதிரில் தோன்றி சொல்லியிருந்தால் கூட நான் நம்பியிருக்க வாய்ப்பில்லை. ஆனால், இதோ இங்கே இக்கணம் அது நிகழ்ந்துகொண்டுதான் இருக்கிறது.

மிக எளிமையாகத் தொடங்கியது அந்தச் சம்பவம். பெல்காமின் மஹேந்தேஷ் நகரில் இருக்கிறது. அந்தச் சாலை போடும் நிறுவனமான எஸ்.என்.ஷெட்டி கன்ஸ்ட்ரக்ஷன் அலுவலகம். அலுவலகத்தின் வெளியே சாலையைக் கடந்ததும் இருக்கிறது கேயார் பார். மாதா மாதம் சம்பளம் வாங்கியதும் நேராக பலரின் கால்கள்

நுழைவது அந்த பாருக்குள் தான். பாருக்குள்ளே நல்ல பார் அதுதானா என்றெல்லாம் தெரியாது. ஆனால்,சுற்றி இருக்கும் பல பார்களுக்கு கேயார் எவ்வளவோ மேல். எனக்குப் பிடித்த ரூஃப்டாப் இருப்பதால், துள்ளிக்குதித்து நான்அங்கே நுழைவேன். விலையும் சற்று பட்ஜெட்டுக்குள்ளேதான் என்பதால் அதிலும் பிரச்சினை இல்லை.

மூன்று மாதமாக சம்பளம் வரவில்லை யாருக்கும். அவ்வப்போது கிடைக்கும் ஆயிரம் இரண்டாயிரம் அட்வான்ஸ் பணத்தை வைத்து தான் மொத்த கேம்ப்பும் உயிர்பிழைத்துக்கொண்டிருந்தது. அந்த வேளையில்தான் 2002 புத்தாண்டை சம்பளப் பணத்தோடு கொண்டாடத் தயாரானோம். கிடைத்ததென்னவோ ஒரு மாத சம்பளம் தான். ஆனாலும் அத்தனை பணத்தை மொத்தமாகப் பார்த்து மாதங்களானதால் மனம் சாந்தியடைந்து, தாக சாந்தியை நாடியது.

சுரேஷ் பாட்டீல் என்னோடு மட்டுமே குடிக்க விருப்பப்படுவான். கர்நாடகாவின் ஹூப்ளி நகரைச் சேர்ந்த சுரேஷ் தூத்துக்குடி மாவட்டத்தில் ஒழுங்காக முகவரி கூட இல்லாத ஊரைச் சேர்ந்த ஒருவனோடு மட்டுமே குடிக்க விருப்பப்படும் விந்தை எல்லாம் வாழ்க்கையை சுவாரஸ்யமாக்கும் விஷயம். பின்னொரு நாளில் அதைச் சொல்கிறேன். இப்போது கொஞ்சம் குடிக்கலாம்.

குடிக்க ஆரம்பித்ததில் இருந்தே சுரேஷ் சற்று மந்தமான மனநிலையிலேயே இருந்தான். சற்று நேரத்தில் அது அவனின் பிரிந்து போன தோழியின் நினைவாக எழுந்த துயரம் என்பதை அவனே கூறினான். “தண்ணி அடிச்சா வேறென்னடா ஞாபகம் வரப்போகுது லூசுங்களா..” என்கிற உங்கள் எண்ணம் எனக்குக் கேட்கிறது. ஆனால், சுரேஷ் அப்படிப் புலம்பும் மனிதனில்லை என்பதை நான் நன்கறிந்தவன் என்பதால் அவனைச் சற்றே புலம்பவிட்டேன்.

அவளைச் சந்தித்தும், பேசியும் சில மாதங்களாகி இருந்தன என்று அவன் கூறியபோது மூன்றாம் சுற்றில் இருந்தோம். என்ன நினைத்தான் என்று தெரியவில்லை. “வா அவளோடு பேச வேண்டும்போல இருக்கிறது” என்று கூறிவிட்டு, பில்

கொடுத்துவிட்டு ஆபிஸை நோக்கி நடக்க ஆரம்பித்தான். நான் வேறு வழியின்றிப் பின்தொடர்ந்தேன்.

கேயாருக்குக் கீழேயே ஒரு நல்ல எஸ்.டி.டி. பூத் இருக்கிறது. ஆனால், அங்கிருந்து பேசினால் காசு கேட்பார்களே! அதனால் எங்கள் அலுவலகத்தில் இருக்கும் தொலைபேசியில் இருந்து அழைக்க முடிவு செய்தான் போலும். எல்லோரும் அதிலிருந்து போன் செய்து விட இயலாது. அக்கவுண்டண்ட் பார்த்தால் திட்டுவார். இரவு எட்டரை மணிக்கு அங்கே அவர் இல்லை. செக்யூரிட்டி ஒருவன் சோம்பலாக அமர்ந்திருக்க, வெளிச்சம் கூட மிகக் கம்மியாக இருந்தது அலுவலக வராண்டாவில். நேராக அக்கவுண்டண்ட்டின் அறையின் வெளியிலிருந்த ஜன்னலை நோக்கிச் சென்று தொலைபேசியை எடுத்து எண்களை அழுத்தத் தொடங்கினான் சுரேஷ். நான் அங்கிருந்த திண்டில் அமர்ந்து சோகையான வெளிச்சத்தில் ஒளிர்ந்து கொண்டிருந்த நிலாவோடு உரையாட ஆரம்பித்திருந்தேன். எங்கள் மேலப்பட்டியிலும் இதே நிலாதானே இப்படியேதானே இருக்கும் என்கிற கவித்துவ எண்ணம் எல்லாம் கூட எழுந்...

"சூலேமகனே.. சாவடிக்கிறன்டா உன்னை இன்னைக்கி.." என்று சுரேஷ் கத்துவது காதில் விழுந்ததும் படக்கென சுயநினைவுக்கு வந்தேன். சுரேஷ் பாட்டீலின் சட்டையை எங்கள் நிறுவனத்தின் ப்ராஜக்ட்டைரக்டரின் கார் ட்ரைவர் மிக இறுக்கமாகப் பிடித்திருந்தான். சுரேஷோ அந்த டிரைவரின் கழுத்தைப் பிடித்திருந்தான். என்ன நிகழ்கிறது என்பதை நான் முழுதாக கிரகிப்பதற்குள், சுரேஷை விட சற்றே உயரமாக இருந்த அந்த ட்ரைவர் சுரேஷை நெட்டித்தள்ளி சுவரோடு சுவராக அழுத்தி கன்னத்தில் பளாரென அடிக்க, நான் விறுவிறுவென ஓடிப்போய்த் தடுப்பதற்குள் சுரேஷ் நிலைதடுமாறிக் கீழே விழுந்திருந்தான். அங்கே நான் வாழ்வில் அதுவரை உணராத ஒரு கடும் வெக்கை சூழ்ந்திருந்தது.

"எந்திரிச்சி மரியாதையா ஓடிரு வீட்டுக்கு. யார் மேலடா கைவைக்கிற நாயே..." என்று மூச்சிரைக்க, தன் கழுத்தை மெல்ல தடவியவாறு அந்த ட்ரைவர் உறுமிக்கொண்டிருந்தான். நான்

மெல்ல குனிந்து சுரேஷைத் தூக்க முயற்சித்தேன். அவன் என்னை உதறினான். இத்தனை ஆக்ரோஷமாக நான் அவனைப் பார்த்ததே இல்லை என்பது எனக்கு மேலும் பயத்தையே உண்டாக்கியது. இவை அனைத்தையும் அந்த செக்யூரிட்டி சற்று எட்ட நின்று பார்த்துக்கொண்டிருந்தது அந்த நேரத்திலும் வேடிக்கையாக இருந்தது.

மெல்ல எழுந்த சுரேஷ் அமைதியாக சாலையை நோக்கி நடக்கத் தொடங்கினான். நான் இன்னும் குறையாத பயம் மற்றும் பதட்டத்தோடு அவனைப் பின்தொடர்ந்தேன். சுரேஷின் வெஸ்பா ஸ்கூட்டர் பாருக்கு வெளியில்தான் நின்றுகொண்டிருந்தது. வழக்கமாய் நான்கைந்து கிக்குகளுக்கு பிறகே உயிர்த்தெழும் வெஸ்பா, இன்று முதல் கிக்கிலேயே உறுமியது.

"ஏறு" என்றான் சன்னமாக, என்னை நோக்கி. நான் "சுரேஷு..." எனத் தொடங்க, மெல்ல என்னை நோக்கித் திரும்பி, "ஏறுன்னு சொன்னேன்" என்றான். நான் கேட்க யோசித்த எல்லாமே எனக்கு உடனே மறந்துபோனது. அமைதியாய் பில்லியனில் அமர்ந்தேன். பெல்காம் நகரில் மூன்று வருடம் கல்லூரி பயின்ற சுரேஷ்பாட்டீல், தன் வெஸ்பாவை நகரின் மையத்தைத்தாண்டி, ரயில்வே நிலையத்தைத் தாண்டி ஒரே சீரான வேகத்தில் செலுத்தினான். அவன் வண்டியை நிறுத்திய இடத்தில் ஒரு சிறு கடை இருந்தது. இரண்டு சிகரெட்கள் வாங்கி எனக்கொன்றை நீட்டினான். நான்அமைதியாகப் பற்ற வைத்தேன்.

"அவன் இன்னைக்கு சாகணும்டா..." என்றான் இந்தியில்.

"கொஞ்சம் நிதானமா..." என்று நான் ஆரம்பிக்கையிலேயே என் குரல் வலுவிழந்திருந்தது. சுரேஷ் சிகரெட்டை இழுத்த வேகத்தைப் பார்க்கையில் பயம் இன்னும் இன்னும் எனக்குள் அதிகமாக ஊடுருவியது.

"சரி இப்போ எங்க இருக்கோம்.. என்ன பண்ணப் போறோம்?" என்று பொதுவாகக் கேட்பது போல் கேட்டு வைத்தேன். தூரத்தில் எவனோ ஒரு அவசரக்குடுக்கை அதற்குள் பட்டாசு

வெடிக்கும் சத்தம் கேட்டது.

"காலேஜ்ல என் பிரெண்டு லிங்கண்ணான்னு பேரு. அவனோட மாமா பையன் பெரிய கையி இந்த ஏரியால. அவனோட முக்கியமான கையாளு ஒருத்தன் இருக்கான். அவனைக் கூட்டிட்டுப்போயி அந்த ட்ரைவரை செய்யப்போறோம்." என்று அரைமணி நேரத்திற்கு முன்புவரை சிவில் இஞ்சினியராக இருந்த சுரேஷ் பாட்டீல், ஒரு பக்கா ரவுடியாக வசனம் பேசிக்கொண்டிருந்தான்.

"நான் ஒண்ணு கேட்டா தப்பா நினைச்சிக்க மாட்டியே?"

"என்னடா..."

"அதாவது அங்க என்ன நடந்திச்சு? ஏன் சண்டை போட்டீங்க?" என்று நான் அப்பாவியாய் முகத்தை வைத்துக்கொண்டு கேட்டபோது, சுரேஷ் மெல்ல சிரித்ததைப் போல எனக்குத் தோன்றியது பிரமையா இல்லை உண்மையா என்று இன்று வரை தெரியவில்லை.

"நான் போனை எடுத்து நம்பர் டயல் பண்ணிட்டிருந்தப்போ அவன் வந்து என்னன்னு கேட்டான். பார்த்தா தெரியல? ஃபோனு அப்படின்னேன். இங்கருந்து எல்லாம் பெர்சனல் கால் பண்ணக்கூடாதுன்னான். அதைச் சொல்ல நீயாருன்னேன். நீயே சொல்லு டைரக்டர் ட்ரைவர்ன்னா பெரிய புடுங்கியா?"

"இல்ல.. ஆனா, அவன் அப்படித்தான பிஹேவ் பண்ணுவான் எப்பவும்..? அன்னைக்கி சைட்ல கூட பெரிய மயிரு மாதிரி தான் பேசுனான்."

"நான் கண்டுக்காம போன் பண்ண ஆரம்பிச்சேன். அவன் போனை என்கிட்டே இருந்து பிடுங்கினாண்டா... எனக்கு வந்திச்சி பாரு கோவம்... சப்புன்னு அடிச்சிட்டேன்."

"ஏண்டா அப்ப நீதான் முதல்ல கையை வச்சியா?"

"அதனால என்ன? நான் ஒரு அடிதான் அடிச்சேன். அவன் சட்டையைப் பிடிச்சான். நான் எட்டிக் கழுத்தைப் பிடிச்சேன். அவன் என்னைக் கன்னத்துல அடிச்சான். ஆனா, எல்லாத்துக்கும்

நடுவுல என்னைப்பார்த்து சூலேமகான்னு சொன்னான்டா...” எனும் போது மீண்டும் வெறியாகி இருந்தான். சிகரெட் முடிந்து போய் இரண்டு நிமிடம் ஆகியிருந்தது.

நான் இம்முறை சற்று தைரியம் வந்தவனாய், “நீ அவனை பதிலுக்கு இப்போ அடிச்சிட்டா சரியா போயிருமா? இல்ல பிரச்சினை இதோட முடிஞ்சிருமா? அவனும் உள்ளூர்க்காரன் இல்ல. நீயும் உள்ளூர்க்காரன் இல்ல. வேலை செய்ய வந்திருக்கோம்டா... அதையும் கெடுத்துக்கணுமா? ஒரு தடவைக்கு ரெண்டு தடவ யோசிடா நண்பா...” என மெல்லிய குரலில் கோர்வையாய் நான் சொல்வதை நிதானமாக அவன் கேட்டது போல்தான் தோன்றியது. அவன் கேட்கிறான் என்றதுமே இன்னும் சற்று தைரியம் கூட்டி, “சரி நாம இங்க ஆளை ரெடி பண்ணி கூட்டிட்டு போற வரை அவன் என்ன ஆபீஸ்லயேவா இருக்கப்போறான்? அவனை எங்கன்னு போயி நாம தேட? சும்மா போதையில சலம்புனதா ஆகிரும்டா... நாம குடிகாரங்க இல்லடா... படிச்சிருக்கோம். கொஞ்சமே கொஞ்சம் மத்தவங்களை விட... டேய் டேய் எங்கடா எந்திரிச்சிப் போற...” சற்று என் அறிவுரைகள் ஓவர்டோஸ் ஆகிவிட்டதோ என்று உடனே என்னை நானே சோதித்துக் கொண்டேன். இனிமேல் தான் “வன்முறை எதுக்கும் தீர்வாகாதுடா” வசனம் எல்லாம் சொல்லலாம் என்றிருந்தேன்.

வெஸ்பாவை நோக்கிச் சென்ற சுரேஷ் என்னை நோக்கித் திரும்பி, “வா கேம்புக்குப் போகலாம்...” என்றழைக்க, நான் யோசித்து வைத்த எல்லா வசனங்களையும் மொத்தமாய் அழித்துவிட்டு புன்முறுவலோடு பில்லியனில் அமர வெஸ்பா எங்களைச் சுமந்து ஹலகா நோக்கிச் செல்ல ஆரம்பித்தது. இப்போது நாலாபுறமும் வெடிச்சத்தம் அதிகமாகி இருந்தது. 2003 நெருங்கிக்கொண்டிருந்தது.

2

புதூர் சின்ன ஊர் எல்லாம் இல்லைதான். சுற்றியிருக்கும் 18 பட்டிகளுக்கும் அதுதான் ஜங்க்ஷன். மெயின் ரோட்டில் எப்போதும் ஆட்கள் நடமாட்டம் இருந்துகொண்டே இருக்கும். பரபரப்பான ஊர் இல்லை என்றாலும் கூட பட்டிக்காடும் இல்லை. ஒரு அரசுப்பள்ளி, ஒரு அரசு உதவி பெறும் பள்ளி என இரண்டு பெரிய பள்ளிகளும் உண்டு. எப்போதும் போல அரசுப் பள்ளியை விட அரசாங்க உதவி பெறும் எங்கள் பள்ளி நல்ல பள்ளி என்று பெயர் வாங்கியிருந்தது. ஊரில் திருட்டு நடந்ததாகவோ அல்லது கொலை நிகழ்ந்ததாகவோ நான் கேள்விப்பட்டதேயில்லை எனது பதின்மூன்றாம் வயது வரை. ஒரு முறை சைக்கிளில் டைனமோ இல்லாமல் சென்றதற்காக என் அண்ணனை போலீஸ் பிடித்தது மட்டுமே எனக்குத் தெரிந்த அதிகபட்ச குற்ற நிகழ்வு.

அன்று காலை விடிந்த பொழுது அந்தச் செய்தி காதில் விழுந்தது.

கறிக்கடைக்காரரான பாண்டியண்ணனை யாரோ வெட்டிக் கொலை செய்து விட்டார்கள் என. சீதாராமு டாக்கீஸுக்கு எதிரில் இருக்கும் முள்காட்டுக்குள் கொலை நடந்ததாகச் சொல்லப்பட வேகவேகமாக எல்லாரும் ஓடினோம். அதற்கு முன் பிணங்களைப் பார்த்ததற்கும் அன்று நான், கழுத்தில் வெட்டு வாங்கி அப்படியே சரிந்து போய் ஒரு பெரிய உருவம் பிணமாய் விழுந்து கிடப்பதைப் பார்ப்பதற்குமான வித்தியாசத்தை அறிந்துகொண்டேன். உண்மையில், மூன்று நாட்கள் நான் உறங்கவில்லை.

அப்படி என்னை இரண்டு மூன்று நாட்கள் தூக்கமில்லாமல் செய்த இன்னொரு விஷயம் பருத்திவீரன் படத்தின் இறுதிக்காட்சி. நம்பினால் நம்புங்கள் அந்தக் காலகட்டத்தில் எல்லாம் தூக்கம் வரவில்லையென்றால் சுய மைதுனம் செய்து விட்டு நிம்மதியாகத் தூங்குவேன். இந்தப் படத்தின் இறுதிக்காட்சி கொடுத்த பாதிப்பில் கையை அங்கே கொண்டு போகும் போதெல்லாம் முத்தழகியின் ஓலம் காதில் விழ அப்படியே பயத்தில் பதட்டமாகி போர்வையை இன்னும் இறுக்கமாக மூடித் தூங்கிவிடுவேன்.

பேய்ப்படங்களைப் பார்ப்பதை அறவே நிறுத்தியதற்கு காரணமும் கூட இதுதான் என்று தோன்றுகிறது. ஆனால் வெளியில், "எவனாவது காசு கொடுத்துப் போயி பயந்துட்டு வருவானா? அதான் நான் பேய்ப்படம் பார்க்கிறதே இல்ல," என்று உதார் விடுவதை மட்டும் நிறுத்தவே இல்லை. மனிதன் தனக்குத்தானே சொல்லிக்கொள்ளும் சமாதானங்கள் மட்டும் இல்லையென்றால், இங்கே இறப்பு விகிதம் அதிகரித்திருக்குமோ என்னவோ! குற்றவுணர்ச்சியின் விகிதமும் கூட கூடிப்போய் திரிந்திருக்கலாம் என்றே தோன்றுகிறது.

தமிழகத்தின் புதூரில் இருக்கும் போதும் சரி, கர்நாடகாவின் பெல்காமில் இருக்கும் போதும் சரி என்னை நானே சமாதானப்படுத்திக் கொண்டே இருந்திருக்கிறேன். நீங்கள் கிரேடர் மெஷின் பார்த்திருக்கிறீர்களா? மிக நீளமாக இருக்கும். ஆறு சக்கரங்கள் இருக்கும். நடுவில் ஒரு பெரிய

ப்ளேடு இருக்கும் குறுக்குவாக்கில். கொட்டிய செம்மண்ணை சமதளப்படுத்த அதை உபயோகிப்பார்கள். சாலை அமைக்கும் பணி நடை பெறுகையில் நீங்கள் அதைக் கவனித்திருக்கலாம். மஞ்சள் நிறத்தில் பெயின்ட் செய்யப்பட்டிருக்கும். அந்த மெஷினை இயக்கும் ஆப்பரேட்டருக்கு, அப்போது மூன்று வருட அனுபவம் கொண்ட மெக்கானிக்கல் எஞ்சினியரை விட சம்பளம் அதிகம் என்பதை சோகமாகவே இங்கு பதிவு செய்துகொள்கிறேன். ஏனெனில், அப்போது என் அனுபவம் மூன்று வருடங்கள். நான் ஒரு மெக்கானிக்கல் எஞ்சினியர்.

அடல் பிஹாரி வாஜ்பேயி அவர்கள் அறிவித்த தங்க நாற்கர சாலைத் திட்டத்தின் கீழ் ஆரம்பிக்கப்பட்ட ப்ராஜக்ட் அது. காஷ்மீர் முதல் கன்னியாகுமரி வரை நான்கு வழிச்சாலையால் இணைப்பதே அதன் நோக்கம். முற்றிலும் புதிய சாலை போடுவது வேறு. ஏற்கனவே இருக்கும் பழைய சாலையின் மீது போடப்படும் சாலை வேறு. ஏனெனில், பழைய சாலையின் மீது போடும் போது வாகனங்கள் செல்ல வசதியாக மாற்று வழிகொடுக்கப்படவேண்டும். அதைப் பகலில் செய்தால் போக்குவரத்து பாதிக்கும். அதனாலேயே இரவில் அதைச் செய்வார்கள்.

அப்படி ஒரு நாள் இரவு எட்டு மணி அளவில் சாலையின் ஓரத்தில் நான்கைந்து லோடுகள் செம்மண் கொட்டப்பட்டது. கொட்டிய மண்ணை சமப்படுத்த கிரேடர் மெஷின்வரக் காத்திருந்து வெறுத்துப்போன மேற்பார்வையாளன் அந்த இரவின் மெல்லிய குளிருக்கு ஏற்றவாறு ஒரு தேநீர் அருந்தலாம் என்று முடிவு செய்து அவ்விடத்திலிருந்து அகன்றான். மேற்பார்வையாளன் இல்லை என்றானதும், அவன் கீழ் வேலை செய்யக் காத்திருந்த லேபர் ஒருவன் வசதியாக அந்தச் செம்மண் கூட்டத்தின் நடுவில் சென்று தன் தோளில் இருந்த துண்டை விரித்து அப்படியே வானம் பார்த்தவாறு கண்ணசந்தான். இதெல்லாம் நிகழ்ந்த பதினைந்தாவது நிமிடத்தில் கிரேடர் வந்தது. கொட்டியிருந்த மண்ணை இடையிலிருக்கும் ப்ளேடு சமப்படுத்த ஆரம்பித்தது. அந்த மண் குவியலுக்கு இடையே

படுத்திருந்த லம்பாணி லேபரையும் சேர்த்தே சமப்படுத்திவிட்டு அவன் மீது தனது ஆறு சக்கரத்தையும் ஏற்றி இறக்கியது.

மரணம்தான் எத்தனை வழிகளில் இயங்குகிறது? பிறப்பு மட்டும் பல நூற்றாண்டாக ஒரே வழியில்தான் இருந்திருக்கிறது.

லம்பாணிகளுக்குத் தனியாக மொழி என்று ஒன்று இருக்கிறது. ஆனால் பாருங்கள் அந்த மொழியில் எண்கள் கிடையாது. எந்த மாநில லம்பாணியோ, அந்த மாநிலத்து மொழியில் எண்ணுக்கு என்ன பெயரோ அதேதான் இவர்கள் மொழியிலும் இருக்கும். மறுநாள் காலை நாங்கள் தங்கியிருந்த கேம்பில், எங்கள் வாகனங்கள், இயந்திரங்கள் எல்லாம் பழுது பார்க்கும் ஓர்க்ஷாப்பில் கிட்டத்தட்ட 50 லம்பாணி லேபர்கள் மற்றும் அவர்களின் கான்டராக்டர் கூடி இருந்தார்கள். சரத்ஷெட்டி என்கிற ஓர்க்ஷாப் மேனேஜர் அமைதியாகவும், துக்கம் சுமந்த குரலோடும் அவர்களோடு உரையாடிக்கொண்டிருந்தார். கவனித்திருக்கிறீர்களா? ஒரு பெருஞ்சோகத்தில் மனம் தடுமாறி இருக்கையில், தாய் மொழி மட்டுமே நாவிலிருந்து வரும். கன்னடம் நன்கு அறிந்த அந்த கான்டராக்டர், லம்பாணி மொழியில் உரக்கப் பேசிக்கொண்டிருந்தார். எனக்கு அதில் அவர் திரும்பத் திரும்பச் சொன்ன, “ஒப்பா” என்கிற அந்த ஒற்றை எண் மட்டும் புரிந்தது. ஆம். ஒருவன் இறந்துவிட்டான். துரதிர்ஷ்டமாக என்று கூறுவது இங்கே சற்றும் பொருந்தாது. கொடூரமாக என்று கூறுவது சற்று நெருக்கமாக இருக்கும். மொத்த கூட்டமும் பொங்கி எழுந்து கதறுவதற்குப் பதில் கண்களில் கண்ணீர் தேங்கி நிற்க அமைதியாய் இருந்ததற்கு முக்கியக் காரணம் அந்தக் கொடூரம் தான்.

சில லட்சங்கள் கொடுத்துப் பிரச்சினை சுமுகமாக முடிக்கப்பட்டதாக பின்னர் காற்றுவாக்கில் அறிந்துகொண்டேன். இந்த லட்சம் அங்கு குழுமியிருந்த ஒவ்வொருவரையும் தனக்குத்தானே சமாதானம் செய்துகொள்ள வைத்திருக்கும். ஆனால் என்னையோ, என்னை விட அதிகமாக சம்பளம் வாங்கும் அந்த கிரேடர் ஆபரேட்டர் வேலையை விட்டு நீக்கப்பட்டார் என்கிற செய்திதான் சமாதானமாக்கியது.

3

*சா*லை அமைப்பது என்றால் வெறுமனே மேலே ஜல்லி கற்களின் மீது தாரை கொட்டி அதைச் சமப்படுத்துவது அல்ல. அதற்கு முன்னர் பல வேலைகள் நடக்கும். முதலில் பழைய சாலையைத் தோண்டி எடுக்க வேண்டும். அடுத்து அதன் மீது செம்மண்ணைக் கொட்டி ஒரு குறிப்பிட்ட உயரமாகக்கொண்டு வந்து, அதன் பின் *40 மில்லி மீட்டரை விட அதிக அளவு கொண்ட கற்களை, செம்மண்ணோடு சேர்ந்துகொட்டி அதைச் சமப்படுத்த வேண்டும்.* இதன்பின் 40 மில்லி மீட்டருக்குக் குறைவானகற்களை, மிக மிக மெல்லிய மண்ணோடு சேர்த்து, அதோடு தண்ணீரும் சேர்த்துக் கலந்து அதைச் சமப்படுத்த வேண்டும். இதை *WMM* என்பார்கள். இதற்கு மேல் தான் 25 மில்லி மீட்டர் அளவுள்ள ஜல்லிக்கல் மற்றும் தார் கலந்து அதை சாலையாகப் போடுவார்கள். இதை *DBM* என்று சொல்வார்கள். இதிலும் கடைசியாக

10 அல்லது 12 மில்லி மீட்டர் ஜல்லிக்கற்களைத் தாரோடு சேர்த்துப் போடும் சாலையில்தான் வாகனங்கள் பயணிக்கும். அதன் பெயர் BC.

தார் கலந்த வாசத்தை சுவாசித்தது போல மூச்சு முட்டுகிறதா? அப்படித்தான் இந்த வேலையும். இதில் WMM, DBM இரண்டும் உற்பத்தி செய்யத் தனித்தனியாக பிளான்ட் உண்டு. அந்த பிளான்ட் ஜல்லியோடு தண்ணீரையோ அல்லது தாரையோ கலக்கும். அதற்குப் பெயர் மிக்ஸர்யூனிட். DBM Plant மிக்ஸர் யூனிட் மிகவும் சூடாக இருக்குமாதலால், அது தனியாக மேலேஇருக்கும். யாரும் நெருங்க மாட்டார்கள். அது மூடியும் இருக்கும். ஆனால், WMM Plant அப்படியில்லை. தண்ணீர் தான் அதன் கலப்பு என்பதால் வெளியில் திறந்தேதான் இருக்கும். பெரிய பெரிய ஆகர் என்னும் பற்கள் கொண்ட அந்த மிக்ஸர் சுழலுவதைப் பார்க்கவே வேடிக்கையாக இருக்கும். மோட்டார்கள் சீரான வேகத்தில் இயங்க அவை சுழன்று ஜல்லிக்கற்களை மிக்ஸ் செய்யும்.

அன்று பிளான்ட்களை சுத்தம் செய்யும் நாள். நான்கு லேபர்கள் WMM பிளான்ட் மிக்சருக்குள் அமர்ந்து எல்லாவற்றையும் கழுவித் துடைத்துக் கொண்டிருந்தார்கள். அந்தப் பிளான்டின் ஆப்பரேட்டிங் ரூம் தள்ளி இருக்கும். குளிர் சாதனஅறை அது. வெளியிலிருந்து சத்தமே கேட்காது. அங்கிருந்து பார்த்தால் மிக்ஸர் யூனிட் தெரியும் என்றாலும் கூட, அது அரைகுறைப் பார்வைதான். பீகாரின் பூர்ணியா மாவட்டத்தில் இருந்த ராணிகஞ் என்கிற சிற்றூரில் இருந்தது அந்த பிளான்ட். அதன் ஆப்பரேட்டர் இளவயதானவன். 2009-ன் துவக்கம் அது. எல்லோர் கைகளிலும் மொபைல் இருந்தது. குறிப்பாய் இலவசமாய் பலருக்கும் பேச அதில் வசதியும் இருந்தது. தன் பெண் தோழியோடு பேசிக்கொண்டே பிளான்ட் பக்கம் வந்தான் நீரஜ் என்கிற, பாகல்பூரைச் சேர்ந்த அந்த வாலிபன்.

நாளை அவன் ஊருக்குப் போகிறான். அதனால் அவன் செல்லும் முன் பிளான்டின் எல்லா வேலைகளும் சரியாக இயங்குகிறதா என்று பார்க்க வேண்டிய கட்டாயம்.

தோழியோடு கொஞ்சிக்கொண்டே அவன் முதலில் பிளான்ட்டை ஓடவிட்டான். பின் மெல்ல இன்புட் கன்வேயரை சுற்றிப்பார்த்தான். அப்போது தோழி அவனுக்கு போனில் முத்தமிட, இவன் வெட்கத்தில் முகம் சிவந்தான். பதில் முத்தம் இட்டுக்கொண்டே செகண்டரி கன்வேயரை ஓடவிட்டு சரிபார்த்தான். கன்வேயர் நன்றாகவே சுழன்றது. அவள் பதில் முத்தம் கேட்டாள். இவன் வெட்கமோ உச்சத்தில் இருந்தது நாணிக்கோணினான்.

ஊருக்கு வருகையில் நேரில் சந்தித்து முத்தம் தருவேன் என்று அவளுக்கு சத்தியம் செய்தவாறே மிக்ஸர் யூனிட்டை ஓட விட்டான். அவள் இப்போதே நீ தர வேண்டும் என கட்டாயப்படுத்த, அவன் தன் கண்களை இறுக்கமூடிக்கொண்டு, செல்பேசியை இன்னும் அருகில் கொண்டு வந்து அழுத்தமாக இறுக்கமாக முத்தமிட ஆரம்பித்தான். அங்கே மிக்ஸர்யூனிட் உள்ளே அமர்ந்து சுத்தம் செய்து கொண்டிருந்த அந்த நான்கு பேரும், ஆகர்பிளேடுகளில் சிக்கி, மெல்ல மெல்லத் துண்டு துண்டாக ஆரம்பித்திருந்தார்கள். மிக்ஸர் யூனிட் சுற்ற ஆரம்பித்த முதல் சில வினாடிகளில் அவர்கள் சத்தமாகக் கத்தியிருக்க வேண்டும். ஆனால், அது அந்தக் குளிர் சாதன அறைக்குள் இருந்த நீரஜுக்குக் கேட்கவில்லை. வெட்ட வெளியில் நின்றிருந்தாலும் கூட அவனுக்கு அந்நேரத்தில் கேட்டிருக்காது என்பது வேறு விஷயம்.

இரண்டு மூன்று நிமிடங்களில் அவர்கள் நால்வரும் ஜல்லியோடு சேர்ந்த தண்ணீர் போல கூழாகி இருந்தார்கள் என்றால் அது சற்று மிகையாகவும் இருக்கலாம். ஆனால், அந்த ஆகர்பிளேடுகள் சற்று வலிமையானவை தான். உடையக்கூட இல்லை. குஜராத்தில் தயாரான அந்த ஆகர்கள் பீகாரில் வாழ்ந்து வந்த நால்வரை, இன்னொரு பீஹாரியின் துணை கொண்டு மரணமெய்த வைத்திருந்தது. இதில் துரதிர்ஷ்டமான வேடிக்கை என்னவென்றால், அவர்கள் இறந்ததை அரைமணி நேரம் கழித்தே நீரஜ் கவனித்தான்.

விஷயம் கேள்விப்பட்ட ராணிகஞ் மக்கள் வெகுண்டெழுந்தனர்.

கைகளில் கிடைத்தது எல்லாம் எடுத்துக்கொண்டு அந்த ஆந்திர நிறுவனத்தின் கேம்பிற்குள் நுழைந்து, அலுவலகத்தையே சூறையாடினார்கள். பார்த்துப் பார்த்து ஒவ்வொரு கம்ப்யூட்டர் மானிட்டர்களாக உடைத்தனர். ஆனால், அந்த மானிடக்ருக்கு கீழே CPU என்றொரு சாதனம் இருப்பதையோ, அதற்குள் ஹார்ட் ட்ரைவ் இருப்பதையோ, அதற்குள் தான் எல்லாமே சேகரித்து வைக்கப்பட்டிருக்கும் என்பதையோ அவர்கள் அறிந்திருக்கவில்லை. பீஹாரியாய் இருப்பதில் இது ஒரு பெரும் சிக்கல்.

நான்கைந்து பேர் மண்டையும் உடைந்தது. இறுதியில் வழக்கம் போல பணம் கைமாறியது. மரணத்திற்குப் பின்னால் தரப்படும் இந்த இழப்பீடு பணத்தைப் பற்றி எனக்குள் நல்ல எண்ணமே உருவாகாமல் போனதற்குக் காரணமாய் இந்த நிகழ்வைச் சொல்லலாம். ஆனால், எட்டி நின்று இதையெல்லாம் பார்க்கையில் வேடிக்கையாக இருந்தது ஒப்புக்கொள்ளத்தான் வேண்டும். அந்த மிக்ஸர் யூனிட்டை இன்சூரன்ஸில் க்ளைம் செய்தார்கள் ஆந்திர நிறுவனத்தார். மாதாமாதம் ஒழுங்காகப் பணம் கட்டியிருப்பார்கள் போல. ஆனால், இறந்தவர்கள் இன்சூரன்ஸ் எடுத்திருக்கவில்லை. அன்று இரவில் மூன்றாவது சுற்றில் இருந்த போது இது நினைவிற்கு வந்து பொறையேறியது.

அட இதற்கிடையே பெல்காமில் நடந்த ஒரு நிகழ்வைச் சொல்ல மறந்துவிட்டேன். ஹலகாவில் எங்கள் கேம்ப் இருந்தது. அங்கிருந்து எட்டு கிமீ தொலைவில் ஒரு பாலம் கட்டும் வேலையும் நடந்துகொண்டிருந்தது. சாலை அமைக்கையில் பெரும்பாலும் மாற்று வழி இந்தப் பாலம் கட்டும் இடத்தில் தான்இருக்கும். சற்றே கடினமான பாதையாக அது அமையும். பாலத்தின் உச்சி இருக்கும் இடத்திற்கு ஒரு கிமீ முன்பே சாலை முடிந்துவிடும். அதன் பின், கொஞ்சம் கொஞ்சமாய் செம்மண் கொட்டிப் போகப்போக உயரம் அதிகரிக்குமாறு அமைப்பார்கள். அந்த இடத்திலேயும் அப்படித்தான். ஒரு கிமீ முன்பு சாலை முடிந்திருந்தது. அதன் பின், சடாரென ஒரு டைவர்ஷன் சாலை இடது பக்கம் நோக்கித் திரும்பும்.

ஏனெனில், சாலை முடியும் இடத்தில், பாலம் தொடங்கும் இடத்தில் பெரிய பள்ளம் ஒன்று உண்டு.

அன்றிரவு ஹூப்ளிக்கு அருகில் இருக்கும் சந்தையில் இருந்து வெங்காயம் ஏற்றிக்கொண்ட லாரி ஒன்று பெல்காம் நோக்கி வரஆரம்பித்தது. தமிழகத்தில் தேசிய நெடுஞ்சாலைகளில் கூட பேருந்து சரியான நிறுத்தத்தில் நிற்கும். கர்நாடகாவில் பொது போக்குவரத்து ஓரளவு இருந்தாலும் கூட, சற்றுக் குறைவுதான் எனலாம். அதனால் மக்கள் நெடுஞ்சாலைகளில் செல்லும் வாகனங்களுக்குக் கைகாட்டி அதில் ஏறிப் பயணிப்பது இயல்பான ஒன்று. அன்று அந்த வெங்காய லாரியில் அப்படி ஆறு பேர் பயணித்தார்கள். கன்னட சூப்பர்ஸ்டார் ராஜ்குமாரின் "ஜெகவே வொந்து ரண ரங்கா" லாரியின்ஸ் பீக்கரில் பாடிக்கொண்டிருந்த போது, அந்த லாரி ஹலகாவைத் தாண்டி ஆறு கிமீ வந்திருந்தது. கேபினுக்குள் ஒருவர் பீடி பற்ற வைக்க, ட்ரைவர் தனக்கு சேர்த்து ஒன்று பற்றவைக்கச் சொல்ல, பற்றவைத்த பீடியைக் கையில் வாங்கி வாயில் வைத்து எதிரில் இருந்த சாலையை அவர் கவனித்த போதுதான் சாலை முடிந்ததையும் கவனித்தார். கால்கள் பிரேக்கை வெறிகொண்டு அமுக்குவதற்குள், லாரி அந்தப் பள்ளத்தில் கவிழ, ஏழு பேரும் அந்த இடத்திலேயே இறந்தார்கள். லாரியும் ஒரு கரப்பான் பூச்சி போல இறந்து கிடந்தது.

பத்து மணிக்குள் ப்ராஜக்ட் டைரக்டருக்குத் தகவல் கூறப்பட, என்னென்ன பிரச்சினைகள் அங்கே எழலாம் என அவர் கலந்தோசிக்க, அங்கே மாற்றுப்பாதை உள்ளது என்கிற அறிவிப்புப் பலகை வைக்கப்படவே இல்லை என அந்த நிறுவனத்தின் பாதுகாப்புத்துறையைச் சேர்ந்த மேலாளர் கூற, இரவோடு இரவாக அங்கே *“Take Diversion. Work On Progress. Inconvenience Causes Regretted”* என்கிற அறிவிப்புப் பலகை வைக்கப்பட்டது. ஏழு பேர் இறந்தது வருத்தம்தான் இல்லையா?

4

அந்தக் கடிதம் வந்திருப்பதாய் ஓர்க் ஷாப்பில் இருந்து ஹெல்பர் ஒருவன் என் கையில் கொடுத்த பொழுது என்னால் நம்பவே இயலவில்லை. அனுப்புனர் முகவரியில் இருந்த “தமிழரசி” என்கிற பெயரை மெல்ல தடவிப்பார்த்துக் கொண்டேன். என் நண்பனின் தங்கை அவள். ஊரின் மிக அழகான பெண் என்று யாரையேனும் சொல்வதாய் இருந்தால் தயக்கமேயின்றி இவள் பேரைத்தான் எப்போதும் கூறுவேன். இப்போதும். இவள் மீதான காதலின் வெப்பம் எனக்குள்ளேயே கனன்று இன்னும் இன்னும் உள்ளுக்குள் அழுத்திக்கொண்டிருந்தாலும் கூட, அவளிடம் அதைச் சொல்வதற்கான வாய்ப்போ அல்லது தைரியமோ எனக்கு வாய்க்கவேயில்லை.

அதற்கு முதல் காரணம் அவள் இன்னொருவனைக் காதலித்துக் கொண்டிருந்தாள். என்னை விட ஐந்து

வயது சிறியவள். ஆனால், பள்ளியில் இருந்தே காதலிக்கத் தொடங்கியவள். இவள் காதலனும் கூட இவளுடன் படிப்பவன் தான். ஒன்பதாம் வகுப்பில் இருந்தே காதலிக்கிறோம் என்று இவள் சொன்ன போது முதலில் எனக்கு சிரிப்புதான் வந்தது. அப்படிப் பார்த்தால் நான் இரண்டாம் வகுப்பில் இருந்தே உமாவை காதலிக்கத் தொடங்கி விட்டேன் என்பதுதான்உண்மை. உமாவிடம் அதைசொன்னால்,"போடாலூசுப்பயலே" என சொல்லிவிட்டு தலையில் மெல்ல வலிக்காதவாறு குட்டு வைத்து விட்டுச் செல்வாள். தேவதை.

பனிரெண்டாம் வகுப்பில் இருக்கிறாள் தமிழரசி இப்போது. மேலப்பட்டியைச் சேர்ந்தவள். அவளோடு ஓர் இரவு அமர்ந்து நிலாவைப் பார்க்க வேண்டும் என்கிற கற்பனை நீண்ட நாட்களாக எனக்கு உண்டு. அவள் அப்போதும் சீனிவாசனைத்தான் பார்த்துக்கொண்டிருப்பாள் என்பதை அறிந்தும் கூட அந்த ஆசை போகவில்லை. மூன்று மாதத்திற்கு முன்பு தனக்கு உடல் நிலை சரியில்லை என்று கூறி சீனிவாசன் பள்ளிக்கு மட்டம் போட, அய்யய்யோ என்னாயிற்றோ என்று பதறி இவள் அவனைத் தேடி அவன் வீட்டிற்குச் செல்ல, வீட்டில் அப்போது யாருமில்லாமல் இருக்க, அவன் உடல் வெப்பம் இவளுக்குக் கடத்தப்பட, இனிதே நடந்தேறியது உடலுறவு என அவளே என்னிடம் கூறியபோது நான் பருத்திவீரன் படம் பார்த்திருக்கவில்லை. அதனால் அதை நினைத்தே அன்றிரவு... சரி விடுங்கள்.

ஆனால், இதில் ஆச்சர்யம் என்னவென்றால் அதுவரை தனது உயிராக சீனிவாசனை நினைத்திருந்தவள், இந்தச் சம்பவத்திற்குப் பிறகு சற்றே அவனைப்பற்றிக் குறை கூற ஆரம்பித்திருந்தாள். “இதுசரியில்லல...” என்கிற உணர்வாகவும் இருக்கலாம். ஆனால், அதன் பின் தான் என்னிடம் நன்றாகப் பேச ஆரம்பித்தாள். நான் இன்னும் இன்னும் வேகமாக அவளிடம் ஐக்கியமாக ஆரம்பித்தேன். ஐந்து வயது மூத்தவன் என்கிற உரிமை எடுத்துக்கொண்டு அறிவுரைகளை அள்ளி வீசினேன். இன்பாக்சுவேஷனுக்கு எனக்கே முழு அர்த்தம்

தெரியாதாயினும் கூட அதைப்பற்றி சிறப்பு வகுப்புகள் எடுக்க ஆரம்பித்தேன். அவள் உற்றுக் கவனிக்க ஆரம்பித்தாள் என்னை.

தமிழில் அமெரிக்கன் பை போன்ற படம் வராமல் போனதும், சொல்லப்போனால் தமிழில் உருப்படியாக எந்தவொரு டீன் மூவியும் வராமல் இருந்ததும் எனக்கு வசதியாகத்தான் போய்விட்டது. எல்லாம் கூறிவிட்டு நான் பஸ் ஏறி பெல்காம் வந்துவிட்டேன். ஆனால், அவள் நான் பேசிய இடத்திலேயே நிற்கிறாள் என்பதை அவள் கடிதம் படித்தே தெரிந்துகொண்டேன். "மாதா பிதா குரு தெய்வம் என்பார்கள். எனக்கு மாதா பிதா கதிர் அண்ணன் அதற்குப்பிறகுதான் குருவும் தெய்வமும்" என்று அவள் எழுதியிருந்த அந்த வரிகளை அத்தனை முறை படித்துப் பார்த்தேன். அந்த அண்ணன் சற்றே உறுத்தினாலும் கூட, "அவ என்ன கூடப் பொறந்த தங்கச்சியா என்ன?" என்கிற கேள்வியை எனக்குள்ளேயே கேட்டுக்கொண்டு அசட்டுத்தனமாக சிரித்தும் கொண்டேன். இரவு நேர சம்பவங்களுக்கு அது எந்த விதத்திலும் தொந்தரவாக இருக்கவில்லை. இருக்கப்போவதும் இல்லை.

அடுத்த முறை ஊருக்குச் செல்கையில் கண்டிப்பாக காதலைச் சொல்லி விட வேண்டும் என்கிற ஒற்றை எண்ணம் மட்டுமே எனக்குள் நிறைந்திருந்தது கடிதம் படித்து முடித்த அடுத்த வினாடி. அத்தனை காதல் நிரம்பி வழிந்து கொண்டிருந்தது. கடிதம் வந்த மூன்று மாதங்களில் மழைக்காலம் தொடங்கியிருந்தது. மழைக்கும் சாலை அமைப்பதற்கும் எப்பொழுதும் ஏழாம் பொருத்தம்தான் என்பதால் மலைகள் சூழ்ந்த பெல்காமை விட்டு, கரிசல் மண் சூழ்ந்த எங்கள் ஊருக்குச் சென்றேன். நாலரைக்குப் பள்ளி விடும் என்று அறிந்தும், மூன்றரை மணிக்கெல்லாம் தயாராக இருந்தேன். அவள் வாசனையை எனக்குள் நினைவுபடுத்திக் கொன்டேன். அவள் கொலுசொலியை எனக்குள் இசைக்கவிட்டுக் கொண்டேன். அவள் தாவணியின் நிறத்தைக் கண்களில் கொண்டு வந்து காத்திருக்கத் தொடங்கினேன்.

ஆறு மணியாகியும் அவள் வரவில்லை. அவள்

வரப்போவதில்லை இன்று என்பதை எனக்கு நானே உணர்த்திக்கொள்ளக் கூட முயற்சிக்கவில்லை. ஐந்து நாள் எனக்கு விடுமுறை இருக்கிறது. முதல் நாள்தானே இது என்று மூளை சொன்னாலும் மனம் கேட்பதற்குத் தயாராக இல்லை. இன்று இல்லையென்றால் இனி எப்போதும் இல்லை என்கிற உள்மனக்குரலை என்னால் தடுக்கவே இயலவில்லை. அந்தக் குரல் உண்மையையே சொன்னது. ஐந்து நாட்களும் அவள் வரவில்லை. சொல்லப்போனால் அவள் இனி வரப்போவதே இல்லை என்று மீண்டும் உள்மனம் சொன்னதை என்னால் உதறித்தள்ள முடியவில்லை. பெல்காம் திரும்ப பேருந்து ஏறினேன். என் எந்தவொரு பயணமும் இத்தனை நீண்டதாக. கடினமானதாக இருந்திருக்கவில்லை.

ஆறு மாதங்கள் கழித்து நான் மீண்டும் ஊருக்குச் சென்ற போது, சிகரெட் குடிக்க மறைவாய் வேலுச்சாமி வாத்தியார் கடைக்குப் பின்புறம் ஒதுங்க எத்தனித்தேன். அங்கே அருகில் இருந்த சுவரில், நடிகர் பிரசாந்த் தொப்பி போட்டுக் கொண்டு ஸ்டைலாக நிற்கும் திருமண வாழ்த்துபோஸ்டர் ஒன்று இருந்தது. அதன் அருகில் "மணமகன் ராஜசேகர் - மணமகள் தமிழரசி" என்கிற வார்த்தைகளும், செவன் ஸ்டார் கபடிக் குழு, மேலப்பட்டி என்கிற பெயரும் கண்ணில் பட, முதன் முறையாக சிகரெட்டின் புகை எனக்கு எந்தவித போதையும் இல்லாமல் நாசியிலிருந்து வெளியாகி காற்றில் கரைந்தது.

காதல் தோல்விதானா இது என்பது கூட எனக்குத் தெரியவில்லை. காரணம் இரண்டே நாட்களில் சரியாகி இருந்தேன். பொங்கல் வாழ்த்து ஒன்றில் நடிகை ரம்பா தன் இரு கைகளையும் விரித்து அழைக்கும் புகைப்படத்தைக் கற்பனை செய்து என்னால் காமமுற முடிந்தது. காதல்னா அடிச்சி வீழ்த்தணும் நம்மளை என்று மிகத் தாமதமாக கவுதம் வாசுதேவ மேனன் அவர்கள் சொன்ன வசனம் கேட்டிருந்தாலும் கூட, எனக்குள் அது ஏற்கனவே பதிவாகி இருந்தது என்றே தோன்றுகிறது. அதற்கு ப்ரியாவின் காதல் முக்கியக் காரணமாய் இருந்திருக்கலாம்.

பிரியா, உமாவிற்குப் பிறகான என் நல்ல தோழி. ஐந்தாம் வகுப்பில்தான் அவள் எங்களோடு படிக்க வந்தாள். ஆனால், விரைவிலேயே எங்கள் நண்பர் குழாமில் சேர்ந்திருந்தாள். வழக்கம் போல அவள் வீசிய செல்லப் பார்வைகளும், அந்த இரட்டைச்சடையின் மீது பூத்திருந்த மல்லிகைப் பூக்களும் என்னை வசியம் செய்திருந்தன. பத்தாம் வகுப்பில்தான் அவள் மீது மெல்ல காதல் பூத்ததைக் கவனித்தேன். கவிதைகள் போல சிலவற்றை எழுதி அவளிடம் ஒரு நல்ல சனிக்கிழமையன்று நீட்டினேன். அவள் படித்து விட்டு, "நல்லா இருக்குடா" என உணர்ச்சியே இல்லாமல் சொன்ன பொழுது, என் முகம் விகாரமாக இருந்ததை அவள் கவனித்திருக்கலாம். அந்த சனிக்கிழமை சிறப்பு வகுப்பு எல்லாம் முடிந்து எல்லோரும் கிளம்புகையில், என்னைத் தனியாக அழைத்து தன் காதல் கதையைச் சொல்ல ஆரம்பித்தாள்.

“மணி எங்க தெருக்கார பையன். கொத்தனார் வேலை பார்க்குறான். என் மேல அவ்ளோ பிரியம் அவனுக்கு. ஆனா, என்னை லவ் பண்றான்னு எல்லாம் எனக்கு முதல்ல தெரியாது. ஒரு நாள் நைட்டு நாங்கல்லாம் தெருவுல கரண்ட் இல்லைன்னு ஐஸ் பால் விளையாடுறப்போ, தனியா என்னைக் கூட்டிட்டு போயி ஐலவ்யூ சொல்லிட்டான். எனக்கு பயங்கர பயம். நான் அதெல்லாம் முடியாதுப்பா.. ஆத்துல திட்டுவா அப்படின்னு வந்துட்டேன். ஆனா, அவன் மறுநாளே மருந்து பாட்டிலை வாங்கிட்டு, சித்ரா கூட நடந்து வர்றப்போ, எதுத்தாப்ல வந்து நின்னு ‘இப்போ நீ என்னை லவ் பண்ணலைன்னா நான் மருந்தடிச்சிருவேன்’ அப்படிங்கிறான். அழுதேன் ரொம்ப.

ஆனா, நீயே சொல்லு அவன் செத்துரக்கூடாதுல்ல? என் மேல இருக்குற லவ்லதான அதெல்லாம் பண்றான். அதான் நானும் ஓகே சொல்லிட்டேன்” என்று மெல்லிய புன்னகையோடு அவள் கூறிய போது எனக்கு அழுகையெல்லாம் வரவில்லை. “ஓகே ப்ரியா... நீ நல்லா லவ் பண்ணு... நான்லா இருக்கேன். அதெல்லாம் சேர்த்து வைச்சிருவோம்” என்று தைரியம் கூறினேன். லவ்டேகேபால்.

மிகச் சரியாகப் பத்தாவது முடித்ததும், நான் பாலிடெக்னிக் படிக்க மதுரைக்குச் சென்று விட, அங்கே விடுதியில் அதுவரை வீட்டில் இல்லாத சுதந்திரத்தை அனுபவிக்கும் மனிதனாக மாறி இன்பத்தில் திளைத்திருக்க, இங்கே மேலே படிக்க வெளியூர் செல்கிறேன் என ப்ரியா கூறியதை ஒப்புக்கொள்ளாமல் மணி சண்டையிட, சண்டை பெரிதாகி ப்ரியா கோபப்பட்டுக் கத்திவிட, அந்த சோகம் தாளாமல் மணி அன்றிரவே மருந்தைக் குடித்து இறந்து விட, தன் மகன் இறந்ததற்கு இந்தப் பாப்பாத்திதான் காரணம் என மணியின் அம்மா, ப்ரியா வீட்டின் முன் மண் அள்ளி வீசி சாபமிட, ஆறு நாட்கள் அழுதுகொண்டே இருந்த ப்ரியாவை, அவளின் தந்தை தேற்றி சித்தூரில் இருந்த அவளது தாய்மாமா வீட்டிற்கு அனுப்பி வைக்க, புதூர் சுப்ரமணிய சுவாமி ஆலய அர்ச்சகர் குடும்பம் என்ற ஒன்று புதூரில் இருந்ததற்கான எந்தவொரு அடையாளமும் அதன் பின் இருக்கவில்லை. இப்படி இருந்து முடிந்தால் தான் அது காதல் என்று என் புத்தியில் உறைந்துபோயிருந்ததை நானே அறிந்திருக்கவில்லை.

5

பீகாரின் கட்டிஹார் மாவட்டத்தில் இருக்கிறது சண்டிலா. சண்டிலாவில் எஸ். கே.சி நிறுவனத்தின் சாலை அமைக்கும் பணி நடைபெற்றுக்கொண்டிருந்தது அப்போது. கட்டிஹாரில் இருந்து சண்டிலா வரை முழுக்க முழுக் ககிராமங்கள் தான். சோளம் விளைந்து கதிராடி நிற்க, மினி பஸ்களில் "மிஸ்ஸூகாலுமாறோரே" பாடல் ஒலிக்க, நிம்மதியை இழந்து பயணிக்கலாம். பேருந்தில் உட்கார இடம் கிடைத்தால் கட்டிஹாரில் இருந்து சண்டிலாவிற்கு 40 ரூபாய் கட்டணம். நின்று கொண்டு வந்தால் 30 ரூபாய் கொடுத்தால் போதும். பேருந்தில் இடமே இல்லாமல் கூரையில் அமர்ந்து வந்தால் 20 ரூபாய் தந்தாலே அதிகம். நான் அன்று முப்பது ரூபாய் பயணியாக இருந்தேன்.

ரோடு போடுவதை நீங்கள் பார்த்திருக்கலாம். அப்படியெனில் ரோடு போடும் இயந்திரத்தையும் கூட நீங்கள் பார்த்திருப்பதற்கான வாய்ப்புகள்

அதிகம். அதன் பெயர் பேவர் மெஷின். நன்றாக நினைவில் வைத்துக் கொள்ளுங்கள். பேவர்மெஷின். ஜெர்மனிய தொழில்நுட்பம் மூலம் தயாரிக்கப்பட்ட, உலகின் மிகச் சிறந்த பேவர் எங்கள் நிறுவனத்துடையது என்று நான் கூறினால், தயவு செய்து நம்பிவிடுங்கள். நாங்கள் பல வருடங்களாய் இதை நம்பிக்கொண்டிருக்கிறோம். விற்பனையும் செய்துகொண்டிருக்கிறோம். அந்த மெஷினின் சர்வீஸ் இன்ஜினியராக இருப்பது என் பாக்கியம். இதுவும் நாங்கள் நம்பிக்கொண்டிருப்பது தான். அதில் ஏற்பட்ட சிறிய கோளாறு ஒன்றை சரிசெய்ய பீஹார் தலைநகர் பாட்னாவில் இருந்து கட்டிகார் சென்று, அங்கிருந்து சண்டிலா சென்றேன்.

பிரச்சினை அத்தனை பெரியதில்லை. ஆனால், சற்றே நேரம் எடுக்கும். கொஞ்சமே கொஞ்சம் சோம்பேறியாக நான் பழகி இருப்பதால், நாளை அந்த வேலையைப் பார்க்கலாம் என்று இயந்திரத்தின் மேற்பார்வையாளருக்கு வாக்குறுதி கொடுத்தேன். ஆனால், அவர் அதைக் கேட்கும் மனநிலையில் இல்லை என்பதை உடனேயே உணர்ந்து கொண்டேன். மாசூத், பெசூத் என அவர் ஆரம்பிக்கும் முன்பே வேலையை முடிக்க வேண்டிய ஒரு அசகாய சூழலில் மாட்டிக்கொண்டதை நான் ஒப்புக்கொண்டு ஆகவேண்டும்.

"கதிர் சாப் இன்னிக்கி சாயங்காலம் மிஷின் ரெடியா இருக்கணும். இல்லைனா உங்களைக் கட்டி வைக்கிறதைத் தவிர வேற வழியில்லை..." என சிரித்துக்கொண்டே அணில் திவாரி சொன்னார். இந்த திவாரிகள் சற்றே குழப்பமானவர்கள். ஒரு வகையில் அவர்கள் பிராமின் என்றும் சொல்லலாம். பூஜையெல்லாம் செய்யும் தகுதி பெற்றவர்கள். ஆனால் செவ்வாய் வியாழன் தவிர்த்து மற்ற நாட்களில் சிக்கனும், மட்டனும் மட்டுமே தின்று உயிர் வாழ்வார்கள். ஏக் பிஹாரி சவ் பீமாரி உண்மையா என்று தெரியாது. ஆனால், ஏக் திவாரி சாலா திமாக் கராபி என்பது மட்டும் என்னால் மறுக்கவே இயலாது.

அந்த போல்டைக் கழட்டு... இந்த நட்டைக் கழட்டு என பகல்

முழுக்க பிப்ரவரி மாதக் குளிரில் நான் புலம்பிக்கொண்டிருக்க, ஒரு தேநீருக்குக் கூட வழியில்லாத இடத்தில் இயந்திரம் நின்றிப்பதை மீண்டும் மீண்டும் சபித்துக்கொண்டிருந்தேன். இரண்டு ஹெல்பர்கள். என்னைப் பரிதாபமாய் பார்த்துக்கொண்டே நிற்கும் ஆப்பரேட்டர் என அந்த நாள் சற்றுக் கொடிய நாள் தான். உண்மையில் என் வாயிலிருந்து அத்தனைக் கெட்டவார்த்தைகள் வரிசையாக வந்து கொண்டே இருந்தன. மதிய உணவுக்குப் பின் இன்னும் உக்கிரமானேன். மொத்தமும் கைகளில் இருந்து நழுவிப் போவதைப் போல இருந்தது. வேலை என்று வந்து விட்டால் நான் தமிழ் நாட்டுக்காரன் கூட இல்லை. பிறகெப்படி வெள்ளைக்காரன் ஆவது? சாயங்காலம் ஐந்து மணிக்கு எல்லாம் மீண்டும் மாட்டி முடித்த பொழுது, பெருமூச்சை விட உக்கிரமாக என் மனநிலை இருந்தது. நாளைக் காலையில் சாலை அமைக்க இயந்திரம் தயாராக இருக்கிறது என்று நான் அறிவிக்க வேண்டிய நேரம் வந்துவிட்டது. ஆனால், வேலை முழுதாக முடிக்கப்படவில்லை என்பது எனக்கு மட்டுமே தெரியும். ஆனால், முடிந்துவிட்டது என்று கூறிவிட்டு மறுபடி ஹோட்டல் அறைக்குச் சென்று எனக்குத் தூங்க வேண்டும் அவ்வளவுதான். வேறொன்றும் அறியேன் பராபரமே.

அணில் திவாரியிடம் “காலையில ட்ரையல் பார்க்கலாம். சார்.. அதெல்லாம் மெஷின் ஜம்முனு ஓடும்...” என்று சரமாரியாகப் பொய் சொல்லிவிட்டு அறைக்கு விரைந்தேன். திரும்பிப் போகையில் நாற்பது ரூபாய் டிக்கட் எடுத்தேன். போனதும் தொலைக்காட்சியை ஆன் செய்தேன். ட்ரிபிள் ஹெச், ரேண்டி ஆர்டானோடு உக்கிரமாக சண்டையிட்டுக்கொண்டிருந்தார். பெடிக்ரீஅடித்தும் கூட, ரேண்டி தப்பித்ததைப் பார்த்து சத்தமாக ஓத்தா சொல்லிக்கொண்டேன். இடையில் சி.எம்.பங்க் உள்ளே வர, அடச்சே எனக் கத்திவிட்டு, ஸ்டார் மூவிஸில் வால்.ஈ பார்த்துக்கொண்டே உறங்கிப் போனேன். காலையில் என்னாகும், பிரச்சினை தீருமா, தீராவிட்டால் என்னாகும் என்கிற யோசனைகளை எல்லாம் அந்த நொடியிலும் புறந்தள்ள முடியவில்லை. வேலை முடிந்து வீட்டிற்கு வந்தும் கூட

வேலையைப் பற்றியே நினைத்துக் கொண்டிருப்பது போன்ற இயல்பற்ற வாழ்க்கை முறை எதுவுமே இல்லை. அதுதான் உண்மையில் பரிதாபத்தின் உச்சம் என்பேன் நான். அதையே தான் நான் செய்து கொண்டிருந்தேன்.

அன்றிரவு கனவில் கூட மெஷினும், அன்று கழற்றி மாற்றிய போல்ட், நட்டுகளுமே நினைவில் வந்து நிற்க, தூங்கினால் இடையில் விழிப்பே கண்டிராத நான், மூன்று முறை விழித்தேன். ஏற்கனவே, பொக்லைன் மெஷின் ஒன்று நன்றாக ஓடாத காரணத்தால், அடிக்கடி பிரச்சினைகளைத் தந்ததால், அதை சரி பார்க்க வந்த இன்ஜினியரை மரத்தில் கட்டி வைத்து, இதே அணில் திவாரியும், ப்ராஜக்ட் மேலாளர் சச்சின் சிங்கும் அடித்ததாய் ஆப்பரேட்டர் சொன்ன கதைகள் எல்லாம் கனவில் என்னைத் துரத்திக்கொண்டிருந்தது.

ஏழு மணிக்கு அலாரம் வைத்தவன் ஆறே காலுக்கு முழித்தேன். சோம்பலாய்த் தயாரானேன். ஏழு மணிக்கு பேருந்தைப் பிடித்து, நாற்பது ரூபாய் கட்டணம் கொடுத்து, ஏழே முக்காலுக்கு கேம்புக்குள் நுழைந்தேன். வழக்கமாய் காலை ஏழு மணிக்கெல்லாம் பரபரப்பாய் இருக்கும் ஓர்க்ஷாப்பில் தேமேயென இருவர் மட்டும் கட்டைகளைக் கொளுத்தி, குளிர் காய்ந்து கொண்டிருந்தனர். நேராக இன்ஜினியர் மெஸ்ஸுக்குச் சென்றேன். தாவா ரொட்டியைப் பிய்த்து, தாலில் நனைத்து, கூடவே ஊறுகாயைத் தொட்டு சாப்பிட்டுக் கொண்டிருந்தார்கள். ஆலு பரோட்டா சாப்பிட்ட தெம்பில் இருந்த நான், அணில் திவாரியை அங்கே கண்டேன். வழக்கமாக டிவியில் அர்ணாப் கோஸ்வாமி அலறிக் கொண்டிருப்பார். அன்று அது கூட இல்லாமல் மெஸ் அமைதியாக இருந்தது.

“என்ன சார் ஓர்க்ஷாப்ல யாரையும் காணோம்?” என சத்தமாகவே வினவினேன். எட்டு மணிக்குள் சைட்டுக்கு வந்த திமிர் அதில் மெலிதாய்த் தெரிந்தது.

“முதல்ல உக்காருங்க...” என எதிரில் இருந்து நாற்காலியை அணில் திவாரி காட்டினார்.

"என்னாச்சி சார்... பயங்கர அமைதியா இருக்கு எல்லாம்..."

"பேவர் மெஷினை நக்சலைட் கொளுத்திட்டாங்கப்பா..." என அவர் சொன்னது உடனே என் மூளையில் பதிவாகவில்லை.

"புரியல சார்..." என அஷ்ட கோணலாக முகத்தை வைத்துக் கொண்டு சொன்னேன்.

"பொறு... சைட்டுக்குப் போவோம்... சாப்பிட்டு வர்றேன்..." என திவாரி சொன்ன போது, எனக்கு ஏதோ பிரச்சினை என்று விளங்கியது.

கம்பெனி வண்டியை சைட்டுக்கு போகக் கேட்டால், "அதோ லோடு லாரி போகுது.. அதுல; ஏறிப்போ " என வழக்கமாகச் சொல்லும் திவாரி, அவரே தனது மஹிந்திரா யுடிலிட்டி வண்டியில் என்னை சைட்டுக்குப் போக அழைத்தார். வண்டியில் ஏறி அமர்ந்ததில் இருந்து அவரது மொபைல் போன் ஒலித்துக் கொண்டே இருக்க, அவர் சன்னமான குரலில் பதிலளித்துக் கொண்டே இருந்தார். உண்மையில் எனக்கு சஸ்பென்ஸ் தாங்கவில்லை. நேற்றைய வேலையில் நான் செய்த தவறை கண்டுபிடித்துவிட்டாரா என்ன என்கிற கேள்விதான் எனக்குள் மீண்டும் மீண்டும் ஒலித்துக்கொண்டிருந்தது.

யுடிலிட்டி நின்றது. இறங்கும் முன்பே நான் எங்கள் நிறுவன இயந்திரத்தைப் பார்த்துவிட்டேன். கூரையே இல்லாமல் முண்டமாக நின்றுகொண்டிருந்தது. என் கண்களை என்னாலேயே நம்ப இயலவில்லை. இயந்திரத்தின் மேற்பகுதி முழுக்க கறுப்பாக இருந்தது. ஆப்பரேட்டர் பேனல் போர்டே அதில் இல்லை. "முழு மெஷினும் ஒன்பது மீட்டர்ல அசெம்பிளி பண்ணி முடிச்சதும், அது நகர்ந்து வந்தா சும்மா தேர் மாதிரி இருக்கும் பார்க்க" என்று என் சீனியர் ஐந்தாறு வருடத்திற்கு முன்னர் சொன்ன வசனம் நினைவிற்கு வந்து போனது. தேரை தீயிட்டுக் கொளுத்தியிருந்தார்கள்.

"சார் என்னாச்சி சார்..." என கண்ணீரைத் தேக்கிக்கொண்டு நான் கேட்க, "நக்ஸலைட்டுங்க நேத்து ராத்திரி, வாட்ச்மேனைக் கட்டிப்போட்டுட்டு, மெஷினைக் கொளுத்திட்டாங்க" என

சுரத்தே இல்லாமல் சொன்னார்.

"காரணம்? எதுக்கு அவங்க இந்த மெஷினை கொளுத்தணும்?"

"காசு கேட்டாங்க. தரமாட்டேன்னு டைரக்டர் சொல்லிட்டாரு. இதுதான் ரோடு போடுறதை தினமும் பார்க்குறாங்களே... அதான் இதைக் கொளுத்தி இருக்காங்க.."

"போலீஸ் கம்பளைண்ட் எல்லாம் கொடுத்தாச்சா? பிடிச்சிருவாங்கல்ல?"

"அது கொடுத்தாலும் பிரயோஜனம் இல்ல.. உள்ளூர் மக்கள் சப்போர்ட் அதிகம். யாரும் யாருனு காட்டிக் கொடுக்கப் போறதில்ல.."

குருதிப்புனல் மட்டுமே எனக்கும் நக்ஸலைட்டுகளுக்கும் இடையில் உள்ள ஒரே தொடர்பு. சிறு குழந்தைகளைக் கொல்கிற, பெண்களை போகப் பொருளாகப் பார்க்கிற அவர்கள் மேல் ஏற்கனவே ஒரு வெறுப்பு இருந்தது. இதோ இன்று அது பன்மடங்காகி நிற்கிறது. என்ன தான் நான் சுமாரான இஞ்சினியராக இருந்தாலும் கூட, இந்த இயந்திரம் எனக்கு சோறு போடும் அன்னபூரணி. அதை இப்படி... எனக்கு ஆறவே இல்லை. "சரி இன்சூரன்ஸ் க்ளைம் பண்ணணும். எதெதெல்லாம் மாத்த வேண்டி இருக்கும்னு ஒரு லிஸ்ட் போட்டுக்கொடு..." என்றார் அணில் திவாரி.

இயந்திரத்தை ஆராய்ந்த போது நேற்று கழற்றி மாட்டிய நட், போல்ட்டுகள் பக்கம் வந்தேன். என்னையுமறியாமல் சின்னதாய் ஒரு புன்முறுவல் கொண்டேன். "அப்போ இன்னைக்கி ட்ரையல் இல்ல... பிரச்சினை இன்னும் சால்வ் பண்ணவே இல்லைங்கிறது யாருக்குமே கடைசி வரைக்கும் தெரியப்போறதில்ல..." என்று எனக்குள் நானே கூறிக்கொண்டு சற்று அகலமாகவே புன்னகைத்தேன். இன்னும் கொஞ்ச நேரம் அதிகமாகத் தூங்கி இருக்கலாமோ என்கிற எண்ணமும் எழாமல் இல்லை.

6

பெல்காம் ரயில்வே ஸ்டேஷனில்தான் தமிழ் புத்தகங்கள் கிடைக்கும். விகடனும், குமுதமும், ராஜேஷ்குமாரின் பாக்கட் நாவலும் எப்போதுமே ஸ்டாக் இருக்கும். சம்பளமோ அட்வான்ஸ் பணமோ கிடைத்தால் முதலில் நிவாஸ் கடையில் பிரியாணி சாப்பிட்டு விட்டு தான் மறுவேலை. நிவாஸ் கடை என்றால் பேருந்து நிலையத்திற்கு அருகில் இருக்கும் பெரிய ஹோட்டல் இல்லை. இது சற்றே இரண்டு கி.மீ. தள்ளி ஒரு சிறிய தெருவுக்குள் இருக்கும் கடை. வெறும் குவார்ட்டர் பிரியாணி தின்றாலே போதும். மனம் நிறைந்துவிடும். ஆனால், அந்தச் சுவை காரணமாக, மீண்டும் இன்னொரு குவார்ட்டர் பிரியாணி ஆர்டர் செய்து, அதை உண்ண முடியாமல் உண்டு, ஏற்கனவே இருந்த மனதிருப்தியைக் குலைத்து விட்டுதான் அந்த ஹோட்டலை விட்டு ஒவ்வொரு முறையும் நகர்வேன். சுரேஷோ அல்லது ராஜேந்திரனோ கூட வந்தால் அவர்களுக்கு இரண்டாவது குவார்ட்டரில் பாதியைக் கொடுத்து விடுவேன்.

அன்றும் அப்படித்தான். நிவாஸில் பிரியாணி முடித்து விட்டு, நேராக ரயில்வே ஸ்டேஷன் நோக்கி நடந்தேன். ஸ்டேஷனுக்கு இரண்டு வாசல்கள். ஒன்று பயணிகள் வழக்கமாக உள்ளே செல்லும் முக்கிய வழி. இன்னொன்று சரக்குகளை இறக்கிக் கொண்டு போகும் பாதை. நான் எப்போதும் இரண்டாம் பாதையையே தேர்ந்தெடுப்பேன். காரணம் அந்த வழியாகச் சென்றால்தான் புத்தகக்கடை அருகில் இருக்கும். எப்போதும் செல்லும் வழி என்பதால் எந்தவித கிலேசமும் இன்றி உள் நுழைந்து, விகடனும், இந்தியா டுடே தமிழும், சுபாவின் ஒரு நாவலும் வாங்கிக்கொண்டு மீண்டும் அதே வழியில் திரும்பினேன். மிகச் சரியாக ஸ்டேஷனை விட்டு வெளியேறும் இடத்தில் ஒருவர் நின்றுகொண்டிருந்தார்.

தூரத்திலேயே அவரைக் கவனித்து விட்டேன். நான் அவர் அருகில் நெருங்க நெருங்க அவர் மெல்ல என்னை நோக்கி வர ஆரம்பித்தார். என்னைக் கடந்து செல்வாராய் இருக்கும் என நினைத்து நான் நடந்துகொண்டே இருக்க, சரியாக அவரைக் கடக்கையில் அவர் என் தோளில் கை போட்டார். ஒரு நொடி எனக்கு என்ன நடக்கிறதென்றே புரியவில்லை. "யார்ரா இவன்?" என்று மனதிற்குள் யோசித்துக்கொண்டே இருக்கையில், "பிளாட்பாரம் டிக்கட் எங்கப்பா…" என மெல்லிய குரலில் அவர் கன்னடத்தில் வினவ, பிரியாணியின் மொத்த சுவையும் என் நாவில் இருந்து இறங்கியது.

நான் சற்றும் எதிர்பாரா திருப்பம் இது. பெல்காம் வந்து இரண்டு வருடங்கள் ஆகிவிட்டன. மாதத்திற்கு இருமுறை இந்த ரயில்வே ஸ்டேஷன் வருகிறேன். எப்போதும் பிளாட்பாரம் டிக்கட் எடுத்ததில்லை. ஆனால், முதன் முறையாக இது நிகழ்கிறது. அவர் பிடி தளரவேயில்லை. அப்படியே எதுவுமே பேசாமல் நேராக என்னை போலீஸ் ஸ்டேஷனுக்கு அழைத்துச் சென்றார்.

"பையில எவ்ளோ காசு வச்சிருக்க…" என்று நேரடியாக கேள்வியை எதிர்கொண்டேன். பதிலுக்குக் காத்திராமல், "250 ரூபாய் ஃபைன் கட்டிட்டு நீ போகலாம்…" என்று அவரே தொடர்ந்து பேசினார்.

என் கையில் நூற்றைம்பது ரூபாய் இருந்தது. ஆனால், மொத்தத்தையும் கொடுத்து விட்டால் பின்னர் ஹலகாவிற்கு நடந்துதான் போக வேண்டும். கிட்டத்தட்ட பத்து கிமீ.

"சார் நூறு ரூபாய்தான் இருக்கு சார்..." என்றேன் கம்மிய குரலில்.

"சித்தண்ணா உள்ள வைங்க இவனை..." என்றுவிட்டு அந்தப் போலீஸ் நகர்ந்தார். நம்பினால் நம்புங்கள். பிளாட்பாரம் டிக்கட் எடுக்காமல் போனதற்காக சிறையில் போடுவார்கள் என நான் எப்போதும் நம்பியதில்லை. ஆனால், அன்று அது தான் நிகழ்ந்தது. ஏற்கனவே, அந்தச் சின்ன சிறைக்குள் மூன்று பேர் அமர்ந்திருந்தார்கள். நன்றாக உடையணிந்த அவர்களைப் பார்த்ததும் கண்டிப்பாக கொலைக் குற்றவாளிகளாக இருக்க வாய்ப்பில்லை என்று உறுதி செய்துகொண்டேன். அதில் ஒருவன் என்னை நோக்கி மெல்லியதாய் ஒரு சிநேகச் சிரிப்பை உதிர்த்தான். இவர்களும் அதே பிளாட்பாரம் டிக்கட் கேஸ்கள் தான் என்று உடனே புரிந்தது. என் கையில் வாங்கியப் புத்தகங்கள் அப்படியே இருந்தது. ரன் படத்தின் மீரா ஜாஸ்மின் விகடன் அட்டைப்படத்தில் சிரித்துக்கொண்டிருந்தார்.

"ஸ்டேஷனை க்ராஸ் பண்ணி நாட்டியா தியேட்டருக்குப் போகலாம்னு உள்ளே போனா பிடிச்சிட்டாங்கப்பா..." என மூவரில் ஒருவன் ஒரு உரையாடலைத் துவங்க முயற்சித்தான். நான் அசட்டுத்தனமாகச் சிரித்துக்கொண்டேன். பேசுகிற மனநிலையில் நான் இல்லை. இருக்கும் 150 ரூபாயைத் தந்து விட்டுப் போய்விடலாமா என்று கூட யோசித்தேன். ஆனால், நடந்து செல்வது வாய்ப்பேயில்லை.

அடுத்த ஒரு மணி நேரத்திற்கு என்ன நடக்கிறதென்றே புரியவில்லை. யார் யாரோ வந்தார்கள். என்னென்னவோ பேச்சுக்கள் நடந்துகொண்டிருந்தன வெளியில். எடுத்த பிளாட்பாரம் டிக்கட் தொலைந்து போய்விட்டதென ஒருவன் நீண்ட நேரம் சாதித்துக்கொண்டிருக்க, சற்று நேரம் பொறுமைகாத்த அந்த போலீஸ், சிறையைத் திறந்து அவனை உள்ளே அனுப்பினார். அவன் உள்ளே வந்து மற்ற மூவரிடம்

அதே கதையைச் சொல்லத் தொடங்கினான். தன் மீது தவறில்லை என நிரூபிக்கத்தான் இந்த மனிதர்கள் எவ்வளவு பொய்கள் சொல்கிறார்கள் என ஒரு பக்கம் யோசனை ஓடியது. சிறையில் உதித்த சிந்தனைகள் என்றொரு புத்தகம் எழுதும் போது இதைக் குறிப்பிடலாம் எனத் தோன்றும் அளவுக்கு நீண்ட நேரம் உள்ளேயே இருந்ததாய்த் தோன்றியது.

12 மணி அளவில் இரண்டு போலீஸ்காரர்கள் வந்து "சரி போகலாமா?" எனக் கேட்டுக்கொண்டே சிறைக் கதவைத் திறந்தார்கள். எங்கே எதற்கு என்று எதுவுமே தெரியாமல், அவர்கள் அழைத்து வந்திருந்த பெரிய சைஸ் ஷேர் ஆட்டோவில் ஏற்றப்பட்டோம். நேராக ஆட்டோ நீதிமன்றத்திற்குச் சென்றது. இது சிவில் நீதி மன்றம் என்பதால் பரபரப்பாக எல்லாம் எதுவும் இல்லை. தேமேயென சில மரங்கள் நின்றுகொண்டிருந்தன வளாகத்தில். ஒரு அறையின் வாசலில் இருந்த பெஞ்சில் வரிசையாக எங்கள் ஐவரையும் அமர வைத்தார்கள்.

"இருக்குற காசை எல்லாம் எடுங்க" என ஒரு போலீஸ் சொல்ல, நான் பர்ஸைத் திறந்து ஐம்பது ரூபாயை ஒரு மாதிரி விரல் வைத்து மறைத்தவாறே நூறு ரூபாய் நோட்டை எடுத்தேன். ஆனால், நான் மறைத்ததை எதிரிலேயே நின்றிருந்த போலீஸ் கவனித்து விட்டார். "அதையும் எடு..." என அவர் கண்ணிலேயே சைகை செய்ய, "சார் சார் ஹலகா வரை போகணும் சார்... வேற காசே இல்ல சார்... இந்த மாசம் இதை வச்சுதான் ஓட்டணும் சார்..." என்று நான் கூறியது எதையுமே காதில் வாங்கிக் கொள்ளாமல் 150 ரூபாயையும் வலுக்கட்டாயமாகப் பிடுங்கிக் கொண்டார். எனக்குக் கொஞ்சமாகக் கண்ணீர்முட்ட ஆரம்பித்தது.

"உள்ள கூப்பிட்டதும் நேரா போயி ஜட்ஜ் முன்னாடி நிக்கணும். அவர் டிக்கட் எடுக்கலையான்னு கேட்பாரு. ஆமான்னு சொல்லணும். தலையெல்லாம் ஆட்டக்கூடாது.. வாய தொறந்து ஆமான்னு சொல்லணும்... சரியா? அப்புறம் கையெழுத்து போடச் சொல்ற இடத்துல போட்டுட்டு நேரா வெளிய வந்து வீட்டுக்குப் போய்ட்டே இருக்கணும்..." என்று

அவர் கூறி முடித்த நொடியில் எனக்குக் கண்ணீர் வெளியில் வந்து விட்டது.

"ஏன் தம்பி அழுற?" என்கிற அவரின் கேள்விக்கு பதில் கூறாமல் இன்னும் சற்று வேகமாக அழத்தொடங்கினேன். அவர் அருகில் வந்து தோளில் கை போட்டு,"பஸ் டிக்கட் காசு நான் தர்றேன்.. அழாதய்யா" என்றார்.

"இல்ல சார்... அதுக்கு இல்ல... நான் டிப்ளமோ முடிச்சிருக்கேன்... இப்படி கேஸ் வாங்குனா அப்புறம் பின்னாடி எதுவும் பிரச்சினையாயிரும்ல சார்... அதான் அழுறேன்." என கேவலுக்கு இடையில் சொல்லி முடித்தேன். அவர் அதைக்கேட்டு சற்று பலமாகவே சிரித்துவிட்டு, "அட அதெல்லாம் இல்லைப்பா... இது பெட்டி கேசு... கிரிமினல் கேஸ் இல்ல..." எனச் சொன்ன போது நிஜமாகவே ஆசுவாசமாக இருந்தது. உள்ளே சென்றோம். வரிசையில் நின்றோம். நான் இரண்டாவதாக நின்றிருந்தேன். முதலில் சென்றவன் என்ன செய்கிறான் என பார்க்க ஒரு வாய்ப்பு. அதை அப்படியே செய்துவிட்டு வந்து விடலாம் என்கிற நினைப்பு. நீதிபதி உட்கார்ந்து எதையோ எழுதிக்கொண்டிருந்தார். அவர் அருகில் ஒரு உதவியாளன் இருந்தான். அவன் நீட்டிய சில கோப்புகளைத் தனது கண்ணாடியால் உற்றுநோக்கிக் கொண்டிருந்தவர், எங்கள் பக்கம் பார்வையைக் கூட வீசியதாகத் தெரியவில்லை. நீதிபதியின் மேசைக்கு முன்னால் இருந்த இன்னொரு மேசையில் ஒருவன் நின்றிருந்தான். அவன் ஒரு ரிஜிஸ்டரை நீட்டினான். அதில் ஏற்கனவே எழுதியிருந்த பெயருக்கு முன்னால் கையொப்பம் இடச் சொன்னான். இட்டதும் தலையை ஆட்டிப் போகச் சொன்னான்.

என் முறை வந்தது. ரிஜிஸ்டரில் என் பெயர் இருந்ததற்கு நேராக கையொப்பம் இடத் தயாரான போது அதன் அருகில் எழுதியிருந்த ஐம்பத்து ஐந்து ரூபாய் என்பதைக் கவனித்தேன். டக்கென மனம் கணக்கிட்டது. பிளாட்பாரம் டிக்கட் ஐந்து ரூபாய். தண்டனை ஐந்து ரூபாயின் பத்து மடங்கு, அதாவது ஐம்பது ரூபாய். மீதி ஐந்து ரூபாய் அந்த பிளாட்பார டிக்கட்டின்

மதிப்பு. என்னிடமிருந்து போலீஸ் பிடுங்கிய தொகையோ நூற்றி ஐம்பது ரூபாய். சடாரென பெருங்கோபம் ஒன்று எனக்குள் கிளர்ந்தெழுந்தது. முதலில் அவர்கள் கேட்டது 250 ரூபாய். ஆனால், கட்ட வேண்டியதோ வெறும் 55 ரூபாய். என்ன நடக்கிறது நம் நாட்டில்? பிளாட்பாரம் டிக்கட் வாங்காதது குற்றம் தான். ஆனால், வெறும் 55 ரூபாயில், ஐந்து நிமிடத்தில் முடிய வேண்டிய விஷயத்தை, மூன்று மணி நேர சிறை வாசத்தோடு அனுபவித்திருக்கிறேன். அதுகூட பிரச்சினை இல்லை. அந்நேரம் வரை ஏற்பட்ட மனவுளைச்சல், பின்னால் ஏதும் பாதிப்பு வருமோ என்று நினைத்து அழுத கண்ணீர், இதற்கெல்லாம் யார் நஷ்ட ஈடு தருவார்?

கையெழுத்திட்டு விட்டு அமைதியாக வெளியில் வந்து நின்றேன். பதினைந்து நிமிட காத்திருப்பிற்குப் பிறகு என்னிடம் இருந்து 150 ரூபாய் பிடுங்கிய காவலர் வெளியில் வந்தார்.

“சார் ஒரு நிமிஷம். ஃபைன் வெறும் 55 ரூபாய்தான்னு கவனிச்சேன். ஆனா, நீங்க 150 ரூபா வாங்கிக்கிட்டீங்க. இப்போ எனக்கு ஹலகா போறதுக்குக் கூட காசில்ல. அப்படி என்ன சார் தப்பு பண்ணுனேன்?” என அந்நேரம் வரை இதை எப்படித் தெளிவாக நிதானமாக கன்னடத்தில் சொல்லலாம் என நான் பார்த்த ஒத்திகையை அப்படியே ஒப்புவித்தேன். அவர் என் வார்த்தைகளைக் கவனித்தாரோ இல்லையோ என் கண்களைக் கவனித்திருப்பார் போல. தனது பர்ஸைத் திறந்து ஐம்பது ரூபாய் நோட்டு ஒன்றை என் கையில் திணித்தார்.

“இங்க பாரு தம்பி... உன் கூட வந்த ஒருத்தன்கிட்ட அஞ்சி பைசா கூட இல்ல. அதான் உன்கிட்ட இருந்து காசு வாங்கி அவனுக்கும் சேர்த்து ஃபைன் கட்டுனோம். எனக்கென்ன ஆசையா உங்களை ஜெயில்ல வைக்க? மாசமானா இத்தனை கேஸ் முடிக்கணும்னு கணக்கு இருக்கு. அதான் கோர்ட்டுக்குக் கூட்டிட்டு வந்தோம்... எங்கிருந்தோ பொழைக்க வந்திருக்க... புரியுது. இனி இப்படி நடக்காமப் பார்த்துக்க...” என்று விட்டு, என் பார்வையைத் தவிர்த்துவிட்டு நேராக அதே ஷேர் ஆட்டோவில் ஏறி விரைந்தார். நான் நின்றிருந்த மரங்களோடு

சற்று நேரம் உரையாடிவிட்டு மெல்ல பஸ் ஸ்டாண்ட் நோக்கி நடக்க ஆரம்பித்தேன். அன்றிரவு கனவில் கறிக்கடை பாண்டியண்ணன் நினைவில் வந்து போனார். அவரைக் கொன்றவர்களை போலீஸ் பிடித்திருந்தால் அவர்களை எப்படி டார்ச்சர் செய்திருப்பார்கள் என்று எழுந்த எண்ணத்தை மீறி உறங்கிப்போனேன்.

7

என் பெயர் கதிரவன். உண்மையில் என் தந்தை என் வாழ்க்கையில் செய்த ஒரே நன்மை இந்தப் பெயரை வைத்தது தான். நண்பர்களுக்கு கதிரு, பெண் தோழிகளுக்கு கதிரா, வீட்டில் கதிரேய், வட நாட்டவர்களுக்கு கதிர்வன் சார் (நன்றாக கவனியுங்கள். கதிரவன் இல்லை. கதிர்வன்), ராஜேந்திரனுக்கும், சாய்பாபுவிற்கும் கதிரலு, அவளுக்கு மட்டும் கதிரவா. நீளமான பெயராக வைத்திருந்தால் என் பெயர் எப்படியெல்லாம் வடநாட்டவர்களால் வன்புணர்வு செய்யப்பட்டிருக்கும் என்று பலமுறை யோசித்திருக்கிறேன். சொல்லப்போனால் அப்படி வன்புணர்வு செய்யப்படுவதை நேரில் கண்டிருக்கிறேன். அந்த வகையில் கதிர் சற்றுப் பாதுகாப்பான பெயர்.

புதூரில் பிறந்து, பள்ளியை அங்கேயே முடித்துவிட்டு, மதுரையில் பாலிடெக்னிக் முடித்த, பாலிடெக்னிக் முடிக்கும் வரை

தமிழ்நாட்டில் மதுரை, அருப்புக்கோட்டை, இரண்டே முறை சென்னை மட்டுமே சென்ற ஒருவன் பெல்காம், பிஹார், உத்திரப்பிரதேசக் கதைகளை உங்களுக்குச் சொல்லும் அந்தநிகழ்வே யோசிக்க வித்தியாசமாகத்தான் இருக்கிறது. வாழ்க்கை அப்படித்தானே இருக்கிறது. எதை எப்போது எங்கே எப்படிக் கொண்டு வந்து அது சேர்க்கும் என்கிற சூட்சுமம் அறியாத வரைதான் அதன் சுவாரஸ்யமும்கூட.

டிப்ளமோ முடித்த மூன்றாவது மாதத்தில் நான் மேற்கு வங்காளத்தின் கரக்பூரில் இருந்தேன். ஆசியாவின் நீளமான ரயில்வே பிளாட்பாரம் இருக்கும் ஊர் அது. நிஜமாகவே சற்று நீளம் அதிகம் தான். அதை நடந்தே அளந்திருக்கிறேன். என் மாமா சாலை அமைக்கும் இயந்திரத்தைத் தயாரிக்கும் நிறுவனத்தில் வேலை பார்த்தார். அது எங்கெல்லாம் பழுதாகிறதோ அங்கெல்லாம் சென்று பழுது நீக்கும் பணி. அவர் அந்த நேரத்தில் கரக்பூரில் இருக்க, எனக்கும் அங்கே வேலை வாங்கித் தந்தார். HCC நிறுவனம் கேள்விப்பட்டிருக்கலாம் நீங்கள். அந்நிறுவனத்தில் பேவர் இயந்திரத்தில் கான்டராக்ட் லேபராக வேலை கிடைத்தது. ஒரு நாளைக்கு 150 ரூபாய் சம்பளம். அந்த நேரத்தில் சம்பளமோ அல்லது பணமோ முக்கியமேயில்லை என்றும், கற்றுக்கொள்வதுதான் இங்கே முதல் பணி என்றும் மாமா சொன்ன வார்த்தைகளை அப்படியே உள்வாங்கி நேரம் கடத்த ஆரம்பித்தேன். மாமா சர்வீஸ் இன்ஜினியர் என்பதால் பெரிதாக எந்தக் கேள்வியும் யாரும் கேட்க மாட்டார்கள். என் காட்டில் மழைதான்.

எனது முதல் சவால் இந்தி கற்றுக்கொள்வது. என்னதான் பெங்காலில் இருந்தாலும், வேலை பார்க்கும் இடத்தில் இந்தியாவின் பலதரப்பட்ட மனிதர்கள் இருந்ததால், இந்தியே அங்கு முதல் மொழி. அது இந்தி விரைவில் கற்றுக்கொள்ள வசதியாக இருந்தாலும் கூட, அதுவே பிரச்சினையாக இருந்தது. ஆங்கிலத்தில் ஒரு விஷயத்தை விளக்கி அவர்களுக்குப் புரியவைப்பதற்குள் இங்கே எனக்கு ஆங்கிலம் மறக்க ஆரம்பித்திருந்தது.

இந்தியில் நான் கற்றுக்கொண்ட முதல் வார்த்தை, "சீதா". இதை சீத்தா என்று வாசிக்காதீர்கள். இது சீதா. அதாவது நேராக என்று பொருள்படும். உண்மையில் என் வாழ்க்கை அதன் பின்னர்தான் நேராக இருக்கப்போவதில்லை என்பதை நான் அப்போது அறிந்திருக்கவில்லை என்று டைமிங்காக எழுதி பரபரப்பை கூட்டினால் நன்றாக இருக்கும் தானே? அதெல்லாம் எனக்கு எப்போதுமே கைகூடியதில்லை. சம்பவம் நடந்து முடிந்து நான்கு நாட்களுக்குப் பிறகுதான் எனக்கு அப்படி ஒன்று நடந்ததே உறைக்கும். அந்த நொடியில் இந்த வசனத்தை சொல்லியிருந்தால் அட்டகாசமான பன்ச் டயலாக்காக அது இருந்திருக்கும் என்கிற ஞானம் பிறக்கையில், அந்தச் சம்பவம் நடந்த சுவடே அங்கே மிச்சமிருக்காது.

அங்கே ரஃபீக் என்றொரு சக லேபர் நண்பனானான். உத்திரப்பிரதேசத்தைச் சேர்ந்த ரஃபீக் பத்தாம் வகுப்பு முடித்திருந்தான். ஆங்கிலத்தில் அவனுக்கு நான்கைந்து வார்த்தைகள் தெரிந்திருந்தன. எனக்கு இருபது வார்த்தைகளுக்கு மேல் தெரியுமென்பதால், என்னை அவன் மிக எளிதாக புத்திசாலி என்று ஒப்புக்கொண்டான். இதில் இன்னொரு விஷயம் என்னவென்றால் நான் பழகும் முதல் முஸ்லிம் அவன். சற்றே யோசித்துப் பார்த்தால், என் 19வது வயது வரை ஒரு முஸ்லிம் நண்பன் கூட இருந்ததில்லை என்பதே மலைப்பாக இருந்தது. எங்கள் ஊரில் முஸ்லிம் குடும்பங்கள் கிடையாது. அதனால் பள்ளியில் அந்த வாய்ப்பேயில்லை. கல்லூரி மதுரையில் என்றாலும் கூட எங்கள் துறையில் முஸ்லிம் மாணவர்களே இல்லை.

நானும் ரஃபீக்கும் சாலை அமைக்கும் வேலை ஒரு நாள் இரவு ஏழு மணியையும் தாண்டி தொடர்ந்து நடந்து கொண்டிருக்க, இடையில் கிடைத்த ஒரு நீண்ட ஓய்வு நேரத்தில், இயந்திரத்தின் மீதமர்ந்து பேசத் தொடங்கினோம். சுக்குநூறாக உடைந்த ஒரு ஆங்கிலத்தில் நான் பேச ஆரம்பிக்க, அவன் 98% இந்தியிலும், 1% ஆங்கிலத்திலும் பேசினான். மீதி 1% எந்த மொழி என்று எங்கள் இருவருக்குமே தெரியாது. நாங்கள் இருவரும் பேசிக்கொண்டிருந்தது எங்களுக்கு மட்டுமே புரிந்து

கொண்டிருந்தது. இடையில் நாங்கள் நகைச்சுவையாகப் பேசி சிரித்துக்கொண்டு வேறு இருந்தோம் என்று கூறினால் நீங்கள் எங்களை பைத்தியங்கள் என்று எளிமையாக முடிவுகட்டி விடுவீர்கள்.

பேச்சு எப்படியோ வளர்ந்து தமிழ்நாட்டில் திருமணச் சடங்குகள் எப்படியெல்லாம் இருக்கும் என்கிற அவனின் கேள்வியில் வந்து நின்றது. நான் படுபயங்கரமாக விளக்க ஆரம்பித்தேன். அவன் மிகவும் உன்னிப்பாகக் கவனிக்கத் தொடங்கினான். என் கைகள் பெரும் நாட்டியமாடிக் கொண்டிருந்தன. அவனும் எல்லாவற்றிற்கும் தலையாட்டிக் கொண்டிருந்தான். நான் திடீரென ஒரு வார்த்தை மட்டும் கிடைக்காமல் தடுமாறத் தொடங்கினேன். அதுதான் தாலி. தாலிகட்டுவதை சைகையில் சொல்லிவிடலாம். ஆனால், தாலி என்பதை எப்படி ஆங்கிலத்தில் அல்லது இந்தியில் கூறுவது? நான் சில நொடிகள் ஆழ்ந்து யோசித்து விட்டு, தாலி என்றேன். அவன் அதற்கு சாப்பாடா என்று சைகையில் உண்பது போல கேட்க, கரக்பூர் ரயிலில் வரும்போது, தாளி ஆர்டர் செய்து சாப்பிட்டது எனக்கு நினைவுக்கு வர, தாலிக்கு வரும் 'ல' வேறு, தாளிக்கு வரும் 'ள' வேறு என்று அவனுக்கு தமிழின் பெருமையை விளக்க நினைத்தாலும் கூட, அதற்கு இந்தி தெரிய வேண்டும் என்கிற கவலையும் உடன் சேர்ந்து கொள்ள, அருகில் நான் சுற்றும் முற்றும் பார்க்க, அங்கே டிவைடருக்கு அருகில் ஒரு சணல் கயிறு கிடக்க, அதை எடுத்துக் கொண்டு வந்து அவன் கழுத்தில் கட்டுவதைப் போல செய்து காட்டியதும் அவன், "ஓ...மங்கள்சூத்ராவா?" எனக்கேட்க, அப்பாடா என நான் பெருமூச்சு விட்டுச் சிரிக்க, எங்கள் இருவருக்குமிடையில் அப்போது எழுந்த புன்னகையில் ஒரு பரிசுத்தம் இருந்ததை இப்போதும் என்னால் உணர முடிகிறது.

வாழ்வில் எத்தனை இடங்களில் இப்படி நம் புன்னகைகள் பரிசுத்தமானதாக இருந்திருக்கின்றன என்று யோசிக்கையில் ஒன்றோ இரண்டோ சம்பவங்கள் நினைவுக்கு வந்தாலே அரிது. எந் நேரமும் நாடகத்தன்மை பொருந்திய ஒரு முகமூடிப் புன்னகை

நம்மைச் சுற்றி வைத்துக்கொண்டு தான் இருந்திருக்கிறோம். இருக்கிறோம். பெல்காமில் சுரேஷ்பாட்டீலோடு ஒருநாள் சைட்டில் நிற்கையில், கான்கிரீட் லாரி வந்தது. இயந்திரத்தில் கான்கிரீட்டை பாதி கொட்டிய போதே வேலை முடிந்து விட்டது. அருகிலிருந்த மேற்பார்வையாளர், சுரேஷ் அருகில் வந்து சற்றே சோகமான குரலில், "கான்கிரீட் நிறைய மிச்சம் விழுந்திருச்சில்ல சார்..." என்றான். "ஏன் உனக்கு வேணுமா?" என அதே தொனியில் சுரேஷ் திருப்பிக்கேட்க, நான் வெடித்துச் சிரித்தேன். நீண்ட நேரம் அதைச் சொல்லிச் சொல்லிச் சிரித்துக்கொண்டிருந்தேன்.

உண்மையில் அது ஒன்றும் அவ்வளவு பெரிய நகைச்சுவை இல்லை. இன்னும் சொல்லப்போனால் இதில் என்ன நகைச்சுவை இருக்கிறது என்று கூட நீங்கள் கேட்கலாம். இதோ இந்த நொடியில் இதை நான் உங்களுக்குச் சொல்லும் போது எனக்கும் கூட அதில் என்ன சிரிக்கும்படியாக இருந்தது என்பதெல்லாம் நினைவுக்கு வரவில்லை. எல்லா நகைச்சுவையையும் நாம் இப்படி ஆராய்ந்து பார்த்தால் இறுதியில் அதில் ஒன்றுமே மிச்சமிருக்காது. ஆனால் அன்று நாங்கள் அதைச் சொல்லிச் சொல்லிச் சிரித்துக்கொண்டிருந்த தருணம் உண்மையானது. பரிசுத்தமானது.

ஒரு நாள் ஹர்பஜன் சிங்குக்கு கல்யாணம் ஆச்சு. முத ராத்திரியில ஹர்பஜன் சிங்கு தன் பொண்டாட்டி கிட்ட,"Are you a virgin?" அப்படின்னு கேட்க, அதுக்கு அவ மனைவி, "Have you ever seen a spinner getting a new ball?" அப்படின்னு சொன்னாளாம் என்று சர்வே இஞ்சினியர் பூரவ் ஷர்மா சொன்ன நகைச்சுவைக்கு நான் மட்டும் சிரித்தது நன்றாக நினைவிருக்கிறது. சுற்றி ஏழெட்டு பேர் இருந்தார்கள். யாருக்குமே அந்த நகைச்சுவை புரியவில்லை என்பதை நானும், ஷர்மாவும் உணர்ந்தபோது, அதற்கும் சேர்த்தே சிரிப்பு வந்தது. அவர் நான் கரக்பூர் வேலையை விட்டுக் கிளம்பும் வரை என்னை அவ்வளவு சிநேகத்தோடு பார்த்துக்கொண்டிருந்தார். எங்களுக்குள் எப்போதும் இருந்த அந்தப் புன்னகை பரிசுத்தமானதுதானே?

எங்கெங்கோ நோக்கமில்லாமல் நகர்கிறேன் மீண்டும். கரக்பூரில் தொடங்கிய என் வேலை, பின்னர் பெல்காம் நோக்கி நகர்ந்து, அதன் பின் உத்திரப் பிரதேசத்தில் மையம்கொண்டு, சற்றே கீழிறங்கி கிழக்குப் பக்கமாக பீஹார், ஜார்கண்ட் வரை சென்று ஒரு மாதிரி அமைதியானது. ஆனால், ஒரு கட்டத்திற்குப் பிறகு பரிசுத்தமான புன்னகை எனக்குக் கிடைக்கவே இல்லை. நான் அனுபவிக்கவும் இல்லை. அப்படி ஒன்று இருப்பதையே நான் மறந்திருந்தேன்.

8

ஜார்கண்ட் மாநிலத்தில் இருக்கிறது டாடாவின் மிகப் பெரிய இரும்பு தொழிற்சாலை. ஒரு மொத்த மாநிலமே நிலக்கரியையும், இரும்பையும் மட்டுமே மூலதனமாகக் கொண்டு இயங்குவதை நீங்கள் முதலில் கற்பனை செய்து பார்க்க வேண்டும். ஆனால், ஒழுங்கான சாலைகளோ அல்லது கட்டிடங்களோ பார்க்க வேண்டுமென்றால் ஒன்று நீங்கள் ராஞ்சியில் இருக்க வேண்டும் அல்லது டாடா நகரில் வாழ வேண்டும். மற்றபடி வேறெங்கும் அதற்கான வசதிகள் பார்க்க இயலாது. ஜாம்ஷெட்பூர் ஆகட்டும், தன்பாத் ஆகட்டும், காகிதத்தில் அவை பெரிய ஊர்கள் தான். ஆனால், இந்தியில் எளிமையாக அவ்வூர்களைக் கச்சடா என்று தாராளமாகக் கூறலாம்.

அப்படித்தான் அங்கே சாலைகள் அமைக்க ஆசைப்பட்டார்கள். குறிப்பாக ராம் கட்டிலிருந்து ஹாசாரிபாக் நகரத்திற்கு.

கிட்டத்தட்ட 80 கிமீ தூரம். ராம்கட் நகரம் ஷோலே படம் பார்த்திருந்தால் உங்களுக்குத் தெரிந்திருக்கும். ராம்கட்டிற்கும், ஹசாரிபாக்கிற்கும் இடையில் ஒரு ஸ்டீல் தொழிற்சாலை இருக்கிறது. அதற்கு அருகில் சாலை அமைக்க வேலை நடக்கையில், பழுதான ஒரு இயந்திரத்தை சரிபார்க்க நான் சென்றிருந்தேன்.

அந்தத் தொழிற்சாலையில் இருந்து 20 கி.மீ. தொலைவில் நின்று கொண்டிருந்தேன். நடுரோட்டில் நின்றுகொண்டிருந்தேன் என்பதுதான் சரியான பதம். வேலையின் இடையே சற்று ஓய்வாக அமர்ந்திருந்த பொழுது சாரை சாரையாக சைக்கிள்கள் செல்வதைக் கவனித்தேன். சைக்கிளின் கேரியரில் இரண்டு பக்கமும், கேரியர் மீதும் ஏதோ நிரம்பிய மூட்டைகள் அடுக்கி வைக்கப்பட்டிருந்தன. சாதாரணமாக ஒரு சைக்கிளில் சுமக்க இயலாத அளவு அதிகமாக அந்த மூட்டைகள் துருத்திக்கொண்டு இருந்தன. இப்படி எல்லா சைக்கிளுமே அப்படியே இருக்க, அதன் மீதான என் கவனம் அதிகரித்தது. அதில் என்ன தான் இருக்கிறது என்கிற கேள்வியும் சேர்ந்தே மனதில் ஒலிக்கத் தொடங்கியது.

பேவர் இயந்திரத்தின் ஆப்பரேட்டரை அழைத்து, "என்னய்யா இது இத்தனை சைக்கிளு? என்ன கொண்டு போறாங்க?" என இயல்பாக வினவுவதைப்போல முகத்தை வைத்துக்கொண்டு கேட்டேன்.

"அது நிலக்கரி சார்... பக்கத்துல ஸ்டீல்பேக்டரி இருக்குல்ல... அங்க கழிவாகுற நிலக்கரியை இப்படித் திருட்டுத்தனமா எடுத்துட்டு போயி கடையில விப்பாங்க.. ஒரு லோடுக்குக் குறைஞ்சது நானூறு ஐநூறு கிடைக்கும் சார்... இங்க அது பெரிய பிசினஸ்..." என்றான் ஏதோ ஒரு போல்டைத் திருகிக்கொண்டே.

எனக்கு சட்டென அவன் சொன்னதெல்லாம் பிடிபடவில்லை. கழிவாகும் நிலக்கரி என்றாலே என்னவென்று புரியவில்லை. அடுத்து அவன் சொன்ன திருட்டுத்தனமாக என்ற வார்த்தை இங்கே எப்படிப் பொருந்தும் என்று எனக்குத் தெரியவில்லை. ஏனெனில், மிகவும் வெளிப்படையாக சாலைகளில் அதை

சைக்கிளில் வைத்து எடுத்துப்போகிறார்கள். பின்னர் எப்படி அது திருட்டாகும் என்று புரியவில்லை. இந்தக் கேள்விகளை எல்லாம் ஆப்பரேட்டரிடம் கேட்டால் அவன் ரியாக்ஷன் என்னவாக இருக்கும் என்றும் தெரியவில்லை என்பதால் புதிதாக ஒரு கேள்வி கேட்டேன். "சரி இங்க இருந்து எடுத்துட்டுப் போயி எங்க விப்பாங்க?" எனக் கேட்டேன்.

"அது ராம்கட் எல்லாம் தாண்டி ஒரு க்ரூப் போகும்.. ஹசாரிபாக் தாண்டி இன்னொரு க்ரூப் போகும்... பெரும்பாலும் தாபாவுல இதுதான் அடுப்பெரிக்க யூஸ் பண்ணுவாங்க..." என்றான். அப்படியெனில் குறைந்தது நாற்பதில் இருந்து ஐம்பது கிலோ மீட்டர்கள். இத்தனை பளுவை சுமந்துகொண்டு மிதிவண்டியில் நாற்பது முதல் ஐம்பது கிலோ மீட்டர்கள் தினமும் செல்வது என்பதைக் கற்பனை செய்து பார்க்கும்போதே எனக்குச் சற்றே மலைப்பாக இருந்தது.

மனிதன் ஒரு நாள் உணவிற்காக என்னவெல்லாம் செய்கிறான்? அன்று கிடைக்கப்போகும் நானூறு ரூபாய்க்கோ அல்லது ஐநூறு ரூபாய்க்கோ இவர்கள் தேர்ந்தெடுத்த தொழில் பாருங்கள். உண்மையில் இது ஒரு திருட்டு. அதைத் தாண்டி இத்தனை சுமையை வைத்துக்கொண்டு ஐம்பது கிலோ மீட்டர்கள் வரை இவர்கள் மிதிவண்டி ஓட்ட வேண்டும். பின்னர் மீண்டும் மறுநாள் அதிகாலையில் எழுந்து அதே மாதிரியான இன்னொரு பயணம்.

மதியம் ஒரு தாபாவில் சாப்பிடச் சென்றபோது, அங்கே எரிந்துகொண்டிருந்த அடுப்பையும், அதில் அடுப்பெரிக்க வைக்கப்பட்டிருந்த கரிமூட்டையையும் சற்றே நெருக்கமாக உணர்ந்தேன். எங்களுக்குள் புன்னகை பரிமாற்றங்கள் நிகழவில்லை. ஆனால், அதுவரை கையில் தொட்டால் ஒட்டிக்கொள்ளும் என்று அருவருப்பாக இருந்த கரி, இன்று அந்த உணர்வைத் தரவில்லை.

9

ஹலகாவில் இருந்தது எங்கள் கேம்ப். இன்ஜினியர்கள், ஆபரேட்டர்கள், ஹெல்பர்கள், லேபர்கள் என எல்லோரும் தங்கியிருந்த அந்த கேம்ப், பெல்காமில் இருந்து எட்டு கி.மீ. தொலைவில் இருந்தது. பெல்காமிற்கும், ஹலகாவிற்கும் இடையே இருந்தது பாண்டியன் டிரான்ஸ்போர்ட் நிறுவனத்தின் அலுவலகம். ஆம் தமிழர்கள்தான். ஒரு நாள் வெகு தற்செயலாக அந்த இடத்தில் இறங்கி இயந்திரம் ஒன்றைப் பார்த்துக்கொண்டிருக்கையில் டீ குடிக்க வேண்டிச் சென்றால், இன்றும் எம்.ஜி.ஆர். புகழ் பாடும் இதயக்கனி புத்தகம் அங்கே தொங்கிக்கொண்டிருந்தது. என் கண்களை என்னாலேயே நம்ப இயலவில்லை. அங்கே கடைக்குள்ளே பான் மடித்துக்கொண்டிருந்த ஒருவரிடம்," அஞ்சேகாலுக்கு லோடு வந்திருமாம்..." என இன்னொருவர் தமிழில் சத்தமாகச் சொல்ல, ஒரு நிமிடம் இதயம் சீராகி நேராகித் துடித்தது. பெல்காம் வந்து நான் கேட்கும் முதல் தமிழ்க்குரல்.

சற்றே சுயநினைவுக்கு வந்து கவனித்தபோது அங்கே குமுதமும், விகடனும் புத்தம் புதிதாகத் தொங்கிக்கொண்டிருந்தது. அடப் பாவி கதிரவா! கேம்புக்கு நான்கு கிமீ தூரத்தில் புத்தகக் கடையை வைத்துக்கொண்டு, இதை வாங்க ரயில்வே ஸ்டேஷன் எல்லாம் சென்று, சிறைத் தண்டனை எல்லாம் அனுபவித்து…

இதை யோசிக்கையில்தான் இன்னொரு விஷயம் கவனித்தேன். கடையில் “எங்கே என் ஜீவனே… உன்னைக் கண்டேனே…” என ஜேசுதாஸ் தமிழில் உருகிக்கொண்டிருந்தார். இந்நேரம் வரை எப்படி இந்தப் பாடல் என் காதுகளில் விழாமல் இருந்தது என்பதே எனக்குப் புரியவில்லை. ஆனால், ஜேசுதாஸ் சரியாகத்தான் பாடிக்கொண்டிருந்தார். என் ஜீவனைக் கண்டது போலதான் இருந்தது அந்தத் தருணம். தீபன் சக்கரவர்த்தி அடுத்ததாக, “பூங்கதவை தாழ்திறக்கத்” தொடங்கிய போது நான் கடைக்காரரிடம் சென்று,”அண்ணே நீங்க தமிழா?” என்கிற முட்டாள்தனமான கேள்வியைக் கேட்டேன். ஆனால், அந்நேரத்தில் அதைவிட மகிழ்ச்சியான கேள்வி இருக்கவே முடியாது என்பதையும் நான் உணர்ந்தே இருந்தேன்.

“ஆமா தம்பி… நீங்க எந்த ஊரு?” என்று சொர்க்கத்தை என் காதுகளில் உணர வைத்தார். “மதுரைப் பக்கம்ணே” எனக் கூறிவிட்டு, “இங்க தமிழ்க்கடை இருக்கு.. தமிழாளுங்க இருக்காங்கன்னே தெரியாம ஒண்ணரை வருஷம் இருந்திருக்கேன்..” என்று விட்டுத் தொடர்ச்சியாக நான் ஐந்து நிமிடங்கள் பேசியிருக்கிறேன் என்பதே எனக்கு உறைக்கவில்லை. அவர் முத்தாய்ப்பாக, “டீ சாப்புடுறீங்களா?” என்று கேட்ட போது தான் என் உரையை நிறுத்தினேன்.

உண்மையில் தேசிய நெடுஞ்சாலைகள் தனி உலகம். தமிழகத்தின் ஏதோ ஒரு மூலையில், மாதத் தவணையில் பைனான்ஸ் வாங்கி, அதில் ஒரு லாரியும் வாங்கி, அந்த ஊரில் இருக்கும் ஏதோ ஒரு பொருள், ஆயிரம் கிலோ மீட்டர்கள் தாண்டி இருக்கும் இன்னொரு ஊருக்கு லாரியில் ஏற்றி அனுப்பி வைத்து, அனுப்பி வைத்த லாரி பத்திரமாகத் திரும்பி வருமா, அனுப்பிய பொருளுக்கான பணம் அப்படியே கைகளில் சிக்குமா, அதில்

வாடகை போக, ஓட்டுநர் சம்பளம் போக ஏதேனும் மிஞ்சுமா எனக் காத்துக் கிடக்கும் வேலை மிகவும் துயரமானது. அதிலும் சில லாரிகளின் ஓட்டுனர்தான் முதலாளியும் கூட. அப்படி இருந்தால் இன்னும் சிரமம்தான். நெடுஞ்சாலையில் ஒரு டீ குடிக்கக் கூட கணக்கு பார்க்க வேண்டிய கட்டாயம். வீட்டில் இருந்தே மண்ணெண்ணெய் ஸ்டவ், அரிசி, காய்கறிகள் என எல்லாமே லாரியில் ஏற்றிக்கொண்டுதான் பயணமே தொடங்கும். எங்கெல்லாம் லாரி உணவிற்கு நிற்கிறதோ அங்கெல்லாம் சமைத்துச் சாப்பிட்டுவிட்டு, பயணம் தொடரும்.

இப்போது போல ஏ.டி.எம். கார்டுகளோ அல்லது டீசல் போட ப்ரீபெய்டு கார்டுகளோ அப்போது இல்லை. எல்லாவற்றிற்கும் கையில் இருக்கும் பணம் தான். அத்தனை பணம் கையில் இருந்தால் எப்போது வேண்டுமென்றாலும் திருடுபோகலாம். அது போக கொண்டு செல்லும் லோடுக்கும் பணமாகவே கையில் தருவார்கள். அதையும் பத்திரமாகக் கொண்டு செல்ல வேண்டும். இடையில் இருக்கும் இந்த பாண்டியன் டிரான்ஸ்போர்ட் அலுவலகம் மாதிரியான இடங்கள்தான் இந்த லாரிகளின் வேடந்தாங்கல். இப்போது நாமக்கல்லில் இருந்து லோடு ஏற்றிக்கொண்டு வரும் லாரி, பெல்காமில் லோடை இறக்கி விட்டால் அடுத்து உடனே காலி வண்டியாகக் கிளம்பி நாமக்கல் திரும்பிப்போக இயலாது. பெல்காமில் இருந்து தமிழகத்திற்கு ஏதேனும் லோடு ஏற்றிக்கொண்டுதான் திரும்பிச் செல்லும். அப்படி லோடு கிடைக்க ஒருநாளும் ஆகலாம், ஒரு வாரமும் ஆகலாம். அது நம் கையில் இல்லை. சில நேரம் கிடைக்கும் லோடு தமிழ்நாட்டுக்குப் பதிலாக மும்பை, டெல்லி என்றும் இருக்கலாம். அந்த லோடு கிடைக்கும் வரை அவர்கள் வீடு வாசல் எல்லாமே இந்த பாண்டியன் டிரான்ஸ்போர்ட் அலுவலகம்தான்.

அங்கேயே குளித்து, சமைத்து உண்டு, தங்கள் லாரியிலேயே தூங்கி எழுந்து, பகல் முழுக்கக் கதை பேசி என அங்கேயே இருப்பார்கள். அதற்கிடையில் ஆசுவாசம் செய்யத்தான் இந்தப் புத்தகங்களும், பாடல் கேசட்டுகளை விற்கும் கடையும் மறந்து விட்டேனே... அந்தக் கடையில் பருவ ராகம், பருவச்சிட்டு,

தாவணியில் ஒரு மாம்பழம் போன்ற அனுபவக்கதை புத்தகங்களும் கிடைக்கும். சொல்லப் போனால் எம்.ஜி.ஆரின் இதயக்கனி ஒன்று விற்றால், அனுபவக் கதைகள் பத்தாவது விற்கும் என்று கூறலாம். பெரும்பாலும் லாரியில் வரும் க்ளீனர்களின் விருப்பம் இந்த அனுபவக் கதைகள்தான். மதுரையில் நான் படிக்கையில், பெரியார் காம்ப்ளக்ஸ் பேருந்து நிலையத்திற்கு உள்ளே, ஒரு புத்தகம் குறைந்தது ஐம்பது ரூபாய்க்கு விற்பார்கள். அதைக் கேட்டு, வாங்கி, டக்கென சட்டையை உயர்த்தி, பேண்டிற்குள் சொருகி, மீண்டும் சட்டையைக் கீழே இழுத்து விடும் வரையிலான தருணம், எதிர்பாராமல் கொலை செய்து விட்டு அடுத்து என்ன செய்வது என்று தெரியாமல் பதட்டமாய் இருக்கும் தருணத்திற்கு ஒப்பானது. ஆனால், இங்கோ அதை விட நல்ல புத்தகம் அப்படியே வெளிப்படையாகத் தொங்கவிடப்பட்டிருக்கிறது. வாழ்க்கையின் சில சுவாரசியங்கள் எத்தனை வேகமாக நீர்த்துப்போய் விடுகிறது?

கடைக்காரர் பெயர் அமல்ராஜ். திருநெல்வேலியைச் சேர்ந்தவர். எட்டு வருடங்களாக இந்தக் கடை வைத்திருக்கிறார். இன்னும் திருமணமாகவில்லை என்று அவர் சொன்னதுமே, "அப்போஅந்த புத்தகமெல்லாம் இவர் ஒரு ரவுண்ட் படிச்சி முடிச்சிட்டுதான் தொங்கவிடுவார்களா?" என்ற எண்ணம் உடனே உள்ளுக்குள் ஓடியது. பாண்டியன் டிரான்ஸ்போர்ட் வைத்திருக்கும் ஆரோக்கியராஜ் அவர்கள் தனது குடும்பத்தோடு அங்கே தங்கியிருக்கிறார். ஒரு மனைவி மற்றும் ஒரு ஐந்து வயது ஆண் குழந்தை. 15 வருடங்களுக்கும் மேலாக இங்கே தான் இருக்கிறார். அமல்ராஜ் இவருக்கு தூரத்து சொந்தம். பாண்டியன் டிரான்ஸ்போர்ட் சார்பில் நடத்தப்படும் ஒரு சின்ன ஹோட்டலும் உண்டு. அதில்தான் தேநீரும், இட்லி தோசையும் கிடைக்கும். அமல்ராஜ் பான் மடிக்க கற்றுக்கொண்டு கைதேர்ந்த பெட்டிக்கடைக்காரராக மாறியிருந்தார்.

"போன வருஷம் இந்த ரோடு வேலை ஆரம்பிக்க முன்னாடி, காலையில் அஞ்சி மணிக்கு டீக்கடை தொறந்தா, எட்டு மணிக்குள்ள சர்வ சாதாரணமா 500 டீ வித்திருவோம்.

அவ்ளோ கூட்டமா இருக்கும். நிக்கக்கூடநேரமிருக்காது. ஒரு பக்கம் இளையராஜா பாட்டு ஓட, இன்னொரு பக்கம் இட்லி தோசை டீ மூணும் ஓட ஜெகஜோதியா இருக்கும் கடையே! ஆனா, ரோடு வேல ஆரம்பிச்சதுல இருந்து நடுவுல பள்ளம் தோண்டிப் போட்டானுங்க. ரெகுலரா வர்றவங்க தவிர யாருமே நிப்பாட்டுறதில்ல இப்பல்லாம்...” என்று அமல்ராஜ் சொன்ன போது தான் எனக்கு சூழ்நிலையின் தாக்கமே புரிந்தது.

ஒரு மாநிலம் எப்போது எப்படி முன்னேறும்?

அந்த மாநிலத்தின் மக்கள் முன்னேறும்போது.

மாநிலத்தின் மக்கள் எப்போது முன்னேறுவார்கள்?

நல்ல கல்வியும், உலக அறிவும் கிடைக்கும்போது.

உலக அறிவு எப்போது கிடைக்கும்?

வீட்டை விட்டு வெளியில் வந்து நான்கு இடங்களைப் பார்க்கும் போது.

வீட்டை விட்டு எப்படி வெளியில் வருவது?

நல்ல சாலை இருந்தால் வரலாம்.

ஏன் அப்படி?

உதாரணமாக பீகாரின் தலைநகர் பாட்னாவில் இருந்து அதன் அருகில் உள்ள நகரமான முசாஃபர்பூர் வெறும் 80 கிலோ மீட்டர்தான். ஆனால் 1982-க்கு முன்னர் பட்னாவில் இருந்து பத்து கிலோ மீட்டர் பேருந்தில் வந்தால் அங்கே கங்கை நதி முழுப்பிரவாகம் கொண்டு ஓடிக்கொண்டிருக்கும். அங்கே காத்திருக்கும் படகில் ஏறி அக்கரை சேர்ந்து, பின்னர் அங்கிருந்து இன்னொரு பேருந்து பிடித்து முசாஃபர்பூர் சென்று சேர்வார்கள். அந்த வெறும் 80 கிலோ மீட்டர்களைக் கடக்க குறைந்தது ஐந்து மணி நேரம் ஆகும். காரணம் இங்கே நதியைக் கடக்கும் போது மட்டுமே போக்குவரத்து இருக்காது. மற்றபடி எல்லாமே ஒரு நேரத்தில் இரண்டு வண்டிகள் மட்டுமே செல்ல தகுதியான சாலை என்பதால், மெல்ல மெல்ல நகர்ந்து சென்று

சேர அத்தனை நேரமாகிவிடும். இதில் சில இடங்களில் சாலையே இருக்காது. அந்த இடங்களில் ஏதேனும் வண்டி கோளாறாகி நின்று விட்டால் அன்று அங்கேயே பாய் விரித்துப் படுத்து உறங்க வேண்டியது தான். இத்தனைக்கும் பாட்னா மற்றும் முஸாபர்பூர் இரண்டுமே பீகாரின் மிக முக்கியமான நகரங்கள். அந்தச் சாலையே இப்படி என்றால், மாநிலத்தின் மற்ற இடங்களை நீங்கள் சற்றே கற்பனை செய்து பாருங்கள்.

ஆறரை கிலோ மீட்டர் நீளமுள்ள பாலம் ஒன்று 1982-ல் கங்கை நதியின் மீது கட்டி முடித்த பின்னர்தான் அந்த ஐந்தாறு மணி நேரப் பயணம் மூன்று மணி நேரத்திற்குள்ளாக சுருங்கியது. அதற்கு முன், முசாஃபர்பூர் செல்வது ஒரு மிகப்பெரிய காரியமாக மக்களால் பார்க்கப்பட்டது. அதனாலேயே அந்தப்புரம் இருந்து இந்தப்புரம் யாரும் படிக்கவோ அல்லது தொழில் செய்ய வரவோ பயந்தார்கள். ஆனால், பாலம் கட்டிய பிறகு அது மாறியது. ஒரே நாளில் பாட்னா சென்று வேலையை முடித்து விட்டு, சாயங்காலத்திற்குள் வீட்டிற்குத் திரும்பி விடலாம் என்கிற எண்ணமே அவர்களைப் பயணிக்க வைத்தது. படிக்க வைத்தது. தொழில் செய்ய வைத்தது. உலகை இன்னும் ஆழமாகப் புரிய வைத்தது. ஆசியாவிலேயே நதியின் மீதமைந்த மிகப்பெரிய பாலம் இதுதான்.

ஒரு நாளில் இந்த மாற்றம் நிகழாது. 1972-ல் கட்ட தொடங்கப்பட்ட அந்தப் பாலம் 1982ல் தான் முடிக்கப்பட்டது. இது நதியின் மீது மட்டுந்தான். ஆனாலும் கூட பாட்னா - முசாஃபர்பூர் இடையிலான சாலை நான்கு வழிச்சாலையாக மாற மேலும் 28 வருடங்கள் ஆகின. கொஞ்சம் நிதானமாக யோசியுங்கள். உள்நாட்டுக் கட்டமைப்பு இன்றி இங்கே ஓரணுவும் அசையாது. அந்த வசதியே இல்லாதவர்கள் எங்ஙனம் நகர்வார்கள்? இடத்தை விட்டு மட்டுமல்ல... வாழ்க்கையிலும். நதிகள் சூழ்ந்த மாநிலம் பீகார். பீகாரில் எந்தப் பெரிய ஊருக்குச் சென்றாலும் நீங்கள் ஒரு நதியைக் கடந்தே செல்வீர்கள். வருடம் முழுக்க நேபாளின் கோஷி நதியில் இருந்து வரும் நீர் சுபோல் என்னும் ஊரை வருடா வருடம் மூழ்கடிக்கும். ஆனாலும்,

அதே நதியின் கரையில் சட்பூஜையின் அன்று அந்த ஊரின் எல்லா பெண்களும் மூக்கின் நுனியில் தொடங்கி நெற்றியின் முடிவு வரை குங்குமம் வைத்துக்கொண்டு விழுந்து வணங்கி எழுவார்கள். அதே நதிதான் அவர்களின் பசியும் தீர்க்கிறது. என்ன தான் இருந்தாலும் நதி வழி நாகரிகம் கொண்டவர்கள் அல்லவா நாம்!

10

அமல்ராஜுக்கும் எனக்குமான பந்தம் ஒரு வாரத்திற்குள்ளாகவே இறுகியது. எந்நேரமும் அந்தக் கடையே கதியெனக் கிடந்தால் அதுதானே நிகழும்? பாடல்கள் கேட்டுக்கொண்டே, புத்தகங்களைப் புரட்டிப் படித்து அதைப்பற்றிப் பேசிக்கொண்டே, அவ்வப்போது வந்து போகும் லாரி ஓட்டுனர்களைப் பற்றிப் பேசிக்கொண்டே, அவர்கள் சொல்லும் கதைகளைக் கேட்டுக்கொண்டே!

அப்படியான ஒரு நாளில் புதிதாக இளையராஜா இசையமைத்த ஒரு பாடல் கேசட் அவர் கடைக்கு வந்திருந்தது. நான் அன்று காலை கடைக்குச் சென்றதும் "புதுசா ராஜா வந்திருக்காரு... கேட்கலாமா?" எனக் கேட்டுவிட்டு, என் தலையாட்டலுக்குக் கூட காத்திராமல் அவர் டேப்ரிக்கார்டரை ஆன் செய்ய, "இளங்காத்து வீசுதே... எச போல பேசுதே" என ஒரு புத்தம் புதிய குரலில் பாடல் ஒன்று ஒலிக்கத் தொடங்கியது.

கேட்ட அடுத்த நொடியே "இதாண்ணே இளையராஜா" என்று நான் கூறியதும் கூட அந்தப் பாட்டின் இசையின் முன் கரைந்து போனது.

"அண்ணாச்சி வந்தாரா?" என்கிற குரல் கேட்டதும், பாடலில் இருந்து நான், அமல்ராஜ் இருவரும் ஒருசேர வெளியில் வந்தோம். "அங்கதான் இருந்தாரு... உள்ள போயி பாருங்க" என்று பதிலுரைத்தவாறே அமல் கடையிலிருந்து வெளியில் வந்தார். கடையிலிருந்து சற்று தூரத்தில், வெளியில் இருந்து பார்ப்பதற்கு இடிந்ததைப்போலத் தோன்றும் ஒரு சிறு வீடு இருந்தது.

அதற்கு முன்னர் நான் அதைச் சரியாகக் கவனித்தது கூட இல்லை. அந்த வீட்டிற்கு முன் 'செந்திலாண்டவர் துணை' என்கிற பெயர்ப் பலகையோடு ஒரு லாரி நின்றுகொண்டிருந்தது. ஆரோக்கிய ராஜ் அவர்கள் அந்த வீட்டிற்குள்ளிருந்து வெளியில் வர, பின்னாடியே 20 லிட்டர் மண்ணெண்ணெய் கேன் ஒன்றோடு அந்த வண்டியின் ஓட்டுநர் வந்தார். டீசல் டேங்கை திறந்து அதில் கேனில் இருந்த திரவத்தை ஊற்ற ஆரம்பித்தார்.

"இங்க டீசல் எல்லாம் விக்கிறீங்களா? அதான் அந்தப் பாலத்துக்கு அந்தப் பக்கம் ஒரு பெட்ரோல் பங்க் இருக்குல்ல... அப்புறம் ஏன்?" என்று கேட்கத் தொடங்கிய என்னை அமல்ராஜ் இடைமறித்தார்.

"அது டீசல் இல்லப்பா... மண்ணெண்ணெய்" என மெல்லிய குரலில் சொன்னதும் எனக்குச் சற்றே தலை சுற்றியது. "மண்ணெண்ணெய் எதுக்கு லாரியில ஊத்துறாங்க? மண்ணெண்ணெயில எப்படி லாரி ஓடும்?" என உலகளாவிய குழப்பத்தில் கேட்டேன்.

"இங்க நிக்கிற பத்துல எட்டு லாரி மண்ணெண்ணெயிலதான் ஓடுது... ஏன்னா அதான் விலை கம்மி..." என்று தனது ஹஸ்கிக் குரலைத் தொடர்ந்தார்.

2003-ல் டீசல் விலை 35 ரூபாய். மண்ணெண்ணெய் விலை 10 ரூபாய். சுளையாக 25 ரூபாய் லாபம். ஆனால்,

மண்ணெண்ணெய் ஊற்றி ஓட்டினால் என்ஜின் சீக்கிரம் கெட்டுவிடும் என்பது ஒரு பக்கம் இருக்கட்டும். மிக முக்கிய பிரச்சினை வண்டியிலிருந்து வரும் புகை. அப்படி ஒரு புகையை நீங்கள் கற்பனை கூட செய்து பார்க்க முடியாது. பொலூரஷன் டெஸ்ட் பற்றி எல்லாம் எனக்குத் தெரியாது. எத்தனை சதவீதம் கார்பன்டை ஆக்சைட் இருக்க வேண்டும் என்றெல்லாம் எனக்கு தெரியாது. ஆனால், மண்ணெண்ணெய் ஊற்றி முடித்து அந்த லாரியை ஸ்டார்ட் செய்ததும் வெளிவந்த புகையின் வாசம் இப்போதும் என் நாசியைத் துயரப்படுத்துகிறது.

உலகமே மாற்று எரிபொருள் எதுவும் கிடைக்குமா என்று போராடிக்கொண்டிருக்கையில், ஒரு லிட்டருக்கு 25 ரூபாய் லாபம் சம்பாதிக்கிறார்கள் இங்கே. என்ஜின் நாசமாவதோ அல்லது சுற்றுச்சூழல் கெடுவதோ இங்கே கேள்வியே இல்லை. அந்த நேரத்தில் அவர்கள் மிச்சப்படுத்தும் காசுதான் இங்கே முக்கியம். வாழ்க்கையில் நாம் தேர்ந்தெடுக்கும் மாற்றும் கூட இந்த வகையிலானதுதான். சிகரெட் அதிகமாகக் குடிக்கிறாய் நீ என்று தொடர்ந்து புகார் வர, நண்பன் அதற்குப் பதிலாக புகையிலை உபயோகிக்கத் தொடங்கினான். சிகரெட்டாவது ஒரு மணி நேரத்திற்கு ஒன்றுதான் குடிப்பான். ஆனால், இப்போது எந்நேரமும் அவன் வாயில் கணேஷோ அல்லது ஹான்சோ இருந்துகொண்டே இருக்கிறது. இதற்கு முன் உதடுகள் சிகரெட்டின் காரணமாக கொஞ்சமே கொஞ்சம் கருத்திருக்கும். இப்போது மொத்த பல் வரிசையும் கறையேறி கர்ணகடூரமாக இருக்கிறது. இப்படித்தான் இருக்கிறது நாம் கண்டறியும் மாற்று.

மனைவியோடு விவாகரத்தான நண்பன் ஒருவன் ஒரு பெண்ணைச் சந்தித்தான். அவளும் தன் கணவனிடம் இருந்து விவாகரத்திற்காகக் காத்திருந்தாள். நண்பன் மென்மையானவன். கவிதைகள் எழுதுபவன். ஓஷோவில் தொடங்கி சாரு நிவேதிதா வரை பேசக்கூடியவன். அத்தனை எளிதில் மனிதர் வசப்படாதவன். அவள் மீது இவன் காதல் வயப்பட்டான். தினமும் அவளுக்குக் கடிதங்கள் எழுதுவான். காதல் பொங்கி

வழியும் அந்தக் கடிதங்களை எல்லாம் நீங்கள் படித்தால் அவனைக் கண்டிப்பாக நேசிக்கத் தொடங்கி விடுவீர்கள்.

அவள் நிறைய துன்பப்பட்டவள். காதல் திருமணம் செய்தவள். முதல் குழந்தை பெண்ணாய் பிறந்ததுமே அவளது மாமியார் அவளை துச்சமென எண்ண ஆரம்பிக்க, சில நாட்கள் அவளுக்கு நடப்பது எதுவுமே புரியவில்லை. சேலம் அவளது ஊர். அவர்கள் சமூகத்தில் எல்லாம் பெண்கள் வீட்டின் வாரிசு கிடையாதாம். ஆண் குழந்தைதான் வாரிசு. எப்போது அடுத்த குழந்தை ஆண் குழந்தையாகப் பெற்றுத் தருவாய் என்கிற கேள்வி, அவள் முதல் பிரசவம் முடிந்து வீட்டிற்கு வந்த நாளில் இருந்தே தொடங்கி விட்டது. அந்நாளின் விடியல் வரை அவள் அருகில் இருந்த அவளின் கணவன், அன்றிலிருந்து தன் தாயின் மகனாக மாறினான்.

வழக்கம்போல் அடி, உதை, சிகரெட் தழும்புகள் என ஒருபுறம் காயங்கள் ஆரம்பிக்க, இன்னொருபுறம் எப்படி இதை சரிசெய்வது என்கிற குழப்பத்திலும், உத்வேகத்திலும், வரிசையாக மருத்துவமனைகள் ஏறி இறங்கத் தொடங்கினாள் அவள். ஹார்மோன் ஊசிகள், கர்ப்பமாவதற்கான முஸ்தீபுகள் என எல்லாமே செய்யத் தொடங்கினாள். அதற்குத் தேவையான எல்லா பணத்தையும் தன் நகைகள் மற்றும் சேமிப்புகள் கொண்டு நடத்தினாள். விதிதான் எத்தனை விசித்திரமானது. இரண்டு வருடங்கள் முழுதாக ஆகியும் குழந்தை உண்டாகவில்லை. மேலும் அடிகள். உதைகள். அது போக குழந்தை வளர்ப்பு. ஒரு கட்டத்தில் அவள் முடிவு செய்து வெளியேறினாள். விவாகரத்துக் கடிதம் அனுப்பினாள். ஆனால், அந்தப் பெண் குழந்தை அவள் கணவன் வீட்டிலேயேதான் வளர்ந்தது.

இந்த மொத்தக் கதையும் அவனிடம் சொல்லி அவள் அழுதபோது, அவன் அப்படியே உருகி நின்றான். கரைந்து போய் நின்றான். இவ்வளவு துயரமான ஒரு வாழ்க்கைச் சூழலில் இருந்து அவளை மீட்டெடுக்க நினைத்து, அவளுக்காகவே அவனது நாட்கள் முழுவதையும் அர்ப்பணித்தான். அவளுக்குப் பெரிய தயக்கங்கள் இருந்தாலும் கூட, அவன் அருகாமை அவளுக்கு

உவப்பாகவும் இருந்தது. அவள் கணவனை விட்டுப் பிரிந்து வந்த இந்த நாட்களில் வேலைக்குச் செல்லத் தொடங்கியிருந்தாள். அங்கே சில ஆண் நண்பர்களும் அவளுக்கு இருந்தார்கள். ஆனால், அதெல்லாம் ஒரு குறிப்பிட்ட வரைமுறைக்குளேயே வைத்திருந்தாள். மாறாக இவனைச் சற்று அதிகமாகவே அனுமதித்தாள். நண்பனும் அதற்குத் தகுதியானவன் தான். அவளைக் கொண்டாடினான். அவளுக்காக எதுவும் செய்யத் தயாராய் இருந்தான்.

ஒரு நாள் பூங்கா ஒன்றில் சந்தித்தார்கள். இவளைக் கண்டதும் அவன் முகத்தில் எழுந்த அந்த நீண்ட புன்னகை அவள் மீதான அவனின் காதலை கட்டியம் கூறியது. பதிலுக்கு அவள் புன்னகைத்த போது அப்படியே அவள் முன் மண்டியிட்டு, இரு கைகளையும் நீட்டி, "என்னை ஏற்றுக்கொள்" என்று கேட்க வேண்டும் போல அவனுக்குத் தோன்றியது. இயல்பாக உரையாடல் தொடங்கியது அங்கே.

"இன்னைக்கி ஒரு சீனியர் லேடி கூட ஆபிஸ்க்கு வெளிய காஃபி சாப்பிடப் போனேன். ஐயோ செம போர்..." என்று அலுத்துக்கொண்டாள்.

"என்னம்மா ஆச்சி? பயங்கர மொக்கையா?"

"ஆமாண்டா... பேசுது பேசுது பேசிக்கிட்டே இருக்கு. அதுவும் எல்லா பொறணியா பேசுது. கடுப்பாயிருச்சி..."

"லேடி தானே? அப்புறம் என்ன? ஓ... புரிஞ்சது. உனக்கு பசங்கன்னாதான் பிரச்சினை இல்லையோ!!" என அவன் மிக எதார்த்தமாக மெலிதாகச் சிரித்துக்கொண்டே சொல்லிக் கொண்டிருக்க, அவள் முகம் மாறியதை உடனே கவனித்தான். "என்னாச்சும்மா... எதுவும் தப்பா சொல்லிட்டனா?" என பதட்டமாக கேட்க, அவள் சடாரென்று அந்த பெஞ்சிலிருந்து எழுந்து,

"என்னைப் பார்த்தா அவ்ளோ ச்சீப்பா போயிருச்சில்ல? அப்போ நான் எப்ப பார்த்தாலும் பசங்களோட சுத்துற பொண்ணுன்னு நினைச்சிட்டியா? அப்படித்தான் என்னைப்

பத்தி யோசிச்சி வச்சிருக்கியா?" என அவள் கேட்ட தொனியில் உலகின் மொத்த கோபமும் இருந்தது. இந்த வார்த்தைகளை நண்பன் சற்றும் எதிர்பார்க்கவில்லை. சொல்லப்போனால் அடுத்து என்ன பேசுவது, இங்கே என்ன நிகழ்கிறது என்பதுகூட அவனுக்கு மறந்து போயிருந்தது.

"ஐயோ சத்தியமா நான் அப்படி நினைச்சிச் சொல்லவே இல்லம்மா... கிண்டலாதான் சொல்றேன்னு நினைச்சேன். நீ சிரிப்பன்னு சொன்னேன். ஏன்னா நீயே உன் பசங்க ப்ரெண்ட்ஸ் பத்தி என்கிட்டே இதே இடத்துல எவ்ளோ வாட்டி சிரிக்கச் சிரிக்கச் சொல்லியிருக்க... அப்படியே தான் இதையும் சொன்னேன்... ப்ளீஸ் புரிஞ்சிக்கோ..." என கதறிக் கொண்டே இருக்க அவள் தன் ஹேண்ட்பேக்கை தோளில் மாட்டிக்கொண்டு நகரத்தொடங்கி இருந்தாள். சட்டெனத் திரும்பி,

"என்னை நீ தேவிடியான்னு நினைச்சிதான் பழகுனியா?" என்று விட்டு திரும்பிக்கூட பார்க்காமல் வேகமாக, மிக வேகமாக சாலையை நோக்கி நடக்கத் தொடங்கினாள். அன்றிரவு என் நண்பன், மென்மையான அவன், கவிதைகள் எழுதும் அவன், அவள் மனைவிக்கு வேறொருவனுடன் தொடர்பு இருக்கிறது என்றறிந்தும் கூட "உனக்கு எப்போ வேணுமோ அவர் கூட போயிட்டுவாம்மா... ஆனா, குழந்தையை மட்டும் என்கிட்டே இருந்து பிரிச்சிறாத ப்ளீஸ்" என்று கெஞ்சிய அவன், அதை மீறி அவன் மனைவி தாய் வீட்டிற்குச் சென்றுவிட, குழந்தையைக் காணச் சென்ற அவனைக் கன்னத்தில் அறைந்து, "இவ உனக்கு பொறக்கவேயில்ல" என்று மனைவி கூறியதையும் கூட பொறுத்துக்கொண்ட அவன், தன் தாய் "டேய் நீ இன்னொரு கல்யாணம் கூட பண்ணிக்க வேண்டாம்டா... அந்தச் சனியனை டைவர்ஸாவது பண்ணித் தொலைடா..." என்று மூன்று வருடங்களாய் புலம்பிய போதும் கேட்காத அவன், ஆனால், ஒரு சுபயோக சுபதினத்தில் அவன் மனைவியிடம் இருந்தே விவாகரத்துக் கடிதம் வர, "தன் மகளை மாதத்திற்கு இரு முறை பார்க்க அனுமதித்தால் சம்மதம்" என்று

எழுதிக்கொடுத்த அவன், "இனி இவள்தான் நான் தேடிய மாற்று" என்று உறுதியாக நம்பி அவளைக் காதலித்த அவன், கூடிய விரைவில் அவளுக்கு விவாகரத்து கிடைத்ததும், அந்த நாளிலேயே அவளைத் திருமணம் செய்து கொள்ளலாம் என காத்திருந்த அவன், அதுவரை மதுவையே தொட்டிராத அவன், ஒரு ஓல்ட் மாங்க் வாங்கி அதில் கால்வாசியை டம்ளரில் ஊற்றி, அதில் நல்ல விஷம் ஒன்றைக் கலந்து, அதற்கு மேல் கொஞ்சமாக தண்ணீரும் ஊற்றி, ஒரே மடக்கில் குடித்துவிட்டு, ஒரே ஒரு நொடி அவள் முகத்தை மனதில் கொண்டு வந்து, "ஐ லவ் யூ ஸ்ரீதேவி" என்று விட்டு அப்படியே படுத்தான். எழுந்திருக்கவே இல்லை.

11

நானும் ஆனந்தியும் காதலித்துக் கொண்டிருந்த பொழுது, சந்திப்பதற்கே பெரும்பாடு பட வேண்டியிருந்தது. அவளது ஊர் திருநெல்வேலி மாவட்டத்தில் இருக்கும் சிறு கிராமம். அந்தப் பகுதியில் பெரிய சாதியைச் சேர்ந்தவள். அதற்கு முன்பே கவுரவக் கொலைகளைக் கேட்டவள். உணர்ந்தவள். ஆனாலும், என்னைக் காதலித்தாள். இந்தக் காதல் அப்படித் தானே வேலை செய்யும்? அதை விடுங்கள். அவள் சில நாட்கள் விடுமுறைக்காகத் தன் அண்ணன் வீட்டிற்கு, திண்டுக்கல்லுக்குச் சென்றிருந்தாள். அங்கே பக்கத்து வீட்டில் இருந்த என் வயதுள்ள ஹரி என்பவன் ஆனந்தியைக் கண்டதும் அவள் அழகில் மயங்கி, தன் காதலைச் சொல்ல, அண்ணன் மனைவியின் பக்கத்து வீட்டுக்காரன் என்பதால் இவள் சிரித்துக்கொண்டே மறுத்திருக்கிறாள். ஆனால், அவனோ விடவில்லை. காரணம் தெரிந்தே ஆக வேண்டுமென நிற்க, இப்படி இப்படி நான் கதிரை காதலிக்கிறேன் என்று அவள்

கூற, உடனே அவன், "இனி உங்கள் காதலை நான் சேர்த்து வைக்கிறேன்" என்று சபதம் பூண்டான்.

அவள் அண்ணன் வீட்டிலிருந்து வந்ததும் என்னிடம் ஹரியைப் பற்றிக் கூறினாள். நான் சிரித்துக்கொண்டே "லூசுப்பய" என்று விட்டு, ஆனந்திக்கு ஒரு முத்தமும் இட்டு விட்டு நகர்ந்தேன். இதோடு இந்தக் கதையும், ஹரியின் பெயர் ஒலிக்கும் சத்தமும் முடிந்து போயிருக்க வேண்டும். ஆனால், அது நடக்கவில்லை.

புதூருக்கு அருகில் இருக்கும் கடற்கரை எதுவென்றால் அது வேம்பார் தான். கரிசல் நிலத்தில் பயணித்துக்கொண்டே இருக்கையில் நீங்கள் வேம்பாருக்குள் நுழைந்து விட்டால், அங்கிருந்து கடல் மண் தொடங்கி விடும். எப்படி இது நிகழ்கிறது என்றே தெரியவில்லை. அந்த நீண்ட நெடிய கடல் மண்பரப்பைத் தாண்டி ஊருக்குச் சென்று, பின் அங்கிருந்து ஒரு கிலோ மீட்டர் நடந்தால் பரந்து விரிந்த கடல். டிப்ளமோ முடித்த பின் முதன் முறையாக எங்கள் ஊரின் அருகில் இருக்கும் ஒரு ஊருக்கு வேலை விஷயமாக வந்து, ஒரு ஹோட்டலில் தங்கியிருக்கிறேன் என்பதே எனக்குப் பெருமையாக இருந்தது. ஆனால், அந்தத் தங்குதலே கொடுமையாக இருக்கும் என்று நான் அறிந்திருக்கவில்லை. காரணம் ஏர்டெல் டவர் அந்த ஹோட்டல் அறைக்குள் எடுக்கவே இல்லை. ஆனந்தி எப்பொழுது வேண்டுமானாலும் அழைப்பாள். அறைக்கு வெளியே பால்கனியில் இருந்தால் டவர் இருந்தது. அந்த நாள் பகல் முழுக்க ஒரு நாற்காலி போட்டு, வேம்பார் மக்களை வேடிக்கை பார்த்துக் கொண்டிருந்தேன். அப்போது தொலைபேசி அழைத்தது. மணி மதியம் மூன்றரை இருக்கலாம். புது எண். கண்டிப்பாக ஆனந்தி இல்லை.

"ஹலோ... கதிர் இருக்காங்களா?" என ஒரு பெண் குரல் கேட்க, உடனே உடம்பின் மொத்த ரத்தநாளங்களும் விழித்துக் கொண்டன.

"ஆமா நாந்தான் பேசுறேன்... சொல்லுங்க... நீங்க யாரு?" என உற்சாகத்தை உள்ளே மறைத்துக்கொண்டு கேட்டேன்.

“என் பேரு விஜி. என் ஃபிரெண்டு உங்க நம்பர் கொடுத்தாங்க. உங்களைப் பத்தி நிறைய சொன்னாங்க. அதான் பேசலாம்னு போன் பண்ணேன்...” என்று அவள் பேசிய போது அத்தனை இனிமையாக இருந்தது.

“ஓ... யாரு அந்த ஃபிரெண்டு...?”

“அதெல்லாம் சொல்ல மாட்டேன்... ஆனா, உங்களைப்பத்தி அவங்க சொன்னப்பவே உங்களை ரொம்பப் பிடிச்சிருச்சு...” இந்த “ரொம்பப் பிடிச்சிருச்சி”வை அவள் அழுத்திச் சொன்னது போல் இருந்தது.

“சரி சொல்லுங்க...” என பொத்தாம் பொதுவாக நான் பேச,

“நீங்க யாரையாவது லவ் பண்றீங்களா?” என அவள் தடாரென பெரிய வெடிகுண்டு கேள்வி ஒன்றை எழுப்பினாள். உண்மையில் அவள் கேட்ட அந்த நொடி என்ன பதில் சொல்வதென்று எனக்கு உண்மையிலேயே புரியவில்லை. ஆனந்தியின் முகமும், அவளின் சிரிப்பும் உள்ளே வந்து எட்டிப்பார்க்க, என்னை ஏகத்துக்கும் கட்டுப்படுத்திக்கொண்டு, “ஆமா... லவ் பண்றேன்...” என இறுகிய மனதுடன் கூறினேன்.

“ஓ... யாரு?” என விஜி கேட்டபொழுது அவள் குரலில் ஒரு வித வருத்தம் இருந்ததாய்த் தோன்றியது.

“அது நான் திருநெல்வேலியில பிரசாத் பில்டர்ஸ் கம்பெனியில வேலை பார்த்தப்போ அவங்க ஊர்லதான் தங்கி இருந்தோம். அப்படியே லவ் பண்ணி... அவங்க பேர் ஆனந்தி” எனக் கூறிய போதே ஏதோ பெரிதாய் உளறிக்கொண்டிருப்பதைப் போல எனக்குத் தோன்றியது.

“எப்படி நான் கேட்டதும், யாருன்னு கூடத் தெரியாம உடனே அவங்க பேரெல்லாம் சொல்றீங்க?” என அவள் கேட்டபோது தான் எனக்கு அந்த விஷயமே உரைத்தது. அட முட்டாப்பயலே கதிரவா... எவ கேட்டாலும் சொல்லுருவியா? ஒருவேளை ஆனந்தி சொந்தக்காரங்களா இருந்தா உனக்கு நாளைக்கே தெவசம் வச்சிருவாங்கடா என சத்தமாகவே எனக்குள்

பேசிக்கொண்டேன். ஆனால், அதையெல்லாம் வெளியில் சொல்ல முடியுமா என்ன? அதுவும் ஒரு பெண் கேட்கையில் முடியவே முடியாது இல்லையா?

“இதுல என்னங்க இருக்கு? லவ் பண்றேன் அதனால பண்றேன்னு சொல்றேன். இதுல பயப்பட ஒண்ணுமில்ல...” என கெத்தாகவே சொன்னேன்.

“ச்சோஸ்வீட்...” என அவள் சொன்ன போது புல்லாங்குழலில் ஐஸ்க்ரீம் ஊற்றி வாசித்தது போல இருந்தது.

அடுத்த கால் மணி நேரத்திற்குத் தொடர்ந்து என்னென்னவோ பேசினோம். அவள் திண்டுக்கல்லில் ஒரு நர்ஸாகப் பணிபுரிவதாகச் சொன்னாள். நான் என் சாலை அமைக்கும் வேலையைப் பற்றி பத்து நிமிடத்திற்கும் மேலாக விளக்கிக் கொண்டிருந்தேன். ஆச்சர்யப்படும் விதமாக அவள் அதைப் பொறுமையாகக் கேட்டுக்கொண்டிருந்தாள். இன்னும் அதிகமாக அவளைப் பிடிக்க ஆரம்பித்தது. ஒரு கட்டத்தில் சஸ்பென்ஸ் பொறுக்க இயலாமல்,” யாருங்க அது என்னைப்பத்தி பெருமையாப் பேசி, என் போன் நம்பரும் கொடுத்தது? ப்ளீஸ் சொல்லுங்களேன்...’ என தொடர்ச்சியாகக் கெஞ்சியதில் அவள் மனமிறங்கினாள்.

“நான் ஒண்ணு சொன்னா தப்பா நினைக்க மாட்டீங்க தானே?” என அவள் கேட்ட கேள்விக்கு அடுத்த மைக்ரோ நொடியே “அட அதெல்லாம் நினைக்க மாட்டேன் விஜி... நீங்க சொல்லுங்க” என சற்றே இளித்துக்கொண்டே கூறினேன்.

“ம்ம்ம்... உங்களுக்கு ஹரி தெரியும்ல?” என அவள் கேட்ட அடுத்த நொடியே, “அடங்கோத்தா இவ திண்டுக்கல்லதான நர்ஸா இருக்கா!!” என்பது நினைவிற்கு வந்தது. இப்போது அவள் மீதிருந்த மயக்கமெல்லாம் தெளிந்து போய், குரலை இறுக்கமாக்கிக் கொண்டு, “ம்ம்ம்தெரியும்... சொல்லுங்க...” என்ற போது விஜியைச் சற்றே பிடிக்காமல் போயிருந்தது.

“சாரி நான் சொல்றதைக் கொஞ்சம் பொறுமையா கேட்குறீங்களா ப்ளீஸ்...” என மீண்டும் அவள் கெஞ்ச, “சரிங்க சொல்ல வந்ததைச் சொல்லி முடிங்க...” என சற்றே இறுக்கம் தளர்த்தினேன்.

"ஹரி என் பிரெண்டு. அவன் ஆனந்தியை லவ் பண்ணுனான்.. ஆனா, நீங்களும் ஆனந்தியும் லவ் பண்ற மேட்டர் தெரிஞ்சதும் அவனால தாங்க முடியல. அந்நேரத்துக்கு அவன் நார்மலா இருந்தாலும் கூட, எப்படியாவது உங்க ரெண்டு பேரையும் பிரிச்சி விட்டுட்டு அவன் ஆனந்தியைத் தன்னை லவ் பண்ண வைக்க நினைச்சான்..."

நான் சடாரென இடைமறித்து, "இங்கென்ன சினிமாவா ஓடுது?" என சற்றே ஆத்திரமாகவே கேட்டேன்.

"சாரி சாரி... அதான் என்னை வச்சி உங்ககிட்ட பேசவிட்டு, நீங்க எங்கிட்ட வழிஞ்சா அதை ஆனந்திகிட்ட போட்டுக் கொடுத்து, உங்களைப் பிரிக்கலாம்னு அவன் பிளான் போட்டான்... ஆனா, நான் ஒத்துக்கவே இல்ல... பத்து நாளா நச்சரிச்சிட்டே இருந்தான்... அதான் தெரியாம... சாரிங்க... ப்ளீஸ்..." என அவள் இறைஞ்சிய போது நான் இங்கே மனதிற்குள் மிகச் சத்தமாகச் சிரித்துக்கொண்டிருந்தேன். சில நிமிடங்களுக்கு முன்பு வரை "அவசரப்பட்டு காதலிப்பதை சொல்லி விட்டோமோ" என்கிற பெரும் குற்ற உணர்ச்சியில் இருந்த என்னிடம் ஒருத்தி மன்னிப்பு கேட்கிறாள். இன்னும் பலமாக உள்ளுக்குள் சிரித்துக்கொண்டே... "சரி பரவாயில்ல விடுங்க... என்னைப்போயி சந்தேகத்துக்கு உட்படுத்தி... ஏன் இந்தத் தேவையில்லாத வேலையெல்லாம்?" எனச் சொன்ன பொய்யை இன்னும் கச்சிதமாகத் தொடர்ந்தேன்.

அடுத்து வந்த நாட்களில் எல்லாம் தினமும் இரண்டு மணி நேரமாவது அவளுடன் பேசினேன். அவளுக்கு இரவு நேர வேலை இருந்தபோது என் தூக்கம் கெடுவதையும் பொருட்படுத்தாது பேசிக்கொண்டிருந்தேன். அப்படியான ஒரு நாளில்தான் நான் சென்னை சென்றேன். சென்னை எப்போதுமே எனக்குப் பிடித்த ஊர். அந்த ஊரின் மீதான மயக்கம் இந்தியாவின் 12 மாநிலங்களுக்குச் சென்று வந்தும் கூட தீரவில்லை. அந்தக் கடற்கரை, அந்த வெயில், அந்த ஹிக்கின் பாதம்ஸ் புத்தகக்கடை, அந்த அகலமான சாலைகள், நல்ல சவுண்ட் சிஸ்டம் உள்ள விசாலமான திரையரங்குகள்,

இரவு இரண்டு மணிக்குக் கூட அறைக்குச் செல்ல கிடைக்கும் அரசுப் பேருந்துகள் என அடுக்கிக்கொண்டே போகலாம். சென்னை மீதான காதலுக்கானக் காரணத்தை. ஆனால், அதையெல்லாம் மீறி சென்னையில் சங்கரன் இருந்தான்.

சங்கரன் மதுரையில் பிறந்தவன். அங்கேயே வளர்ந்தவன். உலகின் எந்த இடத்திலும் வாழத் தகுதியானவன். எல்லாரும் தான் உலகின் எல்லா இடத்திலும் வாழத் தகுதியானவர்கள் என்று நீங்கள் நினைத்தால் அது பெரும் தவறு. ரோமில் இருக்கும் போது ரோமனாக இரு என்று சொல்வது நியாயம் தான். ஆனால், ரோமிற்குச் சென்று எல்லாரையும் மதுரைக்காரனாக மாற்றும் திறமை கொண்டவன் சங்கரன். அவனோடு நீங்கள் பேசத் தொடங்கினால் அடுத்த சில நிமிடங்களில் ஒன்று அவனை அடியோடு வெறுத்து விடுவீர்கள். அல்லது அதீதமாக காதலிக்கத் தொடங்கிவிடுவீர்கள்.

ஓர் உதாரணம் சொல்கிறேன். எந்தத் தலைமுறை இளைஞனாக இருந்தாலும் அவன் எதிர்கொள்ளும் மிகப்பெரிய கடினம் என்னவென்றால், அதுவரை சில முறை மட்டுமே சந்தித்த அல்லது அதற்கு முன்னர் சந்தித்ததே இராத சொந்தக்காரர்கள் மற்றும் குடும்ப நண்பர்களிடம் எப்படிப் பேசுவது என்ன பேசுவது என்கிற தயக்கம் இல்லாத ஒருவரைக் காணவே முடியாது. அவர்கள் ஒருவேளை நம் வீட்டிற்கு வந்தால், “வாங்க வாங்க” என்பதோடு முடிந்துவிடும் நம் வார்த்தைகள். அதற்கு மேல் எதிராக வார்த்தைகள் வராதென்றால், வந்தவர் மாமாவா இல்லை சித்தப்பாவா இல்லை அண்ணனா என்று எந்த முறையும் தெரியாமல் நாம் ஆயிரம் முறை விழிபிதுங்கி இருப்போம்.

சங்கரனுக்கு அந்தப் பிரச்சினைகள் இருந்ததாய் நான் அறிந்ததே இல்லை. உணர்ந்ததே இல்லை. அவர்கள் எந்த உறவுமுறையாயினும் சரி அவர்களிடம் பேசுவதற்கு அவனுக்கு விஷயம் இருந்தது.

“நீங்க கல்யாணி ஜுவல்லரஸுலயா வேலை பார்த்தீங்க? எங்க பெரியப்பா கூட நகைக்கடைதான் வச்சிருந்தார்...”

“இப்போ அந்தக் கடை இல்ல... ஏதோ சொத்துப் பஞ்சாயத்துல கடையை மூடி ஏழெட்டு வருஷமாச்சு...”

“ஆமா இந்த நகையை விக்கிறப்போ கல்லு கணக்குல சேர்க்கிறது இல்ல.. சேதாரம் எல்லாம் அதிகமா இருக்கும்... நீங்க எப்படிச் பண்ணுவீங்க?”

“ஓ 12 பர்சன்ட்டா? அன்னைக்கெல்லாம் கண்ணம்மா கடைக்குப் போனப்போ 20% கேட்டான். போடா மயிருன்னு நான் சின்னவர் கடைக்குப் போயிட்டேன்... அங்க நியாயமா இருந்தது...”

“நீங்க ஏன் தனியா கடை வைக்கல? எப்பவுமே மவுசு குறையாத யாவாரம் இது...”

இப்படியாக அரை மணி நேரம் அந்த 60 வயது மனிதரோடு அவன் உரையாடிக்கொண்டிருந்தான். அவர் முகம் முழுக்க ஆயிரம் வாட்ஸ் வெளிச்சம். கடந்த நாற்பது வருடங்களாக அவரிடம் யாருமே பேசியதில்லை போன்ற முகபாவனைகள் அவர் காட்டினார். சில விஷயங்களை அவன் காதில் மட்டுமே கேட்குமாறு ரகசியமாகச் சொல்லி விட்டு, அதன் பின் வெடிச்சிரிப்பு சிரித்தார். அவரோடு வந்திருந்த அவரின் மனைவி மற்றும் மகள், தன் தந்தை இத்தனை பலமாகச் சிரிப்பார் என்பதை முதன்முறையாக அறிந்ததைப்போன்ற ஒரு ரியாக்ஷன் கொடுத்ததை உணரமுடிந்தது. அதுதான் உண்மையாகவும் இருக்கமுடியும்.

சங்கரன் வெறுக்கும் மிக முக்கியமான விஷயங்களில் ஒன்று நகை. தன் அம்மாவின் கழுத்தில் அவரது திருமணத்தின் போது இரண்டு பவுன் நகை குறைவாக இருந்த காரணத்தால், அவரின் மாமியார் இறக்கும்வரை அதைக் குத்திக்காட்டி அழ வைத்ததன் காரணத்தால் சங்கரனுக்கு நகைகள் மேலே பெரும் வெறுப்பு உண்டு. நகைக்கடைக்குள்ளேயே அவன் செல்லமாட்டான் என்பதும் எனக்குத் தெரியும். அந்த சங்கரன் தான் அரை மணி நேரம் தொடர்ந்து நகைகளைப் பற்றியும், நகைக்கடைகளைப் பற்றியும் பேசிக்கொண்டிருந்தான். அதுவும்

யாரென்றே தெரியாத ஒருவரிடம். அவர் தன் வாழ்நாளில் இந்த அரை மணி நேரங்களை மறக்கமாட்டார். அவரையும் ஒரு மனிதனாக மதித்து நகைகளைப்பற்றிப் பேசிய ஒருவனை எப்படி மறக்க இயலும்? அதுதான் சங்கரன். அப்படித்தான் சங்கரன்.

சரி எதற்கு இத்தனை பீடிகை? கதை விஜியிலிருந்து அல்லவா தொடங்கியது? எப்படி சங்கரனை வந்தடைந்தது? நான் சென்னை வந்ததும் அவனிடம் அதுவாகவே நகர்ந்துவிட்டது. படுபாவி இப்படித்தான் ஒவ்வொரு முறையும் என் கதைகளின் நாயகனாக அவன் மாறிவிடுகிறான். அன்று நான் ஹைதராபாத் செல்ல வேண்டியிருந்தது. திருத்தணி வழியாகச் செல்லும் பேருந்து ஒன்பது மணிக்குதான் புறப்படும். நீங்கள் உலகில் யாருடனேனும் ஆல்கஹால் அருந்த விரும்பினால் அது சங்கரனுடனாக இருக்கட்டும் என்றுதான் நான் சொல்வேன். அதனால் அன்று அவனுடனே பருகினேன்.

மிகச் சரியாக எட்டரைக்கு நாங்கள் சரக்கடித்துவிட்டு, சாப்பிட்டு விட்டு, பேருந்து நிலையத்திற்குள் நுழைகையில் விஜி அழைத்தாள். எடுத்து நான் ஹலோ சொல்லியதும் என் முகத்தில் படர்ந்த வெளிச்சத்தை அவன் கவனித்துவிட்டான். முதல் ஐந்து நிமிடங்கள் பேசும்போதே சங்கரனுடன் நான் இருப்பதையும், சங்கரன் எனக்கு எவ்வளவு சிறந்த நண்பன் என்பதையும் அவளிடம் ஒப்புவித்தேன். அந்த அழைப்பு வந்த ஐந்தாவது நிமிடம், இருபத்தி ஏழாவது நொடியில் என் நாக்கில் ஒரு சனியன் வந்து குடியேறியிருந்தான். அந்த சனியன், "சங்கரன்கிட்ட பேசுறியா?" என்ற கேள்வியை விஜியிடம் கேட்க வைத்தான். அதே சனியன் அதே நேரத்தில் அவளுக்கு நாக்கு சுக்கிரனாக மாறி, "சரி பேசுறேன்" என்று சொல்ல வைத்தான். நான் என் அலைபேசியை சங்கரனிடம் கொடுத்தேன்.

பேருந்து இருபது நிமிடம் தாமதமாகக் கிளம்பியது. நான் ஏறி சீட்டில் அமரும் வரை சங்கரன் விஜியிடம் பேசிக்கொண்டிருந்தான். என்னிடம் அவன் போனைக் கொடுத்து விட்டு, பார்த்துப் போயிட்டு வாடா எல்லாம்

சொல்லிவிட்டு நகர்ந்ததும், நான் விஜியிடம், "எப்படி நம்ம பையன்? செமையா பேசுறான்ல?" என்று கேட்ட கேள்விக்கு அவள் பதிலேதும் கூறாமல், "டாகடர் கூப்பிடுறாரு... நான் வேலையை முடிச்சிட்டு அப்புறம் கூப்பிடவா?" என்று கேட்டு விட்டு, என் பதிலுக்குக் கூட காத்திராமல் போனை கட் செய்துவிட்டுப் போய்விட்டாள்.

அரை மணி நேரம் பொறுத்து "என்னடா இன்னும் ஆளைக் காணோம் என்று யோசித்தவாறே அவளை மறுபடி அழைத்தேன். "தாங்கள் தொடர்புகொள்ளும் வாடிக்கையாளர் இன்னொருவருடன் தொடர்பில் இருக்கின்றார்" என்கிற குரல் கேட்க, நான் உடனே "பேசி முடிச்சிட்டு கூப்டு விஜி" என்று ஒரு எஸ்.எம்.எஸ். அனுப்பிவிட்டு அப்படியே அந்த செமி-ஸ்லீப்பரில் சாய்ந்து கண்கள் மூடினேன். சடாரென கண்களை நான் திறந்தபொழுது ஒரு மணி நேரத்திற்கும் மேலாகி இருந்தது. கை அனிச்சையாக மொபைலை எடுத்துப் பார்த்தது. விஜியிடமிருந்து குறுஞ்செய்தியோ அல்லது மிஸ்ட்காலோ இருக்குமென்று எதிர்பார்த்தேன் இல்லை. மீண்டும் நானே அவளை அழைத்தேன். இப்பொழுதும் அதே குரல், "வேறொருவருடன் தொடர்பில் இருக்கிறார்" என்று கூற "என்னடா இது!!" என்கிற யோசனையோடு இன்னொரு எஸ்.எம்.எஸ்ஸைத் தட்டிவிட்டு மீண்டும் கண்கள் மூடினேன்.

அந்த ஹோட்டலில் சாப்பிட பேருந்து நின்றபோது மணி கிட்டத்தட்ட 12 ஆகியிருந்தது. யாரும் எழுப்பாமலேயே தூக்கம் கலைந்தது. இறங்கி மெல்ல நடந்து சுற்றும் முற்றும் நோட்டம் விட்டுக்கொண்டே கண்களைச் சற்று அகலமாக விரித்துப் பார்த்து, கழிவறை என்று எழுதியிருந்த பலகையை நோக்கி நடந்து, இரண்டு ரூபாய் கொடுத்து எல்லாம் முடித்து விட்டு வெளியில் வந்த போது, தூக்கம் சுத்தமாகக் கலைந்திருந்தது. மீண்டும் விஜியை அழைத்தேன். "நீங்கள் அழைக்கும் நபர்..." என்று குரல் தொடங்கியதுமே அழைப்பைத் துண்டித்தேன். அடுத்த நொடியே சங்கரனுக்கு அழைத்தேன்.

"நீங்கள் அழைக்கும் நபர்..." என்று அவனுக்கும் தொடங்க, சற்றே

என் தலை சுற்றியது. வேண்டுமென்றே மீண்டும் அழைத்தேன். அதே பதிவு செய்யப்பட்ட குரல். முழுதாய் அது சொல்லி முடிக்கும் வரை காத்திருந்தேன். மீண்டுமழைத்தேன். சரியாக பத்தாவது நொடியில் அவன் என் அழைப்பை ஏற்றான்.

“டேய் நீங்கள் தொடர்புகொள்ளும் நபர் வேறொருவருடன் தொடர்பில் இருக்கிறார்.” அப்படினு விஜிக்கு நான் கால் பண்ணப்போ சொன்னதுமே நான் உஷார் ஆயிருக்கணும்டா... அவ உன்கூடதான் தொடர்புல இருக்கான்னு... ஓத்தா நீ தானா இந்நேரம் வரை பேசிட்டிருந்த?” என சத்தமாகவே நான் கேட்க, அங்கே எதிர் தரப்பில் அவன் சிரிக்க ஆரம்பித்திருந்தான்.

“நண்பா சொல்றதைக் கேளு நண்பா... அவதான் நண்பா முக்கியமா பேசணும்னு...’

“என்னது அவளா? என் பக்கத்துல நின்னு பேசுறவரைக்கும் அவங்க, இவங்கன்னு சொல்லிதானடா கூப்டுட்டு இருந்த... எப்படா அவ ஆனா?”

“கதிரு ரொம்ப சாதாரணமா பேசிட்டிருந்தோம்டா... அவங்க அம்மாவுக்கு கொஞ்சம் உடம்பு சரியில்ல. வயசாகுறதால மென்சஸ் பிரச்சினை. அதான் எனக்குத் தெரிஞ்சதைச் சொல்லிட்டிருந்தேன்... வேற ஒண்ணுமில்ல...”

“என்னது அவங்க ஆத்தாளுக்கு மென்சஸ் பிராப்லமா? அடேய் விஜி அவளுக்கு எப்போ மென்சஸ் வரும்னு கூட என்கிட்டே சொன்னதில்லடா... நீ அவ அம்மா வரைக்கும் போய்ட்ட...” என்று கத்திய போது நிஜமாகவே விஜி என் கையை விட்டுப்போய் விட்டதை உணர முடிந்தது. அன்று தான் அவளோடு நான் இறுதியாகப் பேசியது. அதன் பின், அவளிடம் இருந்து இரண்டொரு முறை அழைப்பு வந்தது. அதை எடுக்கவில்லை. ஒரு முறை சங்கரனிடம் பேசிக்கொண்டிருந்தபோது அவன் வலுக்கட்டாயமாக கான்பரன்ஸ் கால் அழைக்க முயற்சி செய்தான். நான் என் அழைப்பைத் துண்டித்துவிட்டேன்.

இரண்டு வருடங்களுக்குப் பிறகு ஒரு மழை நாளில் நானும்

சங்கரனும் அவன் அறையில் அமர்ந்து ஓல்ட் மாங்க்கை ருசித்துக்கொண்டிருந்த பொழுது விஜி அவனை அழைத்தாள். போனையும் என்னையும் அவன் மாறி மாறி பார்த்தான். எடுத்துப் பேசுடா வெண்ணெய் என்று நான் கூற, அவன் "நண்பா அஞ்சே நிமிஷம்டா..." என்று சொல்லிவிட்டு நகர்ந்தவன் அரை மணி நேரம் கழித்து என்னருகில் வந்து, இன்னும் அஞ்சே நிமிஷம்டா என்று விட்டுச் சென்றபோது நான் அப்படியே தூங்கிப் போயிருந்தேன்.

12

இந்தியாவின் மழைக்காலம் கொஞ்சம் விசித்திரமானது. புதூரில் 1990-களில் எல்லாம் வருடா வருடம் இரண்டு மாதங்களேனும் மிக நன்றாக மழை பெய்யும். நன்றாக என்றால் பள்ளிகளுக்கு விடுமுறை விடும் அளவிற்கு மழை பெய்யும். அப்படித்தான் மூன்றாம் வகுப்பு நான் படிக்கையில் ஐந்து நாட்கள் விடாது மழை பெய்தது. சூரியனையே நாங்கள் அந்த ஐந்து நாட்களும் பார்க்கவில்லை. மழை நின்றாலும் கூட வாசலில் கால் வைக்க இயலாது. காரணம் சேறும் சகதியுமாக இருந்தது. தெருவுக்குத் தெரு சிமெண்ட் ரோடெல்லாம் இப்போது தான். அப்போதெல்லாம் சிறு மழைக்கே மண்புழுக்கள் ஊரெங்கும் நிறைந்து இருக்கும். தேங்கி நிற்கும் நீரில் எல்லாம் மண்புழுக்கள் சுண்டுவிரல் நீளத்தில் இருந்து, அரையடி ஸ்கேல் நீளத்திற்கு நீந்திக்கொண்டிருக்கும். என்னதான் பாம்பு

வடிவத்தில் அது நெளிந்தாலும் கூட, பாம்பு என்றால் வரும் பயம் மண் புழுவை நோக்கி வந்ததே இல்லை.

இன்னொரு பெரிய பிரச்சினை ரயில் பூச்சிகள். எங்கு தான் இருக்குமென்று தெரியாது. மழைக்காலத்தில் வீட்டின் சுவரெல்லாம் ஊர்ந்துகொண்டு திரியும். சற்றே அலர்ஜி என்றாலும் கூட அதைப் பெரிதாகக் கண்டுகொண்டதில்லை நான். அந்த ஐந்து நாள் மழையின் மூன்றாவது நாளில், மிகச் சரியாக சாயங்காலம் நாலரைக்கு மழை வலுத்தது. அதற்கு முந்தைய நாட்களில் அப்படி இருக்கவில்லை. இப்போது பிரச்சினை என்னவென்றால் நாலரை என்பது நாங்கள் தேநீர் அருந்தும் நேரம். அப்போதெல்லாம் வீட்டில் பால் வாங்கிக் காய்ச்சும் பழக்கம் இருந்ததில்லை. தூக்குவாளி கொண்டு போய், பொன்னுசாமி அண்ணன் கடையிலோ அல்லது கோமதி அண்ணன் கடையிலோதான் வாங்கிக் கொண்டு வருவோம்.

அடித்துப் பெய்து கொண்டிருந்தது மழை. நான் அம்மாவிடம் மெதுவாகச் சென்று “அம்மாடீ” என பாவமாக முகத்தை வைத்துக் கொண்டு கேட்க, அவர் என் தந்தையைப் பார்க்க, இன்று டீ கிடைக்காது என்று முடிவுக்கே வந்துவிட்டேன். அதற்கு முதல் காரணம் வேகமான மழை. இரண்டாவது காரணம் வீட்டில் குடை கிடையாது. அம்மா, அப்பாவிடம் சென்று சின்னதாய் ஒரு வாக்குவாதம் செய்தார். “யாராவது கடைக்குப் போனா வாங்கிட்டு வரச் சொல்லலாம்” என அப்பா சொன்னதைப் புறந்தள்ளி, என்னை அழைத்து, கையில் தூக்குவாளியைக் கொடுத்து, வீட்டில் இருந்த முறத்தை இன்னொரு கையில் கொடுத்தார். ஆலை இல்லாத ஊரில் இலுப்பைப்பூ சர்க்கரையா என்பதெல்லாம் எனக்குத் தெரியாது. எங்கள் ஊரில் சர்க்கரை தாராளமாகக் கிடைத்ததும் அதற்கு ஒரு காரணம். ஆனால், குடை இல்லாத வீட்டில் முறம்தான் குடை என்பது அன்று விளங்கியது.

சாலையெங்கும் கிட்டடத்தட்ட வெள்ளம் ஓடிக்கொண்டிருந்தது. முழங்கால் வரை இருந்த தண்ணீரில் மிதந்துகொண்டே சென்று, ஒரு கையில் தூக்குவாளி, மறுகையில் முறம் என

அப்படியே சென்று கோமதி அண்ணன் கடையில் மூணு டீ என்று நின்றேன். அந்த மழையிலும் கடையில் ஐந்தாறு பேர் நின்று தேநீர் பருகிக்கொண்டிருந்தார்கள். மூன்று நாள் மழை அவர்களை மனஅழுத்தத்திற்குத் தள்ளியிருக்கக்கூடும். அதை விட முக்கியமாய் நாலரை மணி அலாரம் அடித்திருக்கும். நனைந்துகொண்டேகூட அவர்கள் வந்திருக்கலாம்.

"அட இதெல்லாம் மழைக்குக் கொண்டு வந்து பாத்துப் பல வருஷமாச்சி.." என என் கையிலிருந்த முறத்தைத் தொட்டவாறு ஒருவர் தனது பால்ய நினைவில் மூழ்க, தேநீர் தயாரிப்பில் மும்முரமாய் இருந்த குருசாமி அண்ணன் "எங்க காலத்துல எல்லாம் இந்த சொளகுதான் தம்பி குடை" என்று அவரின் நினைவுகளைக் கிளறினார். உண்மையில் இந்த முறத்தைத் தலைக்கு வைத்துக் கொண்டு போ என்று அம்மா சொன்ன போது, "போம்மா எல்லாரும் கேலி பண்ணுவாங்க" என்று நான் சிணுங்கினேன். ஆனால், இங்கே வந்தால் எல்லாரும் தங்கள் பால்யத்துக்கு சென்று விட்டார்கள். மனிதமனம்தான் எத்தனை ஆச்சர்யமானது.

அந்த ஐந்து நாள் மழைக்குப் பிறகு நாங்கள் வெளியில் வந்தால் எங்கு நோக்கினும் தண்ணீர்தான் தெரிந்தது. எங்கள் ஊர் கண்மாய் சற்றுப் பெரியதுதான். ஆனால், இரண்டு மூன்று பிரிவாய் இருக்கும். காரணம் இடையில் இருக்கும் கருவேலமரங்கள். அதை உத்தேசித்து கரைகளும் எழுப்பப்பட்டிருக்கும். ஆனால், ஆறாம் நாளில் நாங்கள் அந்தப் பக்கம் சென்றபோது கறைகளே அங்கு இல்லை. எங்கு நோக்கினும் தண்ணீர். பெரிய கண்மாய் எது, வேலப்பநாயக்கர் கண்மாய் எது, தீப்பெட்டி ஆபிஸ் பக்கத்து கண்மாய் எது என்று எந்த வித்தியாசமும் இல்லாமல் முழுக்க முழுக்க நீர் நிறைந்திருந்தது. கருவேலமரம் அத்தனையும் தண்ணீரில் மூழ்கி, பெரிய கண்மாய் அருகில் இருக்கும் அந்த கனத்த பெருத்த ஆலமரம் கூட இங்கிருந்தே கண்களுக்குத் தெரிந்தது. குறிப்பாய் எந்த மழை வந்தாலும் மூழ்காத வேலப்பநாயக்கர் கண்மாயின் நடுவே இருக்கும் அளவுக்கல் கண்ணுக்கே தெரியவில்லை. அதுவரை வாழ்வில் கடல் பார்த்திராத என்னை நோக்கி, அந்த

மெல்லிய காற்றில் கண்மாய் தண்ணீர் சிறு சிறு அலைகளாகக் கூடி வந்து கொண்டிருந்ததைப் பார்த்தேன்.

2001-ல் நான் டிவிஎஸ் சக்ரா டயர் நிறுவனத்தில் அப்ரன்டிசாக வேலை பார்த்துக் கொண்டிருந்தேன். அந்த வெள்ளிக்கிழமையில் வெளியான சிட்டிசன் படத்தின் எதிர்பார்ப்பு இருந்தது. அஜித் சில பல மாறுவேடங்களில் நடித்திருந்தார் என்று வந்த செய்திகள் அதை இன்னும் சுவாரஸ்யமாக்கியது. காலையில் வேலைக்குச் செல்வதா இல்லை படத்திற்குச் செல்வதா என்கிற பெரும் போராட்டத்தில் இறுதியில் படமே வென்றது. ஒரு தமிழனின் போராட்டத்தில் இதுதானே இறுதியில் நடக்கும்?

மதுரை அண்ணாமலை தியேட்டர் சவுண்ட் சிஸ்டம் மதுரையில் சிறந்த தியேட்டர்களில் ஒன்றாக மாற்றியிருந்தது. அதனாலேயே அங்கே சிட்டிசன் பார்ப்பது என்று முடிவெடுத்தேன். பத்தரை மணிக் காட்சிக்குக் குறைந்தது எட்டு மணிக்கேனும் கவுன்டர் அருகில் நிற்க வேண்டும். அப்பொழுதுதான் 20 ரூபாய் டிக்கட் குறைந்தது 50 ரூபாய்க்காவது கிடைக்கும் என்றெல்லாம் திட்டமிட்டு, பேருந்து ஏறிச்செல்வதற்குள் மணி எட்டரை தாண்டி இருந்தது. சுமாரான கூட்டம் இருந்தது. திரையரங்குக்குள் இருந்து சத்தம் வர, அப்போதுதான் புரிந்தது அதிகாலையிலேயே ரசிகர் ஷோ ஆரம்பித்து விட்டது என்று.

எட்டே முக்காலுக்கு மெயின் கேட் திறக்கப்பட, "ஆஸ்கர் நாயகன் அஜித் வாழ்க" என்று கத்தியவாறு முழு போதையில் நான்கைந்து பேர் மொத்தக் கூட்டத்தையும் தள்ளிக்கொண்டு வரும் காட்சியே படத்தின் மீதான நம்பிக்கையை அதிகரித்தது. இத்தனை உற்சாகமாக ரசிகர்கள் வெளியில் வருகிறார்கள் என்றால் படத்தின் க்ளைமாக்ஸ் அதிரிபுதிரியாக இருந்திருக்க வேண்டும் என்றெல்லாம் மனக்கணக்குப் போட்டுக் கொண்டு, 20 ரூபாய் கவுன்டரை இன்னும் ஒட்டி நின்றேன். இந்த மொத்தக் கூட்டமும் நகர்ந்து முடிக்க பத்து நிமிடங்களாயின. எந்த நேரத்திலும் கவுன்டர் திறக்கப்படும் என்பதை உணர்ந்து இன்னும் நெருங்கி நின்றேன். எனக்கு முன்னர் ஒட்டி ஒட்டி ஐந்து பேர் நின்றிருந்தார்கள்.

கவுன்டர் பாதை மிகக் குறுகலாக இருக்கும். கவுன்டரை மூடியிருக்கும் அந்த இரும்புக்கதவில் காதை வைத்து கேட்டால், உள்ளே யாராவது நடந்து வரும் போது நன்றாகவே சத்தம் கேட்கும். காலம் காலமாக மதுரையில் டிக்கட் கவுன்டர் வரிசையில் நின்ற ஆட்களுக்கு இதெல்லாம் அத்துப்படி. ஆனால், இன்று வரிசையில் கதவுக்கு அருகில் இருந்தவன் தேமேயென்று நின்றிருந்தான். அவனைப் பார்த்தாலே கடுப்பானது. இதை யோசித்துக்கொண்டிருந்த அந்த நொடியில் சடாரென கவுன்டர் கதவு திறக்கப்பட்டது. அந்நேரம் வரை பத்துப் பேர் மட்டுமே அங்கே நெருக்கமாக நின்றுகொண்டிருந்தோம். ஆனால், திறந்த அடுத்த நொடி அங்கே நூறு பேர் இருந்தார்கள். யார் எங்கே நின்றிருந்தோம் என்பதெல்லாம் மறந்துபோய், எல்லாரும் முண்டியடிக்க ஆரம்பிக்க, அங்கே ஒரு சிறு சலசலப்பு உண்டானது.

நான் முன்னாடியும் இல்லாமல் பின்னாடியும் இல்லாமல் நின்றதால் என்னால் கவுன்டரை நோக்கி நகரவும் முடியவில்லை, பின்னால் விலகியும் வர இயலவில்லை. ஆனால், மேலும் மேலும் வெளியிலிருந்து ஆட்கள் முன்னாள் இருந்தவர்களை உள்ளே தள்ள முயற்சி செய்தார்கள். ரெட்டையாய் இருந்த வரிசை ஐந்தானது. நான் உள்ளே நுழைந்துவிடலாம் என எண்ணி ஒரே ஒருவரைத் தள்ளி காலை முன்னெடுத்து வைத்தபோது அந்த ஐவர் கூட்டத்தில் மாட்டிக்கொண்டேன். 45 கிலோ எடையுள்ள ஒருவன், நல்ல வாட்டசாட்டமான ஐவர் சூழ்ந்து நிற்கும் கூட்டத்தில் மாட்டிக்கொண்டால் எப்படி இருக்கும் என்று சற்றே கற்பனை செய்து பாருங்கள். அவர்கள் உள்ளே செல்ல முயற்சி செய்ய, நான் இடையில் மாட்டிக்கொள்ள, ஒரு நொடியில் அவர்களின் மொத்த எடையும் என் மேல் இருந்தது. அடுத்த நொடியே என் மூச்சுக்குழாய் அடைபட்டது. உடனே என் வாய் தன்னிச்சையாக, “அண்ணே மூச்சுமுட்டு துண்ணே… அண்ணே கொஞ்சம் கேப் விடுங்கண்ணே…” என என்னையுமறியாமல் கத்தத் தொடங்க, கண்கள் மெல்ல இருட்டத் தொடங்கியது. எந்த நொடியில் யார் நகர்ந்தார், யார் விலகினார் என்பதெல்லாம் இன்றுவரை எனக்குத் தெரியாது.

ஆனால், நான் கண்களைத் திறக்கும் போது என் மூச்சு சீராகி இருந்தது. நான் தியேட்டர் கவுன்டருக்குள் இருந்தேன்.

ஏற்கனவே கிட்டத்தட்ட உயிரைக் கொடுத்துவிட்டோம். மறத்தமிழனாக "போற உசுரு சினிமா பார்க்க டிக்கட் எடுத்துப் போனதா இருக்கட்டும்டா…" என்றொரு சங்கல்பம் எடுக்க 20 ரூபாய் டிக்கட்டை அறுபது ரூபாய் கொடுத்துக் கவுன்டரில் வாங்கி அந்தக் குளிர்சாதனம் செய்யப்பட்ட அண்ணாமலை திரையரங்கின் நல்ல நாற்காலியில் அமர்ந்தேன். படம் முடிந்து வெளியில் வந்த போது இப்போதும் நான்கு பேர் "ஆஸ்கர் நாயகன் அஜித் வாழ்க" என்று கூவிக்கொண்டு தான் போனார்கள். இந்த முறை அவர்களைப் பார்க்கப் பரிதாபமாக இருந்தது. ஆனால், அதை வெளிப்படுத்த எல்லாம் நேரமில்லாமல் என் மனதில் ஒரே ஒரு காட்சி மட்டும் ஓடிக்கொண்டிருந்தது.

அது அப்பா அஜித், தன் கிராமத்தினரோடு மாவட்ட ஆட்சித்தலைவர் அலுவலகத்தின் முன் நியாயம் கேட்டுச் செல்லும் காட்சி. அந்தக் காட்சி முழுக்க மழை பெய்யும். அப்போது அஜித்தோடு அமர்ந்திருக்கும் கிராமத்தார் மழையில் நனையாமல் இருக்க, தங்கள் கைகளில் முறத்தைப் பிடித்திருப்பார்கள். அந்தக் காட்சியைக் கண்டதுமே நான் என் பால்யத்துக்குச் சென்றுவிட்டேன். கோமதியா பிள்ளை டீக்கடையும், அந்த மழை நாளும் எனக்குள் நிற்காமல் பெய்யத் தொடங்கியது. அதன்பின் அந்தப் படத்தின் பாடல் காட்சி தொலைக்காட்சியில் வந்தாலும் நான் ஒன்று சேனல் மாற்றி விடுவேன் அல்லது அவ்விடத்தை விட்டு நகர்ந்துவிடுவேன்.

13

கோமதியா பிள்ளை டீக்கடை மட்டும் வைத்திருக்கவில்லை. சின்னதாய் ஹோட்டலும் வைத்திருந்தார். காலையில் இட்லி, பூரி, பொங்கல், தோசையும், மதியம் சைவ, அசைவச் சாப்பாடும், இரவில் புரோட்டாவும் அங்கே பிரபலம். எப்போதும் கூட்டம் இருக்கும் கடைகளில் ஒன்று. கோமதியா பிள்ளையின் மனைவி செந்தூரம் அவ்வப்போது கல்லாவில் அமர்ந்திருப்பார். எங்கள் வீட்டிற்குப் பக்கத்துத் தெருதான் என்பதால் நாங்கள் எல்லாருமே அவருக்குப் பரிச்சயம். எப்போது புரோட்டா சாப்பிடச் சென்றாலும் ஒரு புன்னகையும் இலவசமாகக் கிடைக்கும்.

நான் பிறந்ததில் இருந்தே முனியசாமி அண்ணன் கோமதியா பிள்ளை ஓட்டலில் வேலைபார்த்துக்கொண்டிருந்தார். அவருக்கு ஒரு கால் சற்றே ஊனமாக இருக்கும். ஆனாலும், ஓடி ஆடி வேலை செய்வார். வேலையில் எந்தக் குறையும் இருக்காது. டேபிளைத் துடைக்கும்போது மட்டும்

கொஞ்சம் எட்டித் துடைக்கையில், வழக்கத்தை விட அதிகமாகக் கால்களை ஊன்ற வேண்டி இருப்பதால் இன்னொரு காலை முழுவதுமாக நீட்டுவார். அது அந்தச் சின்ன ஓட்டலில் பலருக்கும் போக வர இடைஞ்சலாக இருக்கும். இதைப்பற்றி பால்காரர் ராஜபாண்டி டீ மாஸ்டர் குருசாமியிடம் குறை சொன்னதை என் காதால் கேட்டிருக்கிறேன். ஆனால், ஒரு கால் ஊனமாக இருந்தும் தன்னம்பிக்கையோடு வேலை செய்யும் ஒருவரைப் பற்றி எப்படித் தான் புறணி பேச மனசு வருகிறதோ என்று அப்போதே சிந்திக்கவும் செய்தேன். ஆனாலும் கூட அந்தப் புறணி பேசிய சம்பவத்திற்குப் பிறகு தான் அவரது ஊனத்தை நான் உற்றுக் கவனிக்கவே தொடங்கினேன். மகத்தான சல்லிப்பயலிடம் வேறென்ன எதிர்பார்க்க முடியும்?

முருகேசன் கோமதியாபிள்ளை கடையில் புதிதாக வேலைக்குச் சேர்ந்தார். சற்றே குண்டாக, குள்ளமாக, ஒரு ஓட்டலில் வேலை செய்யும் உருவம் கொண்டவராய் இருந்தார். எங்கள் குடும்பம் கொஞ்சம் பரிச்சயம் என்பதால் நான் கடைக்கு வரும்போதெல்லாம் என் கன்னத்தை மெல்லக் கிள்ளி, ஆனால் வலிக்கும்படி கிள்ளுவதைப் போன்ற சத்தத்தை நாக்கால் எழுப்புவார். அதனாலேயே அவர் என்னைப் பார்க்கும் போதெல்லாம் சிரித்து வைப்பேன்.

கோமதியாபிள்ளை கடையின் அமைப்பு உங்களுக்குக் கொஞ்சம் புரிய வேண்டும். முதலில் டீ போடும் இடம். அங்கே ஒரு பாய்லர், பால் கொதிக்கும் பாத்திரம் என அது ஒரு தனி அமைப்பு. அதற்குப் பின்புறமாக வலதுபக்கம் சற்றே ஒதுங்கிச் செந்தூரம் அக்கா அமர்ந்திருக்கும் கல்லாப்பெட்டி. கல்லாப்பெட்டி என்றால் அது பெரிய மேசை அமைப்பில் இருக்கும். அதில் ஒரு பக்கத்தில் இருப்பது பணம் வைக்கும் டிராயர். அதற்கு நேராக செந்தூரம் அக்கா அமரும் நாற்காலி. மேசையின் கீழே கரிமூட்டைகள் நிறைய அடுக்கப்பட்டிருக்கும். அதுதான் எரிபொருள். அதைத் தொடர்ந்து ஓட்டலுக்குள் நுழையும் வாசல்.

சம்பவங்கள் நிறைந்த அந்த நாளில் சாயங்காலம் ஆறு மணி

அளவில் நான் புரோட்டா சாப்பிடச் சென்றிருந்தேன். அது ஒரு செவ்வாய்க்கிழமை. வழக்கமாய் கடையில் சென்று சாப்பிட வெள்ளிக்கிழமைதான் எனக்குக் காசு தருவார்கள். ஒரு புரோட்டா ஒன்னே கால் ரூபாய். எனக்கு ஒன்றரை ரூபாய் கிடைக்கும். மீதி மறுநாள் காலை பள்ளியில் தின்பண்டம் வாங்கித் தின்ன உபயோகப்படும். ஆனால், அன்று காலை என் அப்பா மச்சி வீட்டில் கொண்டு போய் விபூதி நிரம்பிய சீலப்பையை வைத்துவிட்டு வரச்சொல்ல, விபூதிப்பையைக் கையில் ஏந்திக்கொண்டு போன போது அதில் உள்ளே எதுவோ நெருட, மச்சி வீட்டுக்குள் வைத்து அதைப் பிரித்துப் பார்த்தால், விபூதி மண்டலத்திற்கு இடையில் நான்கைந்து ஒரு ரூபாய் நாணயங்கள் தென்பட்டன. மொத்தமாய் எடுத்தால் அது தகராறு; ரெண்டே நாணயங்களை மட்டும் எடுத்தால் அது வரலாறு என்பதை உடனே கண்டுக்கொண்டேன். அந்த இரண்டு ஒரு ரூபாய் நாணயங்களே இப்போது புரோட்டாவாக வந்து நிற்கிறது. சொந்த வீட்டில் எடுப்பது திருட்டாகாது என்று யாரோ எப்போதோ சொன்னது எனக்கு நன்றாக நினைவில் இருந்தது.

கடைக்குள் செல்லும்போதே தெரிந்தவர்கள் யாரும் இருக்கக்கூடாது என்கிற பதட்டம் இருந்தது என்றாலும், ஆறு மணிக்கெல்லாம் ஓட்டலில் சாப்பிட வருமளவு யாரும் நம் சொந்தத்தில் இல்லை என்கிற தைரியம் எனக்கு நிரம்பவே இருந்தது. ஆனால், செந்தூரம் அக்காவோ முனியசாமி அண்ணனோ இல்லை புதியதாய் வந்திருக்கும் முருகேசன் அண்ணனோ “என்னப்பா இன்னைக்கு வந்துட்ட” என்று ஞாபகம் வைத்துக் கேட்டால் என்ன செய்வது என்றுதான் எனக்குப் புரியாமல் இருந்தது.

ஆனால், அதற்கான அவசியம் எதுவும் எழாமல், நான் உள்ளே நுழைந்து, “அண்ணே ஒரு பரோட்டா” என்று கூறிய சில நொடிகளில், “இப்பதான் நாலஞ்சி நிமிஷம் முன்னாடி ஒரு நூறு ரூபா தாளு உள்ள போட்டேன் குருசாமி... இப்ப காணோம்...” என்கிற செந்தூரம் அக்காவின் குரல் பலமாக ஒலித்தது.

டீ குடித்துக்கொண்டிருந்த நான்கைந்து பேர் சற்றே கல்லா அருகில் வந்து “என்னாச்சிக்கா…” என விசாரிக்கத் தொடங்க, உள்ளே சாப்பிட்டுக்கொண்டிருந்த நாங்கள் மெல்லக் கழுத்தை நீட்டி எட்டிப் பார்த்தோம். சின்னதாய் ஒரு பரபரப்பு அவ்விடத்தில் தோன்றியிருந்தது. செந்தூரம் அக்காவின் உருவம் மெலிதாய் இருந்தாலும் கூட குரல் சற்றே பெரியது. உள்ளே பரிமாறிக்கொண்டிருந்த முனியசாமி அண்ணன், சமையலறையில் இருந்த முருகேசன் அண்ணன் ஆகிய எல்லாரும் கல்லாப்பெட்டி அருகே குழுமினர். யாரும் வந்து விடும் முன் சாப்பிட்டு விட்டுக் கிளம்பி விட வேண்டும் என்கிற முன்னெடுப்பில் இருந்த நான், அதையெல்லாம் மறந்து விட்டு என் மொத்த கவனத்தையும் நடந்துகொண்டிருக்கும் சம்பவங்களில் செலுத்த ஆரம்பித்தேன்.

“யாரும் இப்போதைக்கு இங்க வரவே இல்லையே… நீங்க தான் அக்கா உக்காந்திருக்கீங்க? கீழ எதுவும் விழுந்திச்சா? காத்தும் பலமா அடிக்கல பறந்து போக… நல்லா ஞாபகம் இருக்கா நூறு ரூபாய் வாங்கிப்போட்டது? வேற நூறு ரூபாய் இல்லையா? கல்லாப் பெட்டியை முழுசா வெளியே எடுத்துப் பாருங்க…” என்று பல அறிவுரைகள், கேள்விகள் எல்லாம் கலவையாகக் காதில் விழுந்தன.

நான் அந்த ஒரு புரோட்டாவை சாப்பிட்டு முடித்திருந்தேன். எழுந்து பரபரவென கைகள் கழுவி விட்டு வெளியில் நான் வருவதற்கும், செந்தூரம் அக்கா அந்த டிராயரை முழுதாக மேசையில் இருந்து உருவுவதற்கும் சரியாக இருந்தது. ட்ராயரைப் பார்த்த எல்லாரும் ஒரு நிமிடம், “ஓ..” என்றார்கள். காரணம் ட்ராயரின் பின் பகுதியில் தடுப்பே இல்லை. மேஜையின் பின்பக்கத் தடுப்பையே அந்த ட்ராயரின் தடுப்பாக யோசித்து அந்தத் தச்சன் அமைத்திருந்தார்.

“என்னக்கா பின்னாடி மறைக்கவே இல்ல… ஒரு வேளை காசு பின் வழியா கீழ விழுந்திருக்குமோ?” என்று மீண்டும் ஒரு குரல் கேட்க, செந்தூரம் அக்கா யோசனையோடு நெற்றியைச் சுருக்கிக்கொண்டிருந்தார். சில நொடிகளில் தெளிவான

முகத்தோடு, “முருகேசா எடுத்தகாசைத் திருப்பிக் கொடுத்துரு... இல்லைன்னா ரொம்ப கஷ்டமாயிரும்...” என்றார்.

சுற்றி இருந்த யாருக்கும் எதுவும் புரியவில்லை. கண்களை மூடி சில நொடிகள் யோசித்தவர் எப்படிக் கள்வனைக் கண்டுபிடித்தார் என்பது யாருக்குமே விளங்கவில்லை. இத்தனை துல்லியமாக அந்தச் சிறு கூட்டத்தின் முன் பெயர் சொல்லி அழைத்து எடுத்த பணத்தைத் திருப்பிக் கொடு என்று கேட்பதென்றால் அவர் எத்தனை உறுதியாக அதைச் சொல்லி இருக்க வேண்டும் என்பதை அங்கிருந்த அனைவருமே உணர்ந்திருந்ததால் எல்லோரின் பார்வையும் இப்போது அங்கே நின்றிருந்த முருகேச அண்ணன் மீது திரும்பியது. முருகேசன் தடுமாறி இருக்கிறாரா இல்லை இத்தனை ஆட்கள் இருக்கையில் இபப்டி ஒரு பழி தன் மீது சுமத்தப்பட்டிருக்கிறது என்பதை ஏற்றுக்கொள்ள இயலாமல் தவிக்கிறாரா என்பதையெல்லாம் அவரின் முகபாவனையில் கண்டறிய முடியவில்லை என்னால்.

“என்னக்கா சொல்றீங்க... நான் எடுக்கவே இல்ல...” என்ற போதே அவரின் குரல் மிகவும் பலவீனமாய் இருந்தது.

“நீயே எடுத்துக் கொடுத்துட்டா யாருக்கும் எந்தப் பிரச்சினையும் வருத்தமும் இல்ல...” என்று இன்னும் உறுதியான குரலில் அக்கா கூற, அந்த இடத்தின் வெப்பம் மெல்ல அதிகரிக்கத் தொடங்கியது.

“அக்கா நான் எடுக்கல... நான் உள்ள வேலை பார்த்திட்டிருந்தேன். நான் எப்படி எடுத்திருக்க முடியும்?” என்று இந்த முறை சற்று உரக்கவே முருகேசன் கேட்டார்.

“இப்போ கொஞ்ச நேரம் முன்ன நீ கரி எடுக்க வந்தியா இல்லையா?” என கண்டிப்பான குரலில் அக்கா கேட்க,

“ஆமா வந்தேன். அதுக்கு?” என குழப்பமான குரலில் முருகேசன் வினவ,

“கரிமூட்டை மேசைக்குக் கீழ இருக்கு. நான் கல்லாப்பெட்டியைப் பாதி திறந்துதான் வச்சிருப்பேன். நீ கரி மூட்டையில இருந்து

கரி எடுக்குறப்போ மேல நிமிர்ந்து பார்த்தா ட்ராயர்ல பின்னாடி தடுப்பு இல்லாதது உனக்குத் தெரிஞ்சிருக்கும். அந்த வழியா கையை விட்டா காசை ஈஸியா எடுத்துற முடியும். கரியையும் எடுத்துட்டு, காசையும் எடுத்துட்டு நீ பாட்டுக்கு உள்ள போயிட்டா யாருக்குத் தெரியப்போகுது?" என அக்கா கேட்ட போதே நடந்த சம்பவம் எங்கள் எல்லார் கண்களுக்கும் முன்படமாக ஓட ஆரம்பித்தது.

"சும்மா வாய்ல வந்ததெல்லாம் பேசாதீங்க... நான் அதெல்லாம் எடுக்கவே இல்ல..." என சற்று பலமாகவே முருகேசன் கூற, மெல்ல ஒரு வாக்குவாதம் அங்கே ஆரம்பித்தது.

"ஏற்கனவே நிறைய வாட்டி பத்து அம்பதுன்னு காணாமப் போயிட்டுதான் இருந்திச்சி. நாந்தான் கணக்குல தப்பு போலன்னு அமைதியா இருந்தேன். இப்பதானே தெரியுது எல்லாமே உன் கைவரிசைன்னு... இப்பலாம் எப்பவுமே கரி எடுக்க நீ தான் வர்ற... அப்போ நீதான் அதெல்லாம் எடுத்திருக்கணும்..." என்று அக்கா தீர்ப்பே எழுதியிருந்தார். சுற்றி இருந்தவர்களின் மொத்த விழிகளும் முருகேசன் மேல் நிலைத்திருக்க, அந்த வெப்பம் அவரையும் தாக்கியிருக்கவேண்டும்.

"அட இல்லைன்னு சொல்லிட்டிருக்கேன்... சும்மா ஏதாவது பேசிட்டிருக்கு இந்த லூசு பொம்பள..." என முருகேசன் வார்த்தைகளை விட, அக்காவின் முகம் சிவந்ததை எல்லோரும் உணர்ந்தோம்.

"முருகேசா நீ தப்பு பண்ணதும் இல்லாம ரொம்பப் பேசுற... நீ சொல்றது உண்மைன்னா, தைரியமான ஆம்பளையா இருந்தா நாளைக்குக் காலையில துர்க்கை அம்மன் கோயில்ல சூடம் ஏத்தி அதை அணைச்சி நான் திருடலைன்னு சத்தியம் பண்ணுறியா?" என்று அந்தப் பெரிய வட்டப்பொட்டு வைத்த செந்தூரம் அக்கா கண்கள் முழுக்கக் கோபம் தேக்கியவாறு கேட்ட போது எனக்கு வேர்த்து வழிந்து விட்டது.

"நான் எங்க வேணும்னாலும் வந்து சத்தியம் பண்ணுவேன்... எனக்கென்ன பயமா?" என்று விட்டு முருகேசன் அங்கிருந்து

விறுவிறுவென நகர்ந்து சாலையைக் கடந்து பேருந்து நிலையத்திற்குள் செல்ல ஆரம்பித்தார். எல்லோரும் அவரையே பார்த்துக்கொண்டிருக்க, நான் மெல்லக் கூட்டத்திலிருந்து நழுவி வீடு நோக்கி நகர ஆரம்பித்தேன்.

இரவு முழுக்க இதே எண்ணம். அன்று வீட்டில் எனக்கு மிகவும் பிடித்த கிள்ளி போட்ட சாம்பாரும், உருளைக்கிழங்கு மசியலும் அம்மா செய்திருந்தார். அதிலெல்லாம் கவனம் லயிக்கவில்லை. காலையில் துர்க்கை அம்மன் கோயிலில் முருகேசன் சத்தியம் செய்ததும் அவர் ஒரு வேளை திருடியிருந்தால் என்னாகும் என்பதே என் கேள்வியாக இருந்தது. எங்கள் தெருவெங்கும் அதுவே பேச்சாக இருந்தாலும் கூட வீட்டில் யாரும் அதைப்பற்றிப் பேசுவதாக காணோம். இரவில் கனவில் துர்க்கை அம்மன் வந்தார். கையில் பெரிய சூலாயுதம். வழக்கமாய் மூன்று கத்திகள் இருக்க வேண்டிய சூலாயுதத்தில் வித்தியாசமாக ஐந்து கத்திகள் இருந்தன. அந்த ஐந்தும் முருகேசனின் மீது மொத்தமாக பாய்ந்தது. இரத்தம் குபீரென வெளியேறியது. அடுத்த நொடி சூலாயுதம் திரும்ப அங்கே நான் நின்று கொண்டிருந்தேன். காக்கி நிற கால்சராயும், வெள்ளை நிற சட்டையுமாகப் பள்ளிச்சீருடை அணிந்திருந்தேன்.

“சீலப்பையில இருந்து காசு எடுத்தியா இல்லையா நீ?” என்கிற அம்மனின் குரல் மிக உக்கிரமாக இருந்தது. நான் உலகின் மொத்த பயத்தோடு “ஆமா” என்று அலறிக்கொண்டே தலையாட்ட, சடாரெனக் கண் விழித்தேன். என் வாழ்வில் அதற்கு முன் இப்படி இரவில் விழித்ததாக நினைவே இல்லை. பின் எப்போது உறங்கினேன் என்றே தெரியவில்லை.

காலையில் எப்போதும் போல ஆறு மணிக்குக் கண் விழித்து, அம்மா கொடுத்த காஃபியை அப்படியே பல் விளக்காமல் குடித்து விட்டு, அதன்பின் படுக்கையிலிருந்து எழுந்து நேரே கண்ணாடி முன் நின்று கண் விழித்தேன்.

“அப்ப அவன் தான் காசை எடுத்திருக்கான்... கூடவே இருந்துட்டு எப்படி இதெல்லாம் பண்றாங்க?” என்கிற சத்தம் ஒன்று கேட்க, கார வீட்டின் திண்ணையில் ஈஸி சேரில் அமர்ந்திருந்த

அப்பாவிடம், சுந்தரமூர்த்தி மாமா பேசிக்கொண்டிருந்தார். பத்து நிமிடம் அவர்கள் பேசியதைக் கேட்டுக்கொண்டிருந்த எனக்குப் புரிந்தது இதுதான்.

இரவு பேருந்து நிலையத்தை நோக்கி நடந்த முருகேசனிடம் சென்று பலரும் பணத்தை எடுத்திருந்தா கொடுத்துருப்பா.. வெளியூர்ல இருந்து வந்து வேலை பார்க்குற... இதெல்லாம் நல்லதில்ல... துர்க்கை அம்மன் சக்தி வாய்ந்த தெய்வம், இப்படி உக்காந்திருந்தா அது சரியில்ல... என்றெல்லாம் மாறி மாறி அறிவுரைகளைத் தெரிவிக்க, அங்கிருந்து நகர்ந்த முருகேசன் அண்ணன், மறுநாள் காலையில் ரத்னா டாக்கீஸ் அருகிலிருக்கும் சுப்பையா கல்யாண மண்டப வாசலில் சாராயத்தில் ரோக்கர் கலந்து குடித்துவிட்டுப் பிணமாகக் கிடந்திருக்கிறார்.

திருடிய பயத்தை விட, துர்க்கை அம்மன் மீதான பயம் அதிகமாயிருக்க வேண்டும் என ஒரு சாராரும், என்ன தான் இருந்தாலும் மனசு உறுத்தியிருக்கும்ல என்று இன்னொரு சாராரும், அவன் வேலைக்கு வந்த முதல் நாள்ல இருந்தே இதே வேலையா இருந்திருக்கான்பா என்று இன்னும் சிலரும் பேசிக்கொண்டிருக்க, எங்கள் ஊரின் முதல் தற்கொலையை, அன்று வீட்டில் காசு திருடி பரோட்டா தின்ற நான் அனுபவித்துக்கொண்டிருந்தேன். காசு திருடும் எல்லோருக்கும் மரணம் இத்தனை வேகமாக சம்பவிப்பதில்லை. மேலும் காசு திருடும் எல்லாருக்குமே மாட்டிக்கொள்வோம் என்கிற பயமும் எழுவதில்லை.

14

ஜார்கண்ட் மாநிலம் பீகாரில் இருந்து பிரிந்ததைப் பலரும் வரவேற்றார்கள். அதற்குக் காரணங்களும் இருந்தது. அத்தனை பெரிய மாநிலமாக பிகார் இருந்ததால், என்ன தான் மாநிலத்தின் மொத்த வருவாயில் பாதிக்கும் மேல் டாடா இரும்புத் தொழிற்சாலை மூலம் வந்தாலும் கூட, அந்தப் பகுதியில் ஜாம்ஷெட்பூரும், தன்பாத் நகரமும் மட்டுமே வளர்ந்தன. அதை விட முக்கியமாக எந்தவித சாலைக் கட்டமைப்போ அல்லது உள்நாட்டுக் கட்டமைப்போ அந்தப் பகுதிகளில் வளரவே இல்லை. அதையெல்லாம் தாண்டி அந்தப் பகுதியில் இருந்த பழங்குடி இனத்தினர் எண்ணிக்கை மிக அதிகம். கிட்டத்தட்ட ஐம்பதிற்கும் மேற்பட்ட பிரிவினர் அங்கே இருந்தனர். அவர்களுக்கான நலன் மற்றும் திட்டங்கள் அவர்களை எட்டவேயில்லை. இவை யாவும் சேர்ந்தே ஜார்கண்ட் மாநிலம் தனியாகப் பிரிய காரணமாயிருந்தது. தலைநகர் ராஞ்சியே மிக மோசமாகத்தான் இருந்தது.

அதற்கென ஜார்கண்ட் பிரிந்த சில நாட்களிலேயே எல்லாம் சரியாகிவிடவில்லை. அந்த நிலப்பரப்பில் முன்னேற்றம் என்கிற சொல்லை புரியவைக்கவே சில வருடங்கள் பிடித்தன. அதன் பின் மெல்ல சாலை அமைக்கும் வேலைகள் தொடங்கிய போது தான் நான் பீகார்-ஜார்கண்ட் பகுதியில் இஞ்சினியராகப் பணியில் சேர்ந்தேன். பாட்னாவில் இருந்து ராஞ்சி செல்வதே ஒரு பெரும் சாதனைப் பயணமாகத் தான் முதலில் இருந்தது. பேருந்தில் சென்றால் அந்த 320 கிலோ மீட்டர்களைக் கடக்க, குறைந்தது 12 மணி நேரமாகும். அதுவும் காலை ஐந்து அல்லது ஆறு மணிக்குள் நீங்கள் ராம்கர் நகரைக் கடந்தால் மட்டுமே சாத்தியம். இல்லையென்றால் மதியம் 12 அல்லது ஒரு மணிக்கு தான் ராஞ்சியை அடைய இயலும். காரணம் இடையில் நடக்கும் பாலம் மற்றும் சாலை வேலைகள்.

பேருந்துதான் இப்படியென்றால் ரயில் வழியும் சாதாரணமானதில்லை. மிக அடர்த்தியான காடுகளுக்கு நடுவே செல்லும் அந்த ரயில் பாதை அழகானது மற்றும் சுவாரஸ்யமானது என்றாலும் கூட, இடையே சிக்னல் போட்டு விட்டால் எப்போது மீண்டும் நகருமென்றே தெரியாது. சரக்கு ரயில்கள் அரை மணி நேரத்திற்கு ஒன்றென விரையும் பாதை அது. அதில் பெரும்பாலும் ரயில்கள் இரும்புத் தொழிற்சாலைக்குத் தேவையான நிலக்கரியைச் சுமந்து செல்பவை. அந்தந்த ஸ்டேஷனில் நிற்கும் இந்த ரயில்களிலிருந்து கீழே விழும் நிலக்கரியைப் பொறுக்கி விற்பதற்கென்றே அங்கே தனிப் போட்டி நடக்கும். இதை நீங்கள் காக்கா முட்டை படத்தில் ஏற்கனவே பார்த்திருக்கலாம். காக்கா முட்டையில் சின்னப் பசங்க கம்மி லாபம். இங்கே பெரிய ரயில் பெத்த லாபம்.

சி.ஆர் கன்ஸ்ட்ரக்ஷன் நிறுவனத்தார்தான் ஹசாரிபாக்கில் இருந்து ராம்கர் வரையிலான சாலை அமைக்கும் கான்டராக்ட் எடுத்திருந்தார்கள். குஜராத்தைச் சேர்ந்த பெரிய நிறுவனங்களில் இதுவும் ஒன்று. பல புதிய இயந்திரங்கள் மற்றும் தொழில் நுட்பங்கள் எல்லாம் வைத்து மிக நேர்த்தியாக சாலை அமைத்துக்கொண்டிருந்தார்கள். மிக முக்கியமாக அங்கே

போனால் நல்ல சாப்பாடு கிடைக்கும். தாவா ரொட்டி முழுக்க வெண்ணெய் தடவி அதைத் தட்டில் எடுத்துக்கொண்டு வரும் போதே நாக்கில் எச்சில் ஊறும். அந்த ப்ராஜக்ட் மேலாளர் அருண்ராய் அவர்களும் மிக நல்ல மனிதர். அக்கறையாகப் கவனித்துக்கொள்வார். அங்கே இயந்திரம் சரிசெய்யப் போவதென்றாலே போகும் வழியில் இருக்கும் பிரச்சினைகளை எல்லாம் தாண்டி ஒரு சந்தோஷம் ஒட்டிக்கொள்ளும்.

அன்று நான் ராம்கர் செல்லும் போதே சற்று சோம்பேறித்தனமாகத்தான் இருந்தது. அது போக இந்தியா - வெஸ்ட்இண்டீஸ் டெஸ்ட் மேட்ச் மும்பையில் நடைபெற்றுக்கொண்டிருந்தது. டெஸ்ட் மேட்ச் விரும்பிப் பார்ப்பவன் இல்லைதான் நான். ஆனால், அன்றைய மேட்ச் சரித்திர முக்கியத்துவம் வாய்ந்தது. சச்சின் டெண்டுல்கரின் இறுதி டெஸ்ட் போட்டியின் இறுதி நாள் அது. வேலைக்குச் செல்வதா அல்லது ராம்கரில் ஹோட்டல் அறையில் அமர்ந்து போட்டியைப் பார்ப்பதா என்கிற குழப்பம் அதிகாலை வந்து இறங்கியதிலிருந்தே தொடர்ந்தது. காலை பத்து மணிக்குத் தொடங்குகிறது போட்டி.

ஒன்பது மணிக்கு சி.ஆர். நிறுவனத்தாரின் வாகனம் ஹோட்டல் வாசலுக்கு வந்து விடும். அதை உத்தேசித்து எட்டே முக்காலுக்கு ராய்க்கு போன் செய்து, “சார் கொஞ்சம் காய்ச்சலடிக்கிற மாதிரி இருக்கு... நான் கொஞ்சம் ரெஸ்ட் எடுக்கவா?” என்று இல்லாத இருமலைத் தொண்டைக்குள் கொண்டு வந்து சேர்ந்து இருமியவாறே கெஞ்சல் தொனியில் கேட்டேன். அவர் இத்தனை வேகமாக சரிசொல்வார் என்பதை என்னாலேயே நம்ப இயலவில்லை.

ஆட்டம் தொடங்கியது. வெஸ்ட் இண்டீஸ் அணி வேஸ்ட் இண்டீஸ் அணியைப்போல் ஆடியது அத்தனை மகிழ்ச்சியாக இருந்தது. விக்கட்டுகள் மளமளவென்று சரிய இந்திய அணி மதியத்திற்குள் பெரும் இன்னிங்ஸ் வெற்றியைப்பெற்றது. மொத்த மைதானமும் ஆரவாரம் அடைய, தனியாக அமர்ந்திருந்த நானே பலமாகக் கைதட்டி ரசித்தேன். பின் சச்சின் வந்தார்.

இருபது நிமிடங்களுக்கும் மேலாக உரையாற்றினார். தன் வாழ்வின் முக்கியமான அனைவர்க்கும் நன்றி செலுத்தினார். எனக்கு மெலிதாகக் கண்ணீர் கூட எட்டிப்பார்த்தது. நான் ஃபேஸ்புக்கைத் திறந்து, "Thank You SACHIN" என்று ஒரு பதிவைப் போட்டு விட்டு பாத்ரூம் செல்ல நகர்ந்த அந்த நொடியில் அலைபேசி ஒலித்தது. ராய் சார் தான்.

"சார் சொல்லுங்க சார்..." - உடல் நிலை விசாரிக்க அழைப்பாராய் இருக்கும் என்று நினைத்தேன். என்ன தான் இருந்தாலும் நல்ல மனிதர் ஆயிற்றே.

"வண்டி அனுப்பியிருக்கேன். கொஞ்சம் கேம்ப் வரைக்கும் வந்துட்டு போப்பா..." என்றுவிட்டு என் பதிலுக்குக் கூட காத்திராமல் அழைப்பைத் துண்டித்தார்.

எனக்குச் சற்றே அந்நியமாக இருந்தது அவர் குரல். இப்படிப் பேசும் மனிதரல்ல அவர் என்பதை நான் அறிந்திருந்தேன். மறுபடியும் அழைக்கலாமா என்று தோன்றிய எண்ணத்தைக் கைவிட்டு விட்டு, போட்டிதான் முடிந்து விட்டதே பிறகென்ன என்கிற தோரணையில் தயாராக ஆரம்பித்தேன். வண்டியில் அமைதியாக ஏறி அமர்ந்து, சச்சின் நினைவுகளில் மூழ்கினேன்.

ராம்கர்க்கும் அந்த கேம்ப்க்கும் இடையே 25கிலோ மீட்டர். சரியாய் 13வது கிலோ மீட்டரில் ஒரு பெரிய மரம் சாலை இடையில் இருக்கும். எனக்கு மிகவும் பிடித்த மரம் அது. கிட்டத்தட்ட 75 வருடங்களுக்கும் மேலாக அந்த மரம் அங்கேயே நிற்கிறது. அந்தப் பகுதியில் சாலை அமைக்கப் பெரும் இடையூறாக இருந்த போதும் கூட அந்த மரத்தை வெட்டாமல் அதற்கு அருகில்தான் சாலை அமைத்திருந்தார்கள். அந்த மரத்தை வெட்டவே இல்லை. அதன் பின்னணியில் இருக்கும் கதை ஒரு அமானுஷ்யக் கதைக்கு ஒப்பானது.

15 வருடங்களுக்கு முன்பு ராம்கர்-ஹசாரி பாக் சாலையைச் சற்றே விரிவுபடுத்த வேண்டி அந்த மரத்தை வெட்டக் குத்தகை விட்டிருந்தார்கள். மரத்தை வெட்ட நாள் குறித்த அன்று, காலை ஏழு மணிக்கு ஒரு மோட்டார் சைக்கிள் வேகமாக வந்து மோதி,

அதை ஓட்டிக்கொண்டு வந்தவன் அந்த இடத்திலேயே மூளை சிதறி இறந்து விட்டான். பின்னர், அடுத்த சில நாட்களுக்கு மரம் வெட்டும் வேலை ஒதுக்கிவைக்கப்பட்டது. போலீஸ் பிரச்சினை எல்லாம் முடிந்து, எல்லாம் சரியாகித் திரும்ப வெட்டலாம் என்று நாள் குறிக்கப்பட்டது. மிகச் சரியாக அந்த நாளின் அதிகாலை நான்கு மணிக்கு மிக வேகமாக வந்த ராஞ்சி- ஹசாரிபாக் பேருந்து ஒன்று அந்த மரத்தில் மோத, நான்கு பேர் சம்பவ இடத்திலேயே இறந்தார்கள்.

அன்றைய பகல் முழுதும் அந்த மரத்தில் தெய்வம் குடியிருப்பதாக ஒரு சாராரும், பிசாசு குடியிருப்பதாக மறு சாராரும் பேசத் தொடங்க, இந்தச் சண்டையில் இந்த மரத்தை வெட்ட எண்ணுவதே பெரிய பிரச்சினைகளை உண்டாக்கும் என்பதை உணர்ந்த அந்தச் சின்ன கான்டராக்டர் அந்த முயற்சியையே கைவிட்டார். அந்த மரத்தைச் சுற்றி சாலை அமைக்கப்பட்டதே தவிர, அந்த மரத்தை யாரும் தொடக்கூட இல்லை.

அதன்பின் இப்போது இந்த நான்கு வழிச் சாலை அமைக்க முடிவெடுத்த பின் மீண்டும் அந்த மரம் இடையில் நின்றுகொண்டிருந்தது. இந்த முறை முதலிலேயே அந்த மரத்தைப் பற்றியும், அது பழிவாங்கிய விதத்தைப் பற்றியும் கதைகள் சி.ஆர். நிறுவனத்தாரிடம் சொல்லப்பட்டுவிட்டன. ஆனால், இத்தனை பெரிய இயந்திரங்களை வைத்துக்கொண்டு, இந்த மரத்திற்கா பயப்படுவது என்கிற மெத்தனம் அவர்களுக்குள் இருந்தது. மிக விரைவிலேயே அந்த மரத்தை வெட்ட ஏற்பாடுகள் செய்து வந்து கொண்டிருந்த ஒரு நாளில் தான் நான் இதோ அந்த மரத்தைக் கடந்து சென்று கொண்டிருக்கிறேன்.

சி.ஆர்.நிறுவனத்தின் கேம்பை நெருங்குவதற்கு முன்பே ஒரு பெரிய புகை மண்டலம் வானை நோக்கி நகர்ந்து கொண்டிருப்பதைப் பார்த்தேன். அருகில் எந்த ஃபேக்டரிகளும் கூட இல்லை. எங்கிருந்து வருகிறது இந்தப் புகை என்கிற யோசனையோடு அருகில் செல்லும்போதுதான் கவனித்தேன், கிட்டத்தட்ட நிறுவனத்தின் அத்தனை பெரிய தலைகளின் வாகனங்களும்

அங்கே கேம்புக்கு வெளியே நின்றுகொண்டிருந்தது. உள்ளே கண்ணுக்கெட்டிய தூரம் வரை லாரிகளும், இயந்திரங்களும், ஜல்லிகற்களைத் தாரோடு கலக்கும் பிளாண்ட்களும் நெருப்பில் தகதகவென எரிந்துகொண்டிருந்தன. தீயணைப்பு வீரர்கள் போராடிக் கொண்டிருப்பது இங்கிருந்தே தெரிந்தது. சற்று ஆழ்ந்து எட்டிப் பார்த்தபோதுதான் சைட்டின் ஒரு இடத்தில் இருந்து இன்னொரு இடத்திற்கு இடமாற்றம் செய்ய ட்ரைலர் வண்டியின் மீது ஏற்றப்பட்டிருந்த எங்கள் நிறுவன இயந்திரம் அந்த ட்ரைலரோடு சேர்ந்தே எரிந்துகொண்டிருந்ததைக் கவனித்தேன்.

ஜார்கண்ட் பிரிந்த கதையைப் பற்றி நாம் பேசிய போது அங்கே ஐம்பதிற்கும் மேற்பட்ட பழங்குடி இனத்தவர் இருப்பதையும் சேர்த்து தான் பேசினோம். நினைவிருக்கிறதா? இந்த இரும்புத் தொழிற்சாலைகளினால் நகரத்தில் இருப்பவர்களுக்கு பெரும் லாபம் உண்டு. ஆனால், காடே கதியென்று இருப்பவர்களுக்கு அதன் மூலம் ஏற்படும் பிரச்சினைகள் அதிகம்.

முதலில் மரங்களை வெட்டுவது. எந்தவொரு பழங்குடியும் விரும்பாத முதல் விஷயம் இது. வேறு வழியேயில்லை என்கிற நிலைவரும் போது மட்டுமே அவர்கள் ஒரு மரத்தை இந்த மண்ணிலிருந்து அகற்றுவார்கள். ஆனால், ஒரு பெரிய தொழிற்சாலையை நம்பி, அதைச் சுற்றி சின்னச் சின்னதாய் நிறைய தொழிற்சாலைகள் முளைக்கும்போது, அதற்குத் தேவையான மூலப்பொருட்களான மரங்களை வெட்டுவது நகர மக்களுக்கு அதாவது நாகரிகம் அடைந்த சமூகம் என்று கூறிக்கொள்பவர்களுக்கு அது அத்தியாவசியம் ஆகிறது.

அடுத்து அளவுக்கதிகமாகத் தேவைப்படும் தண்ணீர் மற்றும் தொழிற்சாலைகளிலிருந்து வெளிவரும் கழிவை வெளியேற்றும் முறை ஆகிய இரண்டுமே பழங்குடியினருக்குப் பெரிய பிரச்சினைகளையே தரும் விஷயம். ஆரம்பத்தில் மிகவும் சின்னதாய்த் தொடங்கிய இந்த விஷயம், போகப்போக வாழ்வாதாரத்தையே அழிக்கத் தொடங்கும் போதுதான் அங்கே நக்சலைட்கள் உருவாகிறார்கள். அவர்கள் கேட்பதெல்லாம் ஒன்றே ஒன்றுதான்.

"உன்னால் இந்த இயற்கையைப் பாழ்படுத்தாமல் இருக்க முடியுமா?"

"முடியாது. வாய்ப்பேயில்லை."

"ஒன்று இயற்கையைப் பாழ்படுத்தாது இங்கிருந்து அகன்றுவிடு. அல்லது அதற்கு சரியான நஷ்ட ஈடு கொடு. பாழ்படுத்தாது நீயே ஒதுங்கிவிட்டால் நாங்கள் உன்னை சீண்டமாட்டோம். இல்லை நஷ்ட ஈடு கொடுத்தால் நாங்கள் அதை வைத்து எங்கள் வாழ்வை மேம்படுத்திக்கொள்வோம். இரண்டும் இல்லையென்றால் உங்களை இல்லாமல் ஆக்கிவிடுவோம்."

சி.ஆர் நிறுவனத்தார் சாலை அமைக்கும் பணியைத் தொடங்கிய போதே இந்த வேலை கடினமானது என்று அவர்களுக்குத் தெரிந்துதான் இருந்தது. குஜராத்தி காளை மாட்டில் கறந்த பால் என்று கூறி விற்பனை செய்யும் வியாபாரி. அதனால் ஆரம்பத்திலேயே நக்சலைட்டுகள் கேட்ட பணத்தையோ அல்லது விதிகளையோ மதிக்கவேயில்லை. சொல்லப்போனால் சாலை அமைக்கத் தேவையான செம்மண்ணைக் கூட அவர்கள் வெளியிலிருந்து எங்கும் கொண்டு வராமல், அருகிலிருந்த சில நிலச்சுவான்தார்களின் உதவியோடு அவர்களிடம் ஒரு ஒப்பந்தம் போட்டு, காட்டிற்கு அருகிலேயே எடுத்தார்கள்.

சச்சின் டெண்டுல்கர் டெஸ்ட் கிரிக்கெட்டிலிருந்து ஓய்வு பெற்ற நாளன்று, காலை பத்து மணி வாக்கில் ஐம்பது பேர் கொண்ட ஒரு படை நேராக தங்கள் வாகனங்களில் சி.ஆர்.நிறுவனத்தின் கேம்பிற்குள் நுழைந்தது. அங்கே வேலை செய்து கொண்டிருந்த ஆட்களிடம், "எங்களுக்கு உங்க மேல கோபமோ இல்ல வருத்தமோ எதுவுமே கிடையாது. உங்களை காயப்படுத்துறதும் எங்க நோக்கம் கிடையாது. எல்லாரும் மரியாதையா கேம்புக்கு வெளிய போயிருங்க... பத்து நிமிஷம் டைம் தர்றோம். அதுக்கு மேல நடக்குற எதுக்கும் நாங்க உத்திரவாதம் இல்லை. குறிப்பா ஒரு செக்யுரிட்டியைக் கூட நாங்க இங்க பார்க்கக்கூடாது" என்று தெளிவாக உரத்துக் கூறிவிட்டு, 15 நிமிடங்களுக்குப் பிறகு அங்கே நின்றுகொண்டிருந்த லாரிகள், இயந்திரங்கள், கலவை செய்யும் பிளாண்ட்கள் என எல்லாவற்றையும் மிகப்

பொறுமையாக, கொண்டு வந்திருந்த பெட்ரோலை ஊற்றித் தீ வைத்து விட்டு அங்கிருந்து அகன்றார்கள். அத்தனையும் பட்டப்பகலில் அனைவரின் கண் முன்னே நிகழ்ந்தது. கிட்டத்தட்ட 27 லாரிகள், ஏழு இயந்திரங்கள், இரண்டு பிளாண்ட்கள் எரிந்து நாசமாகின

எரிகின்ற இந்த வாகனங்களின் புகை அங்கே நடுச்சாலையில் 75 வருடங்களாக கம்பீரமாக நின்று கொண்டிருக்கும் அந்த மரத்தைக் கடந்தும் கூட சென்றிருக்கும் என்றே தோன்றுகிறது.

15

அஸ்ஸாமின் கவுஹாத்தி நகரின் பேருந்து நிலையத்தை விட்டு வெளியே வந்தபோது மணி இரவு ஏழைத் தாண்டியிருந்தது. காலையிலிருந்து இடைவிடாத வேலை பத்தாததற்குக் கையில் பெரிய பயணப் பை வேறு. பயங்கர களைப்பாய் உணர்ந்தேன். இனி இங்கிருந்து மினி பஸ் பிடித்து கணேஷ்குடி சென்று, ஹோட்டலில் அறை எடுத்துத் தங்கவேண்டும். அதற்கு முன்னால் கையிலிருக்கும் இந்த பேக்கை கீழே இறக்கி வைக்க வேண்டும். தோள் ரெண்டும் கடுமையாய் வலித்தது. ஐந்து நிமிடக் காத்திருப்பில், மினி பஸ் வந்தது. முன் பக்கமாய் ஏறினேன். ஏறியவுடன் ஓட்டுனருக்குப் பின்னால் இருந்த இருக்கை காலியாய் இருப்பதைப் பார்த்துவிட்டு அங்கேயே அமரலாம் என முடிவெடுத்தேன். ஆனால், பயணப் பையை காலுக்குக் கீழே வைத்துவிட்டு அமரும் அளவிற்கு அங்கே இடமில்லை. அப்போதுதான் கவனித்தேன், ஓட்டுனருக்கு இடது பக்கத்தில் அதாவது

பேருந்தின் முன் பக்கத்தில் படி ஏறியவுடன் இருக்கும் இடது பக்க இருக்கை கழட்டி வைக்கப்பட்டு அந்த இடம் காலியாய் இருந்தது. அங்கேயே எனது பயணப் பையை வைத்துவிட்டு, முதலிலேயே அமருவதாய் முடிவெடுத்த ஓட்டுனருக்குப் பின்னாடி இருக்கும் இருக்கையில் அமர்ந்தேன். அங்கு அமர்ந்தபடியே பயணப் பையைப் பார்ப்பதும் எளிதாய் இருந்தது. பிறகு, இயர்போனை மாட்டிக்கொண்டு பாடல்கள் கேட்கத் தொடங்கினேன். ஓரளவு கூட்டம் சேர்ந்ததும் பேருந்து நகர ஆரம்பித்தது.

கவுகாத்தி நகரம் மிக தாமதமாகத்தான் காலையில் விழிக்கும். ஆனால், மிகச் சீக்கிரமாகவே அடங்கிவிடும். மதுரை என்கிற தூங்கா நகரத்திலிருந்து வந்திருக்கிறேன் என்று நீங்கள் அங்கிருக்கும் யாரிடமாவது சொன்னால் உண்மையிலேயே அதை உலகத்தின் மொத்த ஆச்சர்யத்தையும் கலந்து கேட்பார்கள். அந்த வகையில் கவுகாத்தியின் இரவு வாழ்க்கை என்பது தனியறையில் அமர்ந்து சரக்கடிப்பது மட்டும்தான். அந்தக் காலகட்டங்களில் வெளிமாநில பிரீபெய்ட் சிம் கார்டுகள் அசாம் மாநிலத்தில் வேலை செய்யாது. போஸ்ட்-பெய்ட் சிம்கார்டுகள் மட்டுமே வேலை செய்யும். வடகிழக்குப் பகுதி முழுதும் அலைய வேண்டிய கட்டாயம் உள்ள நாங்கள், அதற்காகவென்றே அசாம் மாநில சிம் கார்டு ஒன்றை எங்கள் பர்ஸ்களில் சுமந்துகொண்டு திரிவோம். ஒரே இந்தியா என்கிற கோஷங்கள் எல்லாம் இங்கே வாக்கு வாங்க மட்டுமே உதவும் என்பதைத் தாண்டி வேறெந்த உபயோகமும் எப்போதும் இருக்காது என்றெல்லாம் யோசனை ஓடிக்கொண்டிருந்தது. இடையில் இளையராஜா "அடி போடி புள்ள எல்லாம் டூப்பு" என்று கிண்டல் செய்து கொண்டிருந்தார்.

திடீரென பேருந்தில் இருந்த ஒருவர் முன் பக்க வாசல் அருகில் நின்றுகொண்டு அஸ்ஸாம் மொழியில் என்னவோ கத்தி சொல்ல பேருந்து நிறுத்தப்பட்டது. நான் சத்தம் வந்த திசையையும், பேருந்து நின்றதையும் மட்டும் கவனித்துவிட்டு, போனில் பாடல்கள் கேட்டுக்கொண்டிருந்தேன்.

சுற்றி நடப்பதைக் கண்கள் கவனித்தாலும், மூளையில் எதுவும் பதியவில்லை. திடீரென பேருந்தில் சத்தம் அதிகரித்தது. முன்னால் அமர்ந்திருந்த ஓட்டுனர் வண்டியை நிறுத்தி விட்டுக் கீழே இறங்குவதைக் கவனித்த பின்னர் தான் பார்த்தேன், பேருந்தில் இருந்தவர்கள் அனைவரும் இறங்கிக் கொண்டிருந்ததை. கீழே நின்றுகொண்டிருந்த யாரோ அசாமியில் சத்தமாகப் பேசிக்கொண்டிருந்ததில் போலிஸ் என்ற ஒரு வார்த்தை மட்டுமே புரிந்தது. ஏதோ பிரச்சினை போல என்று நினைத்துக்கொண்டு நானும் இருக்கையிலிருந்து எழுந்து முன் பக்க வாசலை அடைந்து, இறங்கும்போது அருகிலிருந்த பயணப் பையை கையில் எடுத்துக்கொண்டே படியில் இறங்கினேன்.

திடீரென பின் பக்கமாய் என் சட்டைக் காலரை மெதுவாய் பிடித்த ஒருவன் அசாமியில் ஏதோ சொல்ல, நான் எனக்கு அசாமிஸ் தெரியாது என்று ஹிந்தியில் சொன்னேன். உடனே அவன் ஹிந்தியில்,

"இந்த பேக் உன்னோடதா?" எனக் கேட்டான்.

"ஆமாம்" என்றேன்.

"அடப்பாவி! இந்நேரம் வரைக்கும் நாய் மாதிரிக் கத்தி கத்திக் கேட்டோம்ல. ஏன் வாயே தொறக்கலை?" - எனக் கிட்டத்தட்ட அதட்டினான்.

நான் ஒன்றுமே புரியாமல், *"ஏன் என்னாச்சு?"* எனக்கேட்க,

"அந்த பேக் தனியா அனாதையாக் கெடந்தது. நாங்க அதுல வெடிகுண்டு இருக்கோன்னு சந்தேகப்பட்டுத்தான் வண்டியை நிப்பாட்டுனோம். போலிசைக் கூப்பிடலாம்னு இருந்தோம். நல்ல வேளைக்கு நீ பேக்கை எடுத்தே! எந்த ஊரு உனக்கு?"

"தமிழ்நாடு."

கூடியிருந்த எல்லோரும் மனம் விட்டுச் சிரித்து விட்டு தத்தமது இருக்கையில் சென்று அமர, நான் சொல்லவொண்ணாத் தயக்கத்தோடு என் இருக்கையில் அமர்ந்தேன். அமர்வதற்கு முன் மறக்காமல் என் பயணப்பையை முதலில் எங்கு வைத்தேனோ

அங்கேயே மறக்காமல் வைத்துவிட்டுத்தான் அமர்ந்தேன்.

உண்மையில் எனக்கு உடம்பு முழுதும் உதறிக்கொண்டிருந்தது. ஆனால், அதை மீறிப் பல கேள்விகள் உள்ளுக்குள் ஓடிக்கொண்டிருந்தன. நம்மூர் திரையரங்குகளில் "சந்தேகப்படும் படியான பொருட்களைக் கண்டால் உடனே புகார் தெரிவிப்பீர்" என்றெல்லாம் ஸ்லேடு போடுவார்கள். உண்மையில் அதைச் சரியாகக் கவனித்தது கூட இல்லை நாம். ஆனால், இங்கே ஒரு மாநிலமே எப்போதும் எச்சரிக்கையாக இருக்கிறது. அதற்குப் பின்னால் யார் இருக்கிறார்கள்... ஏன் இந்த பயம் அவர்களுக்கு என்கிற கேள்விகள் எல்லாம் உள்ளுக்குள் ஓட கணேஷ்குடியில் இறங்கி ஓட்டலை அடைந்து பிளாக்கில் கிடைத்த ஒரு ஓல்ட்மாங்கை குடித்து விட்டு உறங்கத் தொடங்கினேன்.

16

பெல்காமில் ஒரு அலுமினியம் தொழிற்சாலை இருக்கிறது. உண்மையில் அலுமினியம் ஒரு தொழிற்சாலையில்தான் தயாரிக்கப்படுகிறது என்பதே எனக்கு பெல்காமில் வேலை பார்க்கும் போது தான் தெரியும். தக்காளி ஒரு பழம் என்பதால் அது மரத்தில்தான் காய்க்கும் என்று தீவிரமாக நம்பிய பால்யம் இருப்பதால் இது ஒன்றும் அத்தனை விசித்திரமில்லை.

அலுமினியக் கழிவுகள் மொத்தமாக சேகரிக்கப்படும் இடமாகவும் கூட அது இருந்தது. பிரச்சினை என்னவென்றால் அலுமினியம் தயாரிக்கும் இடம் உள்ளடங்கி கண்ணுக்கு எட்டாத தூரத்திலும், அந்தக் கழிவுகள் நெடுஞ்சாலைக்கு அருகிலும் இருந்தது. மிக மெல்லிய பவுடர் போன்ற கழிவுகள் அவை. காற்றில் பறந்து பலரின் சுவாசத்தினிடையே உள்ளே புகுந்ததால் பலருக்கும் கேன்சர் போன்ற உடல் உபாதைகள் வந்ததாகச் சொல்லக் கேள்வி. அந்தக் கழிவுகள் காற்றில் பறக்காமல் இருக்க, எப்போதும் ஒரு

ஸ்ப்ரிங்க்லர் தோட்டத்திற்குத் தண்ணீர் ஊற்றுவது போல நனைத்துக்கொண்டே இருக்கும். அந்த ஈரத்திலேயே இருப்பதால் தூசி பறக்காது.

ஒரு பெரிய அரசாங்கத் தொழிற்சாலை என்பதால் இது சாத்தியமாகிறது. ஆனால், இதுவே மூன்றோ அல்லது நான்கோ வருடங்களுக்கு ஒரு முறை இடம் மாறும் ஜல்லியைக் கலக்கும் தார் பிளாண்ட்களில் சாத்தியமே இல்லை. நீங்கள் இதைச் சாலையோரங்களில் கவனித்திருக்கலாம். அந்த பிளான்ட் அருகில் ஒரு மிகப்பெரிய புகைபோக்கி இருக்கும். அதில் இருந்துவரும் தூசி 8 மைக்ரானுக்கும் குறைவான ஒன்று. கண்களுக்கே தெரியாது. சுற்றியிருக்கும் வயல்களில் விளைந்திருக்கும் பயிர்களில் சென்று ஒட்டிக்கொள்ளும். சுற்றி இருக்கும் ஊரில் உள்ளவர்களின் மூக்கு, வாய் வழியாக உள்ளே புகுந்துகொள்ளும். சாதாரணமாக வீடு சுத்தம் செய்யும் போது எழும் தூசி, ஜலதோஷத்தைக் கொண்டு வந்துவிடும். இந்தக் கண்ணுக்குத் தெரியாத தூசி என்னென்ன நிகழ்த்தும் என்று இன்னும் யாரும் ஆராய்ச்சியோ அல்லது சர்வேயோ செய்யவில்லை. செய்தால் சில பல அதிர்ச்சிகள் கிட்டலாம். குறிப்பாய் அந்தப் பிளாண்ட் அமைந்திருக்கும் இடத்தைச் சுற்றி இருக்கும் நிலங்கள் மெல்ல மெல்ல மலடாவதை யாரேனும் எதிர்காலத்தில் கண்டுபிடிக்கலாம்.

சரி சம்பவம் அதைப்பற்றியதல்ல. அன்று காலையில் சாலை அமைக்க எல்லாம் தயாராக இருந்தபொழுது பிளாண்ட் பழுதானது. தார் கலந்த ஜல்லியைச் சுமந்து கொண்டு லாரிகள் வருமெனக் காத்திருந்து காத்திருந்து இயந்திரத்தில் உட்காந்தவாறே நான் தூங்கியே போனேன். ஆப்பரேட்டர் ராஜேந்திரனும் எழுப்பியபோதுதான் மதியம் ஆனதையே கவனித்தேன். மெஸ்ஸில் இருந்து வந்த உணவை உண்டுவிட்டு மெல்ல நடைபயில ஆரம்பித்தபோதுதான் லாரி வந்தது. அப்பாடா என பெருமூச்சு விட்டுவிட்டு இயந்திரத்தை ஓட்ட ஆரம்பித்தோம். எப்படியும் ஆறு மணிக்குள் வேலை முடிந்துவிடும் என்கிற நம்பிக்கை பிறந்தது. காரணம் ஆறரை மணிக்கு நடராஜா திரையரங்கில் ஜேம்ஸ் பாண்ட் நடித்த டை அனதர் டே அன்று வெளியாகி இருந்தது. பார்த்தே

ஆக வேண்டும் என்கிற முடிவை இரண்டு நாட்கள் முன்பு செய்தித்தாள் பார்த்தபோதே முடிவெடுத்திருந்தேன்.

மொத்தம் இருந்த முன்னூறு மீட்டர் இடத்தில், நூறு மீட்டர் சாலை போட்டு முடிக்கவே மாலை ஐந்தரை ஆகிவிட்டது. இனி படத்திற்குச் செல்வது சாத்தியமேயில்லை என்பது தெளிவாகப் புரிந்தது. மனமோ தானாகவே சோர்வான நிலைக்குப் போனது. ஆறரை மணிவாக்கில் போஹாவும், சமோசாவும் எல்லோருக்கும் வரவழைக்கப்பட்டன. அதிலேயே இன்று இரவு முழுக்க வேலை இருக்கும் என்பதும் புரிந்தது. போஹா உண்கையில்தான் லம்பாணி பெண்களும் வீட்டிற்குச் செல்லாமல் இயந்திரத்திற்கு முன்பாக இருந்த சாலைகளைச் சுத்தம் செய்து கொண்டிருந்ததைக் கவனித்தேன். இந்த இருள் மங்கும் வேளையிலும் அந்த பல வண்ணப் பாவாடை சட்டையை அணிந்துகொண்டும், மூக்கிலிருந்து காது வரைக்கும் பயணிக்கும் அத்தனை பெரிய புல்லாக்கை அணிந்து கொண்டும், அதற்கும் மேல் எப்போதும் போல தலையில் துப்பட்டாவை வைத்துப் பாதி மூடிக்கொண்டும் மும்முரமாக வேலை செய்து கொண்டிருந்தனர்.

எப்படி 24 மணி நேரமும் மாதுரி தீக்ஷித் சோலிகே பீச்சேகியாஹே பாடலில் அணிந்திருக்கும் உடையை அணிந்துகொண்டே இவர்களால் இயங்க முடிகிறது என்பது எனக்கு எப்போதுமே ஆச்சரியம் தான். இரவில் இதையெல்லாம் கழட்டுவார்களா என்பதும் தெரியாது. யாரிடமும் கேட்கவும் முடியாது. லம்பாணி ஆண் லேபர்கள் நல்ல வலுவானவர்கள். நான் ஒரு தட்டில் கால்வாசி சாப்பாடு போட்டு, அதை சைட்டில் அமர்ந்து தின்றாலே பாதி இறங்காது. ஆனால், லம்பாணி லேபர்கள் சாப்பிடுவதைப் பார்க்கும் போது நான்கு நாளைக்குத் தேவையான சாப்பாடை ஒரே வேளையில் சாப்பிடுவது போல தோன்றும். உடல் உழைப்பு எனக்கும் உண்டென்றாலும் கூட, லம்பாணிகள் உண்ணும் போது எழும் பொறாமையை மற்றும் ஆதங்கத்தை என்னால் தவிர்க்கவே முடிந்ததில்லை.

இப்படியாக எல்லாம் வேடிக்கை பார்த்தவாறே நேரம் கடந்தது. மெல்லிய குளிர் சூழ, அந்தக் குளிருக்கு தார்

கலந்த அந்த ஜல்லியில் இருந்த 140 டிகிரி வெப்பம் இதமாக இருந்தது. ஆயினும் இந்தக் குளிருக்கு வழக்கத்தை விட சில சிகரெட்டுகள் அதிகமாகவே செலவாயின. மணி பத்தரையைத் தாண்டியிருந்தது. இன்னும் ஐம்பது மீட்டருக்கும் மேல் சாலை அமைக்க வேண்டியிருந்தது. லோடு லாரிகள் வந்து நீண்ட நேரமாகி இருந்தது. பிளாண்டில் மறுபடியும் ஏதேனும் பழுதோ என்கிற யோசனை எல்லோருக்குள்ளும் ஓடியது. எங்களின் மேற்பார்வையாளர் சரத்ஷெட்டியிடம் கேட்டால் மட்டுமே அது தெரியும். அவரிடம் மட்டுந்தான் அங்கே செல்போன் இருந்தது. நீலநிறத்திலான அந்த சாம்சங் போனின் மேலே ஒரு சின்ன கொண்டை இருக்கும். கைக்கு அடக்கமாக, அதைக் கையில் பிடிக்கும் போதெல்லாம் "எப்போது நாமும் ஒரு செல்போன் வாங்குவது?" என்கிற கேள்வியும் எழும். நம் சம்பளத்திற்கு அது கட்டுப்படியாகாது என்பது நினைவிற்கு வந்ததும் அமைதியாகும் மனம். எப்போதேனும் அதிசயமாக வீட்டிலிருந்து அந்த எண்ணிற்கு அழைப்பார்கள். சென்ற தீபாவளிக்கு ஊருக்கு செல்லாத போது அக்கா வீட்டிற்கு வந்திருந்தார். அவர் அழைத்திருந்தார். ஒரு அரை மணி நேரத்திற்கும் மேலே அந்த செல்போன் என் கைகளைத் தழுவிக்கொண்டிருந்தது. அதன் பின் வாய்ப்பே கிடைக்கவில்லை.

சரத்ஷெட்டியைக் காணவில்லை. எங்கேனும் தேநீர் கடை தேடிச் சென்றிருப்பார். நான் மெல்ல இயந்திரத்தில் இருந்து இறங்கி அப்படியே நடக்கத் தொடங்கினேன். நாங்கள் சாலை அமைத்த இடத்திற்குக் கீழே தண்ணீர் செல்ல பெரிய உருண்டைக் குழாய்கள் அந்த ஒன்பது மீட்டர் நீளத்திற்கும் அமைக்கப்பட்டிருந்தன. அதன் மேல் அமைக்கப்பட்டிருந்த சின்னத் தடுப்பின் மீது இரண்டு லம்பாணி லேபர்கள் அமர்ந்திருந்தார்கள். அப்போதுதான் கவனித்தேன் முன்னால் சுத்தம் செய்து கொண்டிருந்த அந்தப் பெண்களைக் காணவில்லை. சிவில் எஞ்சினியர்களையும் காணவில்லை. இரவில் நீண்ட தூரம் சென்றிருக்கவும் வாய்ப்பில்லை. நானும் அந்த லேபர்களோடு தடுப்பில் அமர்ந்தேன்.

"சார் டீ குடிக்கப் போகலையா?" என அதில் ஒருவன் கேட்க, "இல்ல போகலப்பா..." என்று விட்டு, "சிவில்காரங்க எல்லாம்

எங்க?" என்றேன். "அவங்க எல்லாம் அதோ அந்தப் பக்கம் போனாங்க..." என்று விட்டு அவன் மெல்லச் சிரிப்பது போலத் தோன்றியது. ஆனால், அவன் சிரிப்பதற்கான முகாந்திரம் எதுவும் அந்த நேரத்தில் இல்லாததால், அது என் மனப்பிராந்தி என்று நினைத்துக்கொண்டேன். சற்று முன்பு வரை தேநீர் குடிப்பதற்கான மனநிலை இல்லாத என்னை அவன் கேட்ட கேள்வி சற்றே தூண்டி இருந்தது. தூரத்தில் ஒரு கடையும் இருந்தது. சரி சென்று குடித்து விட்டு வரலாம் என்று நான் எழுந்து நகரும் வேளையில் தற்செயலாக சாலையின் கீழே பார்க்க, அந்தத் தண்ணீர்க் குழாயின் உள்ளே இருந்து சிவில் என்ஜினியர் நாகப்பா வெளியில் வந்தார்.

இந்த நேரத்திற்கு இந்தக் குழாய்க்குள் இருந்து இவர் ஏன் வெளியில் வருகிறார் என்று யோசிக்கும்போதே, "குல்கர்னி எங்க?" என்றொரு கேள்வியை அவர் கீழிருந்து வீச, அந்த லேபர்களில் ஒருவன், "அவர் நீர்லகிரி கூப்பிட்டாருனு அந்தப் பக்கம் போனாரு" என்று கைகாட்ட, இதையெல்லாம் நான் கவனித்துக்கொண்டிருந்த போதே, அந்த தண்ணீர்த் குழாயிலிருந்து அந்தப் பெண் லம்பாணி லேபர் வெளியில் வந்தாள்.

அவள் பெயர் எனக்குத் தெரியாது. சொல்லப்போனால் அந்த லேபர்களின் பலரின் பெயர் எனக்குத் தெரியாது. மனப்பாடம் ஆகும் பெயர்களும் இல்லை அவர்களது. எப்போது பெண் லேபர்களை அழைப்பதென்றாலும், "ஓ...அம்மா...இல்லிபா..." என்பதுதான். அது எந்த அம்மா வந்தாலும் சரி. ஆனாலும், இந்த அம்மாவை அந்த நாகப்பா இல்லிபா என்றழைத்தது மட்டுமில்லாமல், இரண்டு லேபர்களைக் காவலுக்கு வைத்துவிட்டு, தண்ணீர்க் குழாய்க்குள் அழைத்துக் கொண்டு போய், சொட்டு நீர்ப் பாசனம் செய்துகொண்டிருக்கிறார். அதற்குத் துணையாக இன்னொரு என்ஜினியர் குல்கர்னியையும் அழைக்கிறார்.

அத்தனை நாட்களாய் லம்பாணி பெண்களின் ஆடை பற்றிக் கவலைப்பட்டுக் கொண்டிருந்த நான், முதன் முதலாக அவர்கள் ஆடையின்றி அந்தக் குழாயினுள்ளே இருந்திருப்பார்கள் என்கிற கற்பனையில் திளைக்கத் தொடங்கினேன்.

17

2006-ல் லக்னோ இன்றைய லக்னோ போல் இல்லை. உத்திரப் பிரதேசத்தின் மற்றொரு குப்பையான நகரம் என்று கூறினால் சரியாக இருக்கும். பிரசாத் பில்டர்ஸ் கன்ஸ்டரக்சன் நிறுவனம், அங்கே பைபாஸ் சாலை ஒன்றை விமான நிலையம் வரை அமைப்பதற்கு குத்தகை எடுத்திருந்தது. நான் வேறு வழியின்றி அங்கே பணிக்குச் சென்றேன்.

ஊருக்கு வெளியே புதிதாக நிர்மாணிக்கப்பட்டுக்கொண்டிருந்த சவுத்சிட்டி என்னும் இடத்தில் ஒரு பெரிய வசதியான வீடு வாடகைக்கு எடுத்து அதில் ஆறு சிவில் எஞ்சினியர்களும், ஒரே ஒரு மெக்கானிக்கல் எஞ்சினியரான நானும் குடியிருந்தோம். இது போக அதே வீட்டோடு சேர்ந்த மற்றொரு அறையில் ஓர்க்ஷாப் மேலாளர் ஷர்வன் குமாரும், ஹைவே மேனேஜர் ஆதித்ஷர்மாவும் குடியிருந்தனர். வசதியான வீடு. நேபாளத்தைச் சேர்ந்த

தாப்பா என்பவர் சமையல்காரராக இருந்தார். அருமையாக சமைப்பார். என்னதான் அதே தாவா ரொட்டி, சப்ஜி, தால், ச்சாவல் என்றிருந்தாலும் கூட ருசியில் ஜமாய்த்து விடுவார். தாப்பாவுக்கு உதவியாக அர்ச்சனா என்கிற ஒரியப்பெண் ஒருத்தி இருந்தாள்.

அங்கே இருக்கும் பெரிய டைனிங் டேபிளில் நாங்கள் சாப்பிட, அந்த இரு மேலாளருக்கு அவர்கள் அறைக்கே அர்ச்சனா உணவைக் கொண்டுசென்றுவிடுவாள். நாங்கள் பெரும்பாலும் ஹாலில் இருக்கும் தொலைக்காட்சியில் பாடல்கள் கேட்டுக்கொண்டோ, பழைய இந்திப் படங்களைப் பார்த்துக்கொண்டோ சாயந்திர நேரத்தைக் கழிப்போம். அங்கே உள்ளே அவர்களின் அறையிலேயே இன்னொரு தொலைக்காட்சி இருந்ததால் அதற்காகவும் கூட அவர்கள் வெளியே வரமாட்டார்கள்.

சாயங்கால நேரம் நான் வெளியே அந்த வீட்டை விட்டு செல்வதென்றால் அதற்கு ஒரே காரணம்தான். பானிபூரி சாப்பிடுவது மட்டும்தான். உண்மையில் நீங்கள் நம் ஊரில் சாப்பிடும் பானிபூரிக்கும், வட இந்தியாவில் சாப்பிடும் பானிபூரிக்கும் நிறைய வித்தியாசம் உண்டு. உதாரணத்திற்கு ஹைதராபாதில் பானி பூரி மசாலா மட்டுமே உள்ளே வைத்து விட்டு, சிறு சிறு துண்டுகளாக வெட்டிய பெரிய வெங்காயத்தை முதலிலேயே மொத்தமாக நம் தட்டில் வைத்து விடுவார்கள். பானி பூரியைத் தட்டில் வைத்ததும், நாம் நமக்குத் தேவையான அளவு வெங்காயத்தை அதற்குள் வைத்து அப்படியே வாயில் வைத்தால், மசாலாவோடு கலக்காத அந்த வெங்காயத்தின் சுவையோடு உள்ளே இறங்கும்போது உடனடி சொர்க்கம் கிடைக்கும்.

பெல்காமில் சாப்பிடுவதற்குப் பதிலாக வீட்டில் ரசம் வைத்துக் குடித்துவிடலாம். கல்கத்தாவில் சற்றுக் காரம் தூக்கலாக இருக்கும். அது ஒன்றுதான் பெரிய வித்தியாசம். இந்த விஷயத்தில் பீகார் ஓர் அற்புதம். மாநிலத்தின் எங்கே சாப்பிட்டாலும் ஒரே மாதிரியான சுவை எல்லாக் கடையிலும்

இருக்கும். அதிலும் இறுதியாக அவர்கள் தரும் சுக்கா பானி பூரிக்கு சொத்தையே எழுதி வைக்கலாம். பூரி சுடும்போது அதில் ஒழுங்காக உப்பலாக வராத பூரியைத் தனியே ஒதுக்கி வைத்து, அதில் கொஞ்சமே கொஞ்சம் மசாலா வைத்து, அதன் மேல் கொஞ்சம் உப்பையும், ச்சாட் பவுடரையும் தூவித் தருவார்கள். அந்நேரம் வரை சாப்பிட்ட பத்தோ, பதினைந்தோ பானிபூரியின் மொத்தச் சுவையையும் இது ஓரங்கட்டிவிடும். ஆனால், குறைந்தது ஐந்து பானி பூரியாவது சாப்பிட்டு விட்டு இதைத் தின்றால் தான் அந்த உணர்வு கிடைக்கும். வெறுமனே அதை மட்டும் தின்றால் நான் பொறுப்பல்ல.

இப்போது உத்திரப் பிரதேச பானிபூரிக்கு வருவோம். பத்து ரூபாயில் பத்து வகையான பானிபூரி கிடைக்கும் ஒரே மாநிலம் இதுதான். ஒவ்வொன்றும் ஒவ்வொரு சுவையில் ஒன்று இனிப்பாக, ஒன்று துவர்ப்பாக, ஒன்று சற்றே காரமாக, ஒன்று சற்றே புளிப்பாக என நம் நாக்கின் மேன்மையை நமக்கு உணர்த்தும் பானிபூரிகள் அவை. அப்படியான ஒரு பானிபூரி உண்ணும் நாளில், அந்தச் சிறிய வண்டிக்கடைக்கு அருகிலிருந்த ஒரு புழக்கடையில் அர்ச்சனா ஆப்பிள் பழங்கள் வாங்கிக்கொண்டிருந்ததைக் கவனித்தேன். வீட்டிலிருந்து சுமார் ஒரு கிலோ மீட்டர் தொலைவு வந்தால்தான் மார்க்கட் இருக்கிறது. நான் பானிபூரி தின்றுவிட்டு அவளுக்காகக் காத்திருந்தேன்.

எல்லாம் வாங்கிவிட்டு என் பக்கமாய் நடந்து வந்தவளிடம், “பானிபூரி சாப்பிடுறியா?” என்று கேட்க, அவள் உடனே மறுத்தாள். “வீட்டுக்குதானே?” எனக் கேட்க, அவள் ஆமாம் என்று தலையசைக்க இருவரும் பேசிக்கொண்டே நடக்கத் தொடங்கினோம்.

எப்படி தமிழ்நாட்டில் இருந்து வந்து இந்தி கற்றுக்கொண்டு நாம் பேசுகையில் சில வார்த்தைகளுக்குத் தடுமாறி அதை ஆங்கிலத்திலோ அல்லது தமிழிலோ சொல்ல முற்படுகிறோமோ, அப்படித்தான் அர்ச்சனாவும். அவளுக்கு இந்தி கிட்டத்தட்ட என்னைப் போலதான். இடையிடையே ஒரியா அதுவாகவே

வந்துவிடும். ஒரே வீட்டிலேயே இருந்தாலும் கூட உணவு மேசையில் இருக்கையில் “தால் வேண்டுமா? சாப்பாடு வேண்டுமா?” என்கிற அளவில்தான் எங்கள் உரையாடல் இருக்கும். இதோ இப்போது என்னருகில் நடந்து வருகிறாள். உண்மையில் எனக்கு என்ன பேசுவதென்றே தெரியவில்லை. வேலை விஷயமாகப் பேசும்போது சரளமாக வரும் இந்தி, பொதுவாக ஏதாவது பேசுவதென்றால் தடுமாறி நிற்பதை நான் அதற்கு முன் உணர்ந்திருந்தாலும் கூட, அன்று மிக அதிகமாய் உணர்ந்தேன்.

அப்பொழுதுதான் புரிந்தது அதுவரை எந்தப் பெண்ணிடமும் இந்தியில் பொதுவான விஷயங்களை நான் பேசியதே இல்லை என்று. அதை உடைக்க முற்பட்டு நானே, “ஒரிஸால உங்க ஊர் எங்க இருக்கு?” என்று ஒரு வழியாகக் கேட்டு முடித்தேன்.

அதற்கு அவள் சொன்ன ஊர்ப் பெயரோ, அல்லது அந்த ஊர்ப் பெயரோடு சேர்த்து அவள் சொன்ன நான்கைந்து தகவல்களோ எனக்கு எதுவுமே சரிவரப் புரியவில்லை. ஆனால் “ஓ...ஓ...” என்று தலையை மட்டும் தன்னிச்சையாய் ஆட்டினேன். ஆனால், எதிர்பாராவிதமாக அவள் பதில் சொல்லி முடிக்கையில் என்னிடம் ஏதோ கேட்டது போல் இருந்தது. அத்தனை வேகமாக அவள் இந்தியில் பேசினாளா? அல்லது அவள் பேசியது இந்தியில்தானா? என்கிற சந்தேகத்தோடு அவளை நான் பார்க்க, அவள் சிரித்துக்கொண்டே மெதுவாக, “உங்களுக்கு நான் கேட்டது புரியலைதான?” என்று கேட்க, சத்தியமாய் அசடுவழிவது என்கிற சொல்லுக்கான அர்த்தத்தை அன்று தான் நான் என் மூலமாகவே புரிந்துகொண்டேன்.

அடுத்த ஐந்தாறு நிமிடங்கள் பாதி புரிந்தும் புரியாததுமான ஓர் உரையாடல் நிகழ்ந்தாலும் கூட, அர்ச்சனாவிடம் ஒரு கள்ளத்தனம் இல்லாத ஒரு அப்பாவித்தனம் இருந்ததை உணர முடிந்தது. வீட்டை அடைந்ததும் நேராக அவள் சமையல் கட்டிற்குள் சென்றுவிட்டாள். நான் தொலைக்காட்சியில் வித்யாபாலன் “பல்பல்பல்பல்ஹர்பல்ஹர்பல்” என க்ளோஸப்பில் புன்னகை உதிர்த்துக்கொண்டே பாடுவதைக்

கவனிக்க ஆரம்பித்தேன்.

அடுத்தடுத்த நாட்களில் வெறும் தால் வேணுமாவைத் தாண்டி சில புன்னகைகளை நானும் அர்ச்சனாவும் பரிமாறிக்கொண்டோம். எப்போதும் தொலைக்காட்சி ஓடிக்கொண்டிருந்தாலும் கூட ஆட்கள் இருந்தால் அந்த இடத்தில் நிற்காத அர்ச்சனா, நான் மட்டும் அங்கே அமர்ந்திருந்தால் அவளும் நின்று பாடலையோ அல்லது படத்தையோ ரசிக்க ஆரம்பித்தாள். உண்மையில் அர்ச்சனா மீது எனக்குச் சற்றே ஈர்ப்பு ஒன்று பிறக்க ஆரம்பித்திருந்தது. நான் அவளை ரகசியமாய் ரசிக்கத் தொடங்கியிருந்தேன். அவளை நோக்கி உதிர்க்கப்படும் என் புன்னகைகளில் ஒரு சின்னக் கள்ளத்தனம் குடிகொள்ள ஆரம்பித்திருந்தது.

எப்போதும் போலான ஒரு காலையாகவே அன்று விடிந்தது. அன்று சைட்டில் வேலை இருந்ததால் கேம்புக்கு எல்லாம் செல்லாமல் நேராக விமான நிலையச் சாலைக்குச் சென்றேன். வேலை ஒன்றும் பெரிதாக இல்லை என்பதை அங்கு போய்த்தான் உணர்ந்தேன். வழக்கமாய் மதிய சாப்பாடு டிஃபன் கேரியரில் கேம்புக்குச் சென்றுவிடும். ஒரு 12 மணிவாக்கில் நானே தாப்பாவை அழைத்து, என் சாப்பாட்டை அனுப்ப வேண்டாம் என்றும், நான் நேரடியாக வீட்டிற்கு வந்து விடுவேன் மதியம் என்றும் கூறிவிட்டேன். ஒன்றரை மணி அளவில் நான் வீட்டுக்குள் நுழைய அங்கே டேபிளில் இருக்க வேண்டிய உணவு முழுக்க பாத்திரத்தோடு தரையில் கொட்டப்பட்டிருந்தது. ஒரு மூலையில் அமர்ந்து அர்ச்சனா தேம்பித்தேம்பி அழுதுகொண்டிருக்க, தாப்பா சமாதானப்படுத்த முயன்றுகொண்டிருந்தார். எனக்கு எதுவுமே புரியாமல் மீண்டும் வெளியில் செல்வதா இல்லை அறைக்குள் செல்வதா என்கிற குழப்பத்தில் நின்றுகொண்டிருந்தேன்.

சற்று நேரத்தில் வெளியில் எனது மேலாளர் ஷர்வன் அவர்களின் சுமோ வந்து நிற்க அவர் இறங்கி, வெளியில் குழப்பத்தோடு நின்றுகொண்டிருந்த என்னிடம் எதுவோ கேட்க வந்து, பின் ஒன்றும் சொல்லாமல் உள்நுழைந்தார்.

“இன்னும் அழுதுகிட்டுதான் இருக்காளா?” என்று கேட்ட அவரின் குரலில் அதட்டல் தொனி தெரிந்தது. தாப்பா எதுவோ ஷர்வனிடம் சொல்ல, உள்ளவா என்று கூறிவிட்டு அவர் தன் அறைக்குள் நுழைந்தார். அர்ச்சனா அழுது கொண்டே பின்தொடர்ந்து சென்றாள். இதற்கு மேல் இங்கே நிற்பது உசிதமல்ல என்பதை உணர்ந்து, கேம்ப் செல்லத் தயாராக இருந்த சுமோவில் ஏறிக்கொண்டேன். அர்ச்சனாவின் அழுகை நிறைந்த அந்த முகம் அந்த 10 கிலோ மீட்டர் பயணமெங்கும் என்னுடனே இருந்தது.

மொத்த பிரச்னையும் என்னவென்று தெரிய வர எனக்கு இரண்டு நாட்கள்ஆகின. என்னதான் அன்றைய இரவிலேயே வீட்டில் இருந்த அத்தனை பேரும் அதையே பேசினாலும் கூட, எனக்கு அவர்கள் பேசியது கொஞ்சம்தான் புரிந்தது. அங்கே நெருக்கமான சிவில் எஞ்சினியர்கள் என்று யாருமற்ற காரணத்தால் அவர்கள் பேசுவதை எல்லாம் வேடிக்கை பார்த்து நானாகக் கொஞ்சம் யூகித்துதான் கொண்டேன். ஆனால், மறுநாள் மதியம் சைட்டில் வைத்து ஒரு சூபர்வைசர் மிக நிதானமாகச் சொன்ன விஷயங்கள் என்னவென்றால்.

“இந்த அர்ச்சனா பொண்ணு பார்க்க கொஞ்சம் குண்டா, உயரமா இருந்தாலும் கூட சரியான நாட்டுக்கட்டை. அந்தப் பொண்ணு வேலையே ஷர்வனையும், இன்னொருத்தரையும் கவனிச்சிக்கிறது தான். அவங்களுக்கு காலையில டீ போட்டுத் தர்றதுல இருந்து, நைட்டு தூங்குறப்போ கொசுவர்த்தி கொளுத்தி வைக்கிறது வரை எல்லா வேலையும் அவதான் செய்வா. ஒரு பொண்டாட்டி மாதிரி பார்த்துப் பார்த்து செஞ்சிட்டிருந்த பொண்ணை, இந்த ஷர்வன் இருக்காருல்ல, அவர் கூப்பிட்டு, “உன்னைய பொண்டாட்டியாவே ஆக்கிக்கிறேன்னு” சொல்லி மேற்படி சமாச்சாரத்தை தினசரி பண்ணிட்டு இருந்திருக்காரு. இந்தப் பொண்ணு லூசு மாதிரி அதை நம்பிக்கிட்டு இருந்திருக்கு. இதோ முந்தா நேத்து ஷர்வனுக்கு அவங்க ஊர்ல பொண்ணு நிச்சயம் பண்ணி, நாளும் குறிச்சிட்டாங்க. அதான் இந்தப் பொண்ணு உக்காந்து கண்ணைக் கசக்கிட்டிருக்கு.”

சில நேரங்களில் நமது தனிப்பட்ட விருப்பு வெறுப்புகளைத் தாண்டி சில விஷயங்கள் நம்மை வெகுவாக பாதிக்கும். எனக்கு அர்ச்சனாவின் மீது ஈர்ப்பு இருந்ததையெல்லாம் மறந்து விட்டு, உண்மையிலேயே மனம் வருந்தினேன். அதற்கு முதல் காரணம் எந்த ஊரிலும் ஏழையின் சொல் எடுபடாது. இது உத்திரப்பிரதேசம் வேறு. அவளோ வெளியூர்க்காரி. ஒருவேளை பிரச்சினை பெரிதாகி நிறுவனத்தின் அலுவலர்களின் காதுக்கு விஷயம் சென்றாலும் கூட மிஞ்சிப்போனால் ஷர்வன்குமாரை வேலையை விட்டு நீக்கும். வேறென்ன செய்யும்? இதென்ன நாட்டாமைப் பஞ்சாயத்தா? கெடுத்தவனே தாலி கட்டச் சொல்ல?

ஆனால், அர்ச்சனா விடுவதாக இல்லை. அவள் பழங்குடி இனத்தைச் சேர்ந்தவள் என கடந்த இரண்டு நாட்களில் காதில் விழுந்திருந்தது. அவர்களின் உடலுறுதி நாம் அறிந்ததே. மன உறுதியும் மிகப்பெரியதே என அறியும் வாய்ப்பு எனக்குக் கிடைத்தது. இரண்டே நாட்களில் ஊரிலிருந்து தன் தாய்மாமன் மற்றும் ஊர்ப் பெரியவரை வரவழைத்திருந்தாள். அழுதுகொண்டே இருந்த அர்ச்சனாவைக் கடந்த இரண்டு மூன்று நாட்களில் ஷர்வன் கடக்கும் போதெல்லாம் அவரின் (அவனின்?!) கண்களில் ஒரு எகத்தாளம் தெரிந்ததை நான் கவனித்திருந்தேன். ஆனால், அன்றோ அந்த ஊர் ஆட்களின் முன்பு வேண்டா வெறுப்பாக அமர்ந்திருந்தாலும் கூட, அவனின் கண்களில் ஒரு பயமும் இருந்தது. மீண்டும் பாதிக்கும் மேல் புரியாத ஓர் உரையாடல் அங்கே நிகழ்ந்துகொண்டிருந்தது. ஆனால் ஒரு கட்டத்தில் அந்தத் தாய்மாமன் கண்ணீர் விட்டு அழ, அப்போதும் ஷர்வன் இறுகிய முகத்தோடு அமர்ந்திருக்க, எனக்கு அப்போதே விஷயம் புரிந்துவிட்டது.

அன்றிரவே அர்ச்சனா காணாமல் போய்விட்டாள். அவள் இருந்த சுவடே அடுத்த சில நாட்களுக்குள் இல்லாமல் போய்விட்டது. நேபாளத்தில் இருந்து தாப்பாவின் சித்தப்பா பையன் புதிதாக வேலைக்கு வந்து சேர்ந்திருந்தான். இன்னும் ஒரு மாதத்தில் திருமணம் எனப்

பேசிக்கொண்டார்கள். யார் யார் திருமணத்திற்குப் போவது என்று கூட விவாதித்துக்கொண்டிருந்தார்கள். அர்ச்சனா அன்று விசிறியடித்திருந்த பாத்திரத்திலிருந்து சிதறியிருந்த சில பருக்கைகள் காய்ந்து போய் அதோ அந்தத் தரையிலேயே பலமாக ஒட்டியிருந்தது. நல்ல தெளிவான அந்த மொசைக் தரையில் நடக்கும்போதெல்லாம் என் காலில் அது இடறி அவளை நினைவுபடுத்திக்கொண்டே இருந்தது.

18

"தவுரிகபாதங்கே" சிவராஜ்குமார் நடித்து மிகப்பெரிய வெற்றியடைந்த படம். 400 நாட்கள் ஓடியது. பெல்காமிலேயே 200 நாட்கள் கடந்து ஓடியது. வழக்கமாக இந்திப் படங்கள் அதிகளவில் வெளியாகும் இடம் அது. அங்கேயே இப்படி என்றால் மாநிலத்தின் மற்ற இடங்களைக் கேட்கவே வேண்டாம். இது வெளியான சில நாட்களிலே "தாய் இல்லாத தப்பலி" என்றொரு படம் குட்டி ராதிகா நடித்து வெளியானது. தவரிகபாதங்கே எப்படி தங்கை செண்டிமெண்ட் படமோ, தாய் இல்லாத தப்பலி அம்மா செண்டிமெண்ட் படம். தாயை இழந்த குட்டி ராதிகா படும் கஷ்டங்களைக் கண்ணீர் பிழியச் சொல்லும் படம் என்று போஸ்டரை பார்த்தாலே புரிந்துகொள்ள முடிந்தது. படம் வெளியான சில நாட்களில் சீனியர் ஆப்பரேட்டர் ஒருவரிடம் விளையாட்டாக, "நீங்க எங்கேயுமே போக மாட்டீங்களா? படம் எல்லாம் வந்திருக்கு... ஊரே தாய் இல்லாத தப்பலிக்கு கூட்டம் கூட்டமா

போகுது... நீங்க போகலையா" என்று கேட்டான். அதற்கு அவர் சுருக்கமாக, "ஏற்கனவே வாழ்க்கையில இருக்குற கஷ்டத்தை யோசிச்சி நாம தினமும் கண்ணீர் விடுறது பத்தாதா தம்பி? தனியா தியேட்டருக்குப் போயி அழணுமா?" என்று கேட்டார். அவரது லாஜிக் எந்தளவுக்கு உண்மை என்று இன்றுவரை தெரியாது. ஆனால் பிழியப்பிழிய அழ வைக்கும் படங்களைப் பார்த்தாலே அன்று முதல் எனக்கு ஒவ்வாமை ஆனது.

அன்று காலையிலேயே படத்திற்குப் போக வேண்டும் என்று தோன்றிவிட்டது. வேலை இருந்ததுதான் ஆனாலும், ஹ்ரித்திக் ரோஷனின் கோயி மில் கயா அன்று வெளியாகிறது என்கிற செய்தியைப் பத்திரிகையில் படித்ததால் அதைத் தடுக்கவே இயலவில்லை. ஆபரேட்டர் ராஜேந்திரனிடம் மதியம் வருகிறேன் அதுவரை இயந்திரத்தைக் கவனமாகப் பார்த்துக்கொள் என்று கூறிவிட்டுச் சென்றுவிட்டேன்.

படம் தொடங்கியதிலிருந்து திரையரங்கு முழுதும் சிரிப்புச் சத்தம்தான். கைதட்டலும் விசிலும் நிற்காமல் கேட்டுக்கொண்டிருந்தது. கடைசியாக எப்போது இவ்வளவு உற்சாகத்தோடு ஒரு படம் பார்த்தோம் என்பதே எனக்கு நினைவில்லை. திரையரங்கை விட்டு வெளியே வருகையில் முகம் முழுக்க அத்தனை சந்தோஷம். அதே உற்சாகத்தோடு இயந்திரத்திற்குச் சென்றேன். வேலை கிட்டத்தட்ட முடிந்திருந்தது. இறுதி லோடும் காலியாகி விட, நான் இயந்திரத்தின் மீது நின்று கொண்டு படத்தின் கதையை சுவாரஸ்யமாக ராஜேந்திரனிடம் சொல்ல ஆரம்பித்தேன். ராஜேந்திரன் ஆந்திராவைச் சேர்ந்தவன். இயல்பாகவே சினிமாவை நேசிப்பவன். உதயம் நாகர்ஜுனா மீது பெரும் பைத்தியம் கொண்டவன். எப்போதேனும் கொண்டாட்ட மனநிலையில் இருக்கையில், சட்டையின் இரண்டு பக்கக் கைகளையும் உயர்த்திவிட்டுக்கொண்டு, "சிவாவவவவவவா..." என கத்திச் சொல்வான்.

இயந்திரத்தை ஹெல்பர் பப்லு சுத்தம் செய்து கொண்டிருந்தான். தார் மீது இயந்திரம் ஓடி முடித்தால் அந்தத் தாரின் எச்சங்கள்

இயந்திரத்தின் எல்லா பாகங்களிலும் ஒட்டிக்கொள்ளும். அதைச் சுத்தம் செய்வது ஒரு பெரிய வேலை. வாரத்திற்கு ஒரு முறை நன்றாக டீசல் ஊற்றி சுத்தம் செய்வோம். அன்று சீக்கிரமே வேலை முடிந்ததால் பப்லு அவனாகவே சுத்தம் செய்ய ஆரம்பித்திருந்தான். இயந்திரத்தின் முன்புறம் ஒரு கன்வேயர் இருக்கும். ஜல்லிக்கற்களை இயந்திரத்திற்கு உள்ளே தள்ளுவதே அதன் வேலை. அதை மெல்லச் சுற்றவிட்டு, ஒவ்வொரு பகுதியாக பப்லு சுத்தம் செய்து கொண்டிருந்த போதுதான் நான் கதை சொல்ல ஆரம்பித்திருந்தேன். அப்போதுதான் அது நிகழ்ந்தது.

என்னோடு பேசிக்கொண்டே ராஜேந்திரன் கன்வேயரின் வேகத்தை அதிகரிக்க, மிகச்சரியாக அந்நேரத்தில் கையிலிருந்த மிகப்பெரிய கம்பியால் அதை சுத்தம் செய்து கொண்டிருந்த பப்லு, கம்பி நேராக கன்வேயரின் செயினில் மாட்டி, சற்றே பறந்து வந்து கன்வேயர் முன்பாக இருந்த கூரிய இரும்பு ஒன்றில் மோதினான். அடுத்த நொடியே அவன் தாடை கிழிந்து ரத்தம் கொட்ட ஆரம்பித்தது. இயந்திரத்தின் மீது நின்றிருந்த நான், கதையை அப்படியே நிறுத்திவிட்டு, “என்னடா பண்ணித் தொலைச்ச ராஜேந்திரா...” எனக் கத்திக்கொண்டே, பப்லுவை நோக்கி ஓடினேன்.

ஒரு பெரிய துணியை வைத்து அவன் உதட்டிலிருந்து தாடை வரையிலான பகுதியை மூடினோம். ஆனாலும் ரத்தம் வருவது நிற்கவே இல்லை. எப்போதுமே ரத்தம் என்னை இயல்பாக இருக்க விடாது. ஆனால், இயந்திரத்தின் மேற்பார்வையாளன் என்கிற முறையில் பப்லுவிற்கும் நானே பொறுப்பு. அந்த இடத்திலும் இருக்கவும் இயலாமல், விலகவும் முடியாமல் ஒரு பெரிய இக்கட்டில் அவனைத் தாங்கிக்கொண்டு அமர்ந்திருந்தேன். நல்ல வேளையாக சரத் ஷெட்டி அங்கே இருக்க, அவர் உடனே ஒர்க்ஷாப்பிற்கு போன் செய்ய, பிரகாஷ் ஷெட்டி என்கிற ஒர்க்ஷாப் மேலாளரின் ஜீப், எங்கள் கேம்பில் எப்போதும் இருக்கும் ஒரு மருத்துவரையும் கூட்டிக்கொண்டு விரைந்து சைட்டுக்கு வந்தது.

அவர் பெரிய எம்.பி.பி.எஸ்.மருத்துவர் எல்லாம் இல்லை. ஒவ்வொரு கேம்பிலும் ஒரு மருத்துவர் இருக்க வேண்டும் என்கிற அரசாங்கச் சட்டத்தின்படி, பார்மஸி முடித்த, மாத்திரை மட்டும் கொடுக்கும் கம்பவுண்டர் அவர். ஆனால், அந்நேரத்தில் அவரின் வருகையே மிகப் பெரிய ஆசுவாசமாக இருந்தது எனக்கு. அவர் வந்து என் மீது சாய்ந்திருந்த பப்லுவை மெல்ல அவர் பக்கம் திருப்பி அவன் தாடையை மூடியிருந்த கர்சீப்பை விலக்கிய பொழுது, நானும் அதை அத்தனை அருகிலிருந்து மீண்டும் பார்த்தேன். உடனடியாக நான் மயங்கி விழுந்திருக்கத் தான்வேண்டும். எப்படித் தப்பித்தேன் என்றே இன்றுவரை புரியவில்லை. அத்தனை ஆழமாக அந்தக் கூரிய இரும்பு அவன் தாடையையும் கீழ் உதட்டையும் வெட்டியிருந்தது.

உடனே நானும், அந்த கம்பவுண்டரும் பப்லுவை ஏற்றிக் கொண்டு ஜீப்பில் மருத்துவமனைக்கு விரைந்தோம். நகரின் மிகப்பெரிய மருத்துவமனையான KLE மருத்துவமனையை வண்டி அடைந்தபோது மணி மூன்றரை. எங்களை விட்டு விட்டு ஜீப் மீண்டும் கேம்ப் நோக்கிக் கிளம்பியது. உடனே எமர்ஜென்சிப் பிரிவுக்கு விரைந்தோம். காயத்தைக் காட்டினோம். பப்லுவை உள்ளே அழைத்துச் சென்றார்கள். நாங்கள் மெல்ல வராண்டாவில் இருந்த நாற்காலியில் அமர்ந்தோம்.

இந்த மருத்துவமனையைக் குறிப்பிட்ட சாலையைக் கடக்கும் போதெல்லாம் பார்த்திருந்தாலும் கூட இன்றுதான் முதன் முதலாக உள்ளே வருகிறேன். உண்மையிலேயே மிகவும் பெரியது தான். KLE என்றால் கர்நாடகா லிங்காயத் எஜுகேஷன் சொசைட்டி ஹாஸ்பிடல் என்பது பொருள். லிங்காயத் பற்றி நீங்கள் கேள்விப்பட்டிருக்கலாம். பசவா என்பவரால் 12-ஆம் நூற்றாண்டில் உருவாக்கப்பட்ட மதம் இது. கிட்டத்தட்ட இந்து மதத்தை ஒட்டிய ஒன்றுதான் என்றாலும் கூட இவர்கள் தங்களைத் தனிமதம் என்றே கூறிக்கொள்வார்கள். சிவனை இஷ்டலிங்க என பெயரிட்டு வணங்கும் இவர்கள் விஜயநகரப் பேரரசு இருந்தபோது மிகவும் உயர்ந்த பதவியில் புகழ்பெற்று விளங்கியதாகக் குறிப்புகள் உள்ளன. வேதங்களிலும்

புராணங்களிலும் குறிப்பிட்டிருக்கும் எல்லாவிதமான சாதிப் பிரிவுகளையும் லிங்காயத் மறுப்பதாகக் கூடசொல்வார்கள். கேட்பதற்கு நன்றாக இருந்தாலும் கூட அதுவும் ஒரு மதம் தானே?

உள்ளே சென்ற பப்லு ஒரு மணி நேரம் கழித்து வெளியில் வந்தான். இன்னும் அவன் சட்டையில் ரத்தக்கறை இருந்தது. அது சின்னதாய் ஒரு பதட்டத்தை ஏற்படுத்தி இருந்தாலும் கூட, அவன் உதட்டிலும் தாடையிலும் கலந்துகட்டி போடப்பட்டிருந்த தையல்கள் என்னை பயமுறுத்தின. இந்தக் காயம் ஆறுமா? இந்தத் தையல் போட்ட அடையாளங்கள் மறையாமல் தங்கிவிட்டால், அது எவ்வளவு பெரிய வடுவாக அவனது முகத்தில் தங்கிவிடும் போன்ற பலப்பல கேள்விகள் உடனடியாக என் மனதில் எழுந்தன.

"சார் பேஷண்டை கூப்டுட்டு கிளம்புங்க... இங்க கூட்டம் போடாதீங்க..." என்கிற செவிலியரின் குரலைக் கேட்டு வெளியில் வந்தோம். வானம் அத்தனை மேகமூட்டமாக இருந்தது. மழைக்காலம் கூட இல்லை. ஆனாலும் குளிர்காற்று மெல்ல வீசத் தொடங்கி இருந்தது. அங்கிருந்த ஒரு ரூபாய் காயின் போன் பூத்தில் இருந்து பிரகாஷ் ஷெட்டிக்கு போன் செய்து வண்டி அனுப்பச் சொல்லி விட்டு வந்தார். அந்த எமர்ஜென்சி வார்டின் வெளியே சூழ்ந்திருந்த மரங்களுக்கு நடுவில் இருந்த ஒரு கான்கிரீட் பெஞ்சில் மூவரும் அமர்ந்தோம்.

"வலிக்குதா ரொம்ப..." என்கிற அபத்தமான கேள்வியை பப்லுவிடம் கேட்டேன். பேச இயலாத நிலையிலிருந்த அவன், ஆமாம் என்பது போல் மெல்லத் தலையாட்டினான். "சாரிடா... அவன் வேணும்னே பண்ணல... பேசிட்டே பட்டனை அழுத்திட்டான்..." என்று சொன்னபோது என் குரல் இன்னும் உள்ளே போயிருந்தது. பரவாயில்ல சார் என்பதுபோல் இருந்தது அவன் தலையசைத்தது. நாசமா போங்கடா என்றும் கூட அதை மொழி பெயர்க்கலாம்.

"எந்த சேஃப்டி எதுவும் இல்லாம வேலை பார்த்தாலே இப்படித்தான் ஆகும்..." என்று கம்பவுண்டர் பொதுவாகச்

சொன்னார். பப்லுவின் முகம் பார்க்க இயலாத இறுக்கத்தை எப்படித் தணிப்பது என்றிருந்த நான், அந்த கம்பவுண்டரின் வார்த்தைகளை இறுகப் பற்றிக்கொண்டேன்.

“ஆமா சார்... ஒரு ஹெல்மட் இல்ல... சேஃப்டி ஜாக்கட் இல்ல... சேஃப்டி ஷூ இல்ல... இதெல்லாம் கவனிக்க வேண்டிய கம்பெனி ஒழுங்கா சம்பளம் கூட தர்றதில்ல.” என்று அங்கலாய்த்தேன். உண்மையில் இந்தியாவின் பெரிய கட்டுமான நிறுவனங்கள் எல்லாமே இந்தப் பாதுகாப்பு விஷயத்தில் மிகவும் கவனமாக இருப்பார்கள். அதற்குத் தேவையான உபகரணங்கள் எல்லாமே வேலையில் சேரும்போதே அந்த நிறுவனம் மூலம் வழங்கப்படும். அதை வேலையின் போது ஒழுங்காக அணிந்து வரவில்லையென்றால் அங்கேயே அபராதமும் விதிக்கப்படும். அதனாலேயே அங்கே ஒரு ஒழுங்கு இருக்கும்.

ஆனால் எப்போது இந்த நாற்கரசாலை அமைக்கும் பணி இந்தியாவில் ஆரம்பிக்கப்பட்டதோ அப்போது புதிது புதிதாக நிறைய கன்ஸ்ட்ரக்ஷன் நிறுவனங்கள் ஆரம்பிக்கப்பட்டன. அத்தனை நாள் வரை டைல்ஸ் மற்றும் கிரானைட் கற்கள் விற்றுக்கொண்டிருந்த எஸ்.என்.எஸ் ஷெட்டி நிறுவனம் இதிலிருக்கும் லாபத்தைக் கணக்கில் கொண்டு புதிதாக ஒரு கட்டுமான நிறுவனம் ஆரம்பித்து, பெல்காமில் இருந்து ஹூப்ளி வரையிலான சாலை அமைக்கும் பணியையும் பெற்றது. சேஃப்டி என்பதிலோ அல்லது வேலை செய்பவர்களின் நலம் என்பதிலோ எந்தவிதப் பெரும் ஈடுபாடும் இல்லாத ஒரு நிறுவனமாக இது இருப்பதற்கு இவையெல்லாம் முக்கிய காரணம். இதை விடப் பெரிய கூத்து எங்கள் நிறுவனத்தின் இந்த ப்ராஜெக்டின் டைரக்டர் இதற்கு முன் ஒரு ஆரம்பப்பள்ளியில் ஆசிரியராக இருந்தவர். ஷெட்டி என்கிற ஒரே சாதியை சேர்ந்தவர் என்பதும், கம்பெனியின் முதலாளிக்குச் சொந்தக்காரர் என்பதும் மட்டுமே அவர் இங்கே டைரக்டராக காரணம்.

இவையாவும் அங்கே அமர்ந்திருந்த பொழுதில் நாங்கள் பேசிக்கொண்ட விஷயங்கள் கிட்டத்தட்ட ஒரு மணி நேரம் கடந்திருந்தது. குளிரும் மெல்ல அதிகமாக ஆரம்பித்திருந்தது.

ஆனால் ஜீப் வரவேயில்லை. மீண்டும் உள்ளே சென்று போனில் பேசிவிட்டு வந்த கம்பவுண்டர், "வண்டி மஹந்தேஷ் நகர்ல இருக்காம், வந்திருமாம்..." என்று சற்றும் நம்பிக்கையில்லாத குரலில் சொன்னார்.

நேரம் கடந்தது. பேசுவதற்கு விஷயமும் குறைய ஆரம்பித்திருந்தது. அதைவிட முக்கியமாக நன்றாகப் பசிக்க ஆரம்பித்திருந்தது. எல்லாம் கூடி இம்சை செய்ய, வண்டி வராத ஆத்திரம் பெருக ஆரம்பித்தது. குளிர் மெல்ல அதிகரித்ததால் பப்லுவிற்கு வலியும் அதிகரிக்கத் தொடங்கியது. அவர்கள் கொடுத்த மாத்திரைகளைச் சாப்பிட்டுவிட்டு படுத்துத் தூங்கினால் மட்டுமே வலி குறையும். அதற்கும் வழியில்லை. நாங்கள் கூட சமாளித்துவிடுவோம். பப்லுவின் வலியை எப்படி சமாளிப்பது? உள்ளே சென்று அமரலாம் என்றால் எமர்ஜென்சி வார்டு முழுதும் பெருங்கூட்டம். நாற்காலிகள் காலியாய் இல்லை. மருத்துவமனையின் ரிசப்ஷன் நாங்கள் இருக்குமிடத்தில் இருந்து குறைந்தது முக்கால் கிலோ மீட்டர் இருந்தது. அங்கு வரை நடந்து போகவும் விருப்பமில்லை. என்ன செய்வது என்கிற எண்ணமும், அதன் மூலம் பெருகிய வெறுப்பும் மட்டுமே இப்போது உச்சத்தில் இருந்தது. பப்லு என்கிற 20 வயது மனிதன் பட்டுக்கொண்டிருக்கும் வேதனையெல்லாம் அப்போது நினைவிலேயே இல்லை.

"சரி நான் ஷேர் ஆட்டோல மஹந்தேஷ் நகர் வரைக்கும் போயி வண்டியை வரச் சொல்றேன்.. இவங்க வர்ற மாதிரி தெரியல..." என்று கூற, கம்பவுண்டர் என்னை ஒரு மாதிரியாகப் பார்த்தார்.

"இல்லைன்னா நீங்களும் வாங்க... சேர்ந்து போகலாம்..." என முகத்தை இறுக்கமாக வைத்துக்கொண்டு நான் சொல்ல, இங்கிருந்து எப்படியும் ஷேர்ஆட்டோ பிடிக்க நீண்ட தூரம் போக வேண்டும் என அறிந்த அவர், "என்னப்பா இப்படி விட்டுட்டுப் போறேன்னு சொல்ற?" என்று சற்றே இரக்கம் வேண்டும் குரலில் கேட்டார்.

ஆனால் அதையெல்லாம் உள்ளே ஏற்றிக்கொள்ளும்

மனநிலையில் இல்லாத நான், "வேறென்ன பண்ண? நானும் உங்க கூடவே உக்காந்து நைட்டெல்லாம் இந்தக் குளிர்ல சாகவா? கொஞ்ச நேரம் கழிச்சிப் போனா இப்போ கிடைக்கிற ஷேர் ஆட்டோவும் கிடைக்காது. இப்போ போனா உங்களுக்காவது வண்டி அனுப்ப பேச முடியும்" என்று கூறி முடித்தபோது என் முகம் எனக்கே அகோரமாக இருந்தது. ஆனால், இந்த மாதிரியான தருணங்களில் பாவ புண்ணியம் எல்லாம் எப்போதும் வேலைக்காகாது.

பப்லு இதையெல்லாம் வேடிக்கை பார்த்துக் கொண்டிருந்தான். வேறு வழியே இன்றி அவன் மவுனமாக இருந்தான். அதுவே அவன் மீதான இரக்கத்தை இன்னும் அதிகப்படுத்தியது. பல நேரங்களில் நாமும் அவனைப் போல் வாயில் அடிபட்டதைப்போல கற்பனை செய்து அமைதியாக இருந்து விட்டால் எதிராளிக்கு நம்மீது இரக்கம் வந்தாலும் வரலாம். நான் அதற்கு மேல் காத்திருப்பதில் அர்த்தமில்லை என்று எனக்குள்ளேயே சமாதானம் செய்து கொண்டு அங்கிருந்து கிளம்பினேன்.

கிளம்பியவன் மஹேந்தேஷ் நகருக்கு எல்லாம் செல்லவில்லை. நேராக பெல்காம் பேருந்து நிலையத்திற்குச் சென்று அங்கிருந்த ஹலகா பேருந்தில் ஏறி கேம்பிற்குச் சென்று, மெஸ்ஸில் சாப்பிட்டு விட்டு, அறைக்குச் சென்று, அந்தக் குளிருக்கு இதமாக போர்வையைப் போர்த்திக்கொண்டு நிம்மதியாகப் படுத்து உறங்கினேன்.

19

இந்தியாவின் மழைக்காலம் இரக்கமில்லாதது. ஒன்று பெய்து கெடுக்கும் அல்லது பொய்த்துக்கெடுக்கும். எங்கெல்லாம் தண்ணீர் அதிகமாகத் தேங்குமோ அல்லது தண்ணீர் தேவைப்படாதோ அங்கெல்லாம் கணக்கே இல்லாமல் பெய்யும். எங்கே வறண்டு இருக்குமோ அங்கே மழையின் வாசனை கூட இருக்காது. இதில் பீகாருக்கு மாத்திரம் எங்கிருந்து விதிவிலக்கு?

அன்று காலையில் நான் சுபோலில் இருந்தேன். சுபோல் முன்னொரு காலத்தில் மிதிலாவின் ராஜ்யத்தில் இருந்தது. இப்போதும் பீகாரின் முக்கியமான நகரங்களில் சுபோலும் ஒன்று. வருடா வருடம் மழையும் பெய்து, வருடா வருடம் வெள்ளத்திலும் மூழ்கும் ஒரு மாவட்டம் அது. அதற்கு முக்கிய காரணம் நேபாளத்தில் இருந்து வரும் கோஷிநதி. எப்போதும் வற்றாமல் ஆண்டு முழுதும் நிறைந்து ஓடும் கோஷியின் நீரும், அது

போக சுபோலில் பெய்யும் மழையும் சேர்ந்து வீடு, பயிர், விவசாயம் என எல்லாவற்றையும் நாசமாக்கிவிட்டுச் சென்று விடும். 2012-ல் அத்தனை வருடங்களாக இல்லாத கடும் மழை பெய்ய, கிராமங்கள் எல்லாம் நீரில் மூழ்க, வெள்ளத்தின் வேகம் தாங்காமல் தப்பிப்பதற்காக ஒரு மாமரத்தில் ஏறினார் அந்த 60 வயது பெரியவர்.

மரத்தில் ஏறிய சில மணி நேரங்கள் நன்றாகத்தான் இருந்தது. எங்கு நோக்கினும் தண்ணீர் தண்ணீரே தெரிய, அந்தத் தண்ணீரில் பாத்திரங்கள், வீட்டில் இருந்த மூங்கில் பொருட்கள் எல்லாம் அடித்துக்கொண்டு போவதைப் பார்க்கையில் முதலில் "அடடா நாம் தப்பி விட்டோம்" என்று தான் அவர் எண்ணியிருந்தார். ஆனால், மழையும் நிற்பதாக இல்லை. வெள்ளமும் வடிவதாக இல்லை. அடுத்த சில மணி நேரங்களில் பசிக்கத் தொடங்க, அந்த மாமரத்தில் வெறும் இலைகள் மட்டுமே இருந்தன. அன்றிரவு ஒருவாறு பசியை அடக்கிக்கொண்டு ஒடுங்கியவாறு மரத்திலேயே ஐக்கியமானார்.

ஆனால், விடிகாலையில் பசிதாங்கவில்லை. மாம்பழப் பருவத்தில் ஏறினால் மட்டுமே மாமரம் மிகவும் பயனுள்ளதாக இருக்கும். மற்ற நேரங்களில் ஏறினால் பெரிய பெரிய எறும்புகளிடம் கடிவாங்குவது மட்டுமே அதன் பயன். வேறு வழியே இல்லாமல் அந்த இலைகளைத் தின்ன ஆரம்பித்தார் அவர். இரவில் மழை நின்றது. ஆனால், வெள்ளம் அங்கேயே நின்றிருந்தது. அன்று மதியம் மீண்டும் சில இலைகளை மென்றார். இரவில் மதியத்தை விட சற்று அதிகமாகவே உண்டார். அடுத்து எப்போதெல்லாம் தோன்றுகிறதோ அப்போதெல்லாம் மாமர இலைகள் வயிறை நிறைத்தது. ஆறாம் நாள் மதியம் வெள்ளம் எல்லாம் வடிந்து ஓரளவு நடக்கும் அளவு தண்ணீர் வந்ததும் அவர் மரத்திலிருந்து கீழே இறங்கி வீட்டிற்கு நடக்கத்தொடங்கிய பொழுது அன்று இரவு உணவிற்காக இருபது இலைகளை பறித்துக்கொண்டு தான் இறங்கினார். ஆறு நாட்கள் வெறும் மாமர இலைகளை மட்டுமே உண்ட அந்த மனிதரைப்பற்றி ஒரு மாதம் கழித்து தைனிக்ஜாகரனில்

செய்தி வந்தது. இப்போது உள்ளூரில் அவர் பெயர் மாமரத் தாத்தா. இப்போதெல்லாம் அவர் மழைக்காலத்திற்கோ அல்லது வெள்ளம் வருவதற்கோ காத்திருப்பதில்லை. மனைவி அன்றும் ரொட்டிக்கு தொட்டுக்கொள்ள அதே பாலக்சப்ஜி வைத்தால், நேராக மாமரத்தின் மேல் ஏறி ஏழெட்டு இலைகளைத் தின்று விட்டு மாட்டுக் கொட்டகையிலேயே கட்டிலைப் போட்டுத் தூங்கிவிடுகிறார். மாம்பழம் காய்த்துத் தொங்கும் பருவத்திலும் கூட அவர் பழங்களைத் தொடுவதில்லை. இலைகளை மட்டுமே உண்கிறார்.

அப்படியான ஒரு ஊரில் இருந்து மைதல்கஞ் செல்ல வேண்டிய வேலை இருந்தது. கிட்டத்தட்ட அறுபது கிலோ மீட்டர். சுபோலில் இருந்து காலையில் எட்டு மணிக்குக் கிளம்பிய பேருந்து பல்வேறு கிராமங்களை நிதானமாக கடந்து ராம்பூரை அடைய பத்தரை மணி ஆகியிருந்தது. ராம்பூரில் இருந்து சின்ன டாடா ட்ரக் வண்டிகள் மைதல்கஞ் செல்லுமென அறிந்து கையிலிருந்த பெரிய துணிப்பையையும், தோளிலிருந்த லேப்டாப் பையையும் ஆசுவாசமாக ஒரு வண்டிக்குள் இறக்கி வைத்துவிட்டு ட்ரைவர் சீட்டுக்கு அருகில் அமர்ந்து கொண்டேன். முந்தைய நாள் வரை பெய்திருந்த பெருமழையின் மிச்சங்கள் அங்கங்கே தேங்கியிருக்க, ஒருவாறு பதினொரு மணிக்கு வண்டி கிளம்பியது.

மிகச்சரியாக மைதல்கஞ் அடைய ஆறு கி.மீ. இருக்கையில் வண்டி நின்றது. கையிலிருந்த மொபைலில் முகம் புதைந்திருந்த நான் நீண்ட நேரம் வண்டி நிற்கிறதே என்று நிமிர்ந்து பார்க்க, வண்டியில் யாருமே இல்லாததைக் கவனித்தேன். பத்துப் பேர் ஓரளவு உட்காரக்கூடிய அந்த வண்டியில் இருபது பேர் பயணித்துக் கொண்டிருந்தோம். இப்போது ஒருவரும் இல்லை என்றதும் கொஞ்சம் வருத்தமாகி, வேண்டா வெறுப்பாக வண்டியிலிருந்து இறங்கினேன்.

அது ஒரு மண் சாலை. ஆனால், வண்டிகள் மண் சாலையில் சென்றால் சக்கரங்கள் எங்காவது எசகுபிசகாக மாட்டிக்கொண்டு விடும் என்பதால் செங்கல்களை ஜிக்ஜாக் வடிவத்தில் அடுக்கி

வைத்து அந்தச் சாலையை வண்டிகள் ஓடத் தகுதியானதாக மாற்றியிருந்தார்கள். அப்படியான சாலையின் இடையே கிட்டத்தட்ட பத்தடி தூரத்திற்கு மழை வெள்ளம் ஒன்று புகுந்து மொத்த சாலையையும் அடித்துக்கொண்டு போயிருந்தது. இதற்கு அர்த்தம் என்னவென்றால் இந்த இடத்தை விட்டு வண்டி இனி ஒரு மில்லி மீட்டர் கூட நகராது என்பது தான். நடுரோட்டில் வெள்ளம் வந்து அதனால் பள்ளம் வந்தது என்றெல்லாம் எதுகை மோனையாக இதைக் கூற முடியாது. ஏனெனில், அங்கே இருந்தது சாலையே இல்லை. சீர் செய்யப்பட்ட மண் குவியல்தான். அதன் மேல் சில செங்கல்கள். அது தண்ணீரில் அடித்துக்கொண்டு போகவில்லை என்றால் தான் ஆச்சரியப்பட வேண்டும்.

தண்ணீர் செல்லும் பாதையைச் சற்றே உற்று நோக்கினேன். கண்ணுக்கெட்டிய தூரத்தையும் தாண்டி தண்ணீர் பயணித்துக்கொண்டிருந்தது. இந்தப் பத்தடி தூரத்தைக் கடந்து விட்டால், அந்தப் பக்கம் நிற்கும் வண்டிகள் ஏதோ ஒன்றில் ஏறி மைதல்கஞ் சென்று விடலாம். ஆனால், அந்தப் பத்தடி நீள பள்ளத்தில் ஓடும் நீர், இரண்டு கிலோ மீட்டர் தூரத்திற்கு அல்லவா செல்கிறது. அதை விட முக்கியமாக அதன் ஆழம் எளிதில் கடக்க முடியாது என்பதும் தெளிவானது. ஒரே வழி, நீர் செல்லும் பாதையிலேயே சென்று, எந்த இடத்தில் அந்தப் பத்தடியைக் கடக்க வழி இருக்கிறதோ அங்கே அதைக் கடந்து, அதன் பின்னர் மீண்டும் அதேயளவு தூரம் நடந்து வந்து வண்டி நிற்கும் சாலையை அடைய வேண்டும். இதை நான் யோசித்துக்கொண்டிருக்கையிலேயே என்னோடு வந்தவர்கள் அந்த நீரின் கரையில் நடக்கத் தொடங்கியிருந்தார்கள். மீண்டும் வண்டிக்குச் சென்று இரண்டு பைகளையும் எடுத்துக்கொண்டு நான் அவர்களின் பின்னே நிதானமாக நடக்கத் தொடங்கினேன்.

இந்த மாதிரியான நேரங்களில் அதாவது வெள்ளம் நிரம்பி வரும் காலங்களில் ராணுவத்தின் உதவியெல்லாம் சில நேரங்களில் தேவைப்படும். மீட்புப் பணிக்காக வரும் அவர்கள் சில தற்காலிக பாலங்களை அமைப்பார்கள். பெரும்பாலும் இரும்பினால்

அமைக்கப்படும் அந்தப் பாலங்கள் பல வருடங்கள் அப்படியே இருக்கும். அப்படி அமைத்த பாலங்களைப் பெரும்பாலும் அப்படியே விட்டு விட்டுச் சென்று விடுவார்கள். "இது வெள்ளம் வரும் பகுதி" என்பதை யாரும் சொல்லாமலேயே நாமே புரிந்துகொள்வதற்கான அடையாளமாக அந்தப் பாலங்களை சொல்லலாம்.

ஆனால், இந்த மாதிரி நேரங்களில் உள்ளூர் கவுன்சிலரோ அல்லது பஞ்சாயத்து வார்டு உறுப்பினரோ சிமெண்ட் மூட்டைகளில் மணலை நிரப்பி அதைத் தண்ணீர் அதிகமாக வரும் வழியில் வைத்து அடைப்பார்கள். அவர்களிடம் இருக்கும் நிதியும் அவ்வளவுதான் அனுமதிக்கும். பொங்கி வருகிற வெள்ளம் அந்த மூட்டைகளை அப்படியே கபளீகரம் செய்து விட்டு, அப்படியும் பசி தீராமல் ஊருக்குள் ஓடிவரும். இல்லையெனில், இப்படி மண் சாலைகளைத் தின்று ஏப்பம் விடும். கொறித்துக்கொள்ள செங்கற்கள்.

துணிகள் இருந்த பெரிய பை ஒரு பக்கமாகத் தோளை இழுத்தது. அந்தச் சுற்றுப்புறத்திற்குச் சற்றும் சம்பந்தமே இல்லாத வுட்லேண்ட்ஸ் ஷூ பல இடங்களில் சகதியோடு உறவாடியது. பசி வயிற்றைக் கிள்ள ஆரம்பித்திருந்தது. நடந்து போகும் போது தான் சற்றே தூரத்தில் தெரிந்த ஒரு கிராமத்தைக் கவனித்தேன். கண்டிப்பாக உணவு கிடைக்கும் அளவிற்கான ஹோட்டல்கள் அங்கே இருக்க சாத்தியமேயில்லை. ஆனால், கண்டிப்பாகத் தேநீர்க் கடை இருக்கும். அங்கே பிஸ்கட்டோ அல்லது பொறையோ கிடைக்கலாம். இந்த எண்ணம் மனதில் எழுந்ததும் கால்கள் தூரத்தை எல்லாம் தள்ளி வைத்து விட்டு மெல்ல அந்த ஊரை நோக்கி நடைபோட ஆரம்பித்தது.

பீகாரின் அத்தனை அம்சங்களும் நிரம்பிய ஊராக அது இருந்தது. மிக ஒடுங்கிய மண் சாலைகள் வரவேற்றது முதலில். ஒரு நேரத்தில் இருவர் நடக்கலாம் அல்லது பெரு மோட்டார் சைக்கிள் செல்லலாம் என்கிற அளவிலான அந்தச் சாலையில் மாடுகள் பாதி அடைத்து படுத்துக்கொண்டிருந்தன. சின்ன வீடுகள் கூரை வேய்ந்து இருக்க, பெரிய வீடுகள் செங்கல்

பல்லிளிக்க நின்றுகொண்டிருந்தன. பீகாரோ அல்லது உத்திரப்பிரதேசமோ சென்றால் அங்கே கிராமங்களில் இருக்கும் பெரிய மாடி வைத்த வீடுகளில் ஒரு பக்கம் மட்டும் பெயிண்ட் எதுவும் அடிக்காமல், சுண்ணாம்பு கூட பூசாமல் வெறும் செங்கல் மட்டும் வெளியில் தெரியும்படியாக இருக்கும். ஒரு முறை சச்சின் பிரதாப் சிங்கோடு பயணம் செய்யும் போது ஏன் இப்படி ஒரு பக்கம் மட்டும் மொட்டையாக இருக்கிறது என்று கேட்டதற்கு, அவன் சொன்ன பதில் என்னவென்றால்,

"அது ஒண்ணுமில்ல சார்... அதுதான் வீட்டோட பின்பகுதி. முன்னாடி பளிச்சுனு இருந்தா போதும். பின்னாடி எல்லாம் யார் பார்க்கப்போறா அப்டிங்கிறதுதான் அதோட கான்சப்ட். இப்போ தான் வெளிய படிக்கப் போன பசங்க நாலு ஊரைப் பார்த்துட்டு வீடுன்னா முழுமையா இருக்கணும்னு புரிஞ்சிட்டு அங்கேயும் சிமெண்ட் பூசி பெயிண்ட் அடிக்கிறாங்க. பழைய ஆட்கள் வீடெல்லாம் இப்பவும் அப்படியேதான் இருக்கு"

இதே கேள்வியை புஷ்பேந்திரபயாசியிடம் கேட்டபோது,

"சார் வீடு முழுசா முடிச்சாதான் அது கணக்குல வரும். கணக்குல வந்தா அதுக்கு வரி கட்டணும். அதனாலதான் இவனுங்க ஒரு பக்கம் சிமெண்ட் பூசி பெயிண்ட் அடிக்காம விட்ருக்கானுங்க..." என்றான். எனக்குத் தெரிந்து இது நியாயமாகப்பட்டது. முன்னோர்கள் எப்போது முட்டாளாக இருந்தார்கள்?

இந்த யோசனைகள் நடுவில் பசி அதிகரித்திருந்தது. எதிர்ப்பட்ட முதல் வீட்டின் முன்பு வெறும் துண்டை மட்டும் கட்டிக்கொண்டு அமர்ந்திருந்தவரிடம், "டீக்கடை இங்க கிடைக்குமா?" என்று கேட்க, அவர் என் உச்சரிப்பை உடனே கவனித்து, "எந்த ஊர் உங்களுக்கு?" என்று நான் ஒரு நாளில் பத்து பேரிடம் பேசினால் எட்டுப் பேர் கேட்கும் அதே கேள்வியைக் கேட்டார்.

"தமிழ்நாடு" என்று சிறுபுன்னகையோடு கூறிவிட்டு, அவரின் அடுத்த பதிலுக்குக் காத்திருந்தேன். ஆனால், அவர் சொன்ன பதில் இன்றுவரை என்னால் மறக்க இயலாதது.

"இங்க திண்ணையில உக்காருங்க டீ போட்டுக் கொண்டு வர்றேன்.." என்றுவிட்டு என் பதிலுக்கு எல்லாம் காத்திராமல் உள்ளே சென்றார். அடுத்த சில நொடிகளுக்கு எனக்கு என்ன செய்வதென்றே புரியவில்லை. நான் காசு கொடுத்துக் குடிக்க டீக்கடை கேட்டது அவருக்குப் புரிந்துதான் உள்ளே சென்றாரா, இல்லை நான் டீ கேட்டேன் என்று நினைத்துச் சென்றாரா என்பதே எனக்குப் புரியவில்லை. ஆனால், வெறும் டீ குடித்தால் மட்டும் இப்போதைய பசி அடங்கி விடாது. ஏதேனும் ஸ்நாக்ஸ் கிடைத்தால் நன்றாக இருக்கும் என்று நான் யோசித்துக்கொண்டிருந்தபோதே, கையில் "கடி" என்கிற கிட்டத்தட்ட நம்மூர் ரிப்பன் பக்கோடா போன்ற ஒரு நொறுக்குத் தீனியோடு வெளியில் வந்தார். கூடவே, "இன்னும் உக்காரலையா?" என்கிற கேள்வியோடு.

பயணப் பைகளைச் சற்றுத் தள்ளி வைத்துவிட்டு, அந்தத் திண்ணையில் வசதியாகவே அமர்ந்து அந்தக் கடியைக் கடிக்க ஆரம்பித்தேன். "தமிழ் நாட்டுல எங்க?" என்கிற அடுத்த கேள்வி எப்போதும் போல வர, "மதுரைஅருகே" என்கிற எப்போதுமான பதிலைத் தந்தேன். "ஓ மீனாக்ஷி அம்மன் கோவில்" என்று உடனே அங்கிருந்து எப்போதும் போல பதில் வர, "அதேதான்" என்று புன்னகையை இன்னும் சற்று அகலப்படுத்தினேன்.

"நான் ஒண்ணரை வருஷம் ராம் நாட்ல வேலை பார்த்தேன். ஆனா, மதுரை போனதில்ல நல்ல ஊரு" என்றார். அவர் நல்ல ஊர் என்று ராம்நாடை சொல்கிறாரா இல்லை மதுரையை சொல்கிறாரா என்பதை எல்லாம் கேட்கும் மனநிலையில் இல்லாமல் கடித்துக்கொண்டிருந்தேன்.

அடுத்ததாக என்ன வேலை, எதற்காக இந்தப் பக்கம் வந்தாய் போன்ற கேள்விகளை எல்லாம் கேட்டுவிட்டு டீயோடு வந்தார். அத்தனை கஷ்டப்பட்டு தேவர்கள் பாற்கடலை எல்லாம் கடைந்து, விஷ்ணு மோஹினி வேடம் போட்டுக் குடித்த அமிர்தத்தை, சில கிலோ மீட்டர்கள் நடந்து மட்டுமே சென்று நான் குடித்தேன். சாலை உடைந்த கதை, மைதல்கஞ் செல்ல வேண்டிய கதையெல்லாம் சொல்லிவிட்டுக் கிளம்ப எத்தனித்தேன்.

“மைதல்கஞ் போயி என்ன பண்ணப்போறீங்க?” என்று அவர் கேட்பார் என எதிர்பார்க்கவே இல்லை.

“அங்கதான தங்க ஓட்டல் ஏதாவது கிடைக்கும். தங்கிட்டு காலையில வேலைக்குப் போகணும்” என்றேன்.

“இனி இங்கிருந்து மூணு கிலோ மீட்டர் நடந்து போயி அப்புறம் வண்டி கிடைச்சி, அங்கிருந்து மைதல்கஞ் போயி ரொம்ப லேட்டாயிரும். ஏற்கனவே பயங்கர டயர்டா இருக்கீங்க. மதியம் சாப்பிட்டுட்டு போகலாம்ல?” என்றவரை இதற்கு மேல் அதிசயமாக பார்க்கவே இயலாது என்பதைப் போல் பார்த்தேன்.

“இல்லை பரவால்ல... நான் அப்படியே நிதானமா நடந்து போயிருவேன்...” என்றுவிட்டு கொஞ்சமும் இடைவெளி விடாமல் பயணப் பைகளை எடுத்துத் தோளில் போட்டுக் கொண்டேன்.

“ஒரு நாள் இருந்துட்டுப் போகலாம்...” என்று நிஜமாகவே வருத்தம் தோய்ந்த குரலோடு அவர் சொன்னதை உணர முடிந்தது. ஒரே ஒரு பெரிய புன்னகையை அதற்குப் பதிலாக தந்து விட்டு மைதல்கஞ் செல்லும் பாதையை நோக்கி நடக்கத் தொடங்கினேன்.

இந்தச் சம்பவம் நடந்து நான்கு நாட்களுக்குப் பிறகு ஜி.என்.சி கேம்ப்பின் மெஸ்ஸில் சாப்பிட்டுக்கொண்டிருந்த பொழுது, அங்கிருந்த தொலைக்காட்சியில் வெள்ளச் சேதம் பற்றிய செய்திகள் ஓடிக்கொண்டிருந்தன. அதில் மைதல்கஞ் முதல் ராம்பூர் வரையிலான மொத்த கிராமப் பகுதியும் கடும் வெள்ளத்தில் பாதிக்கப்பட்டதாகவும், அதில் ராம்பூரின் அருகிலிருந்த கிஷன்கஞ் என்கிற மொத்த ஊரும் வெள்ளத்தில் மூழ்கி, அந்தக் கிராமத்திலிருந்தவர்களைப் பற்றி எந்த விதத் தகவல்களும் கிடைக்கவே இல்லையென்றும் ஆஜ் தக்சேனலில் சொன்னார்கள். இரு பயணப் பைகளோடு நான் அந்த வெள்ளத்தைக் கடக்கையில், எதிர்ப்பட்ட அந்தக் கிராமத்தின் பெயர்ப் பலகை சற்றே துரு ஏறி இருந்தாலும், ஓரளவு

எழுத்துக்கூட்டிப் படித்ததில், அது கிஷன்கஞ் என்கிற ஊர் என்று மனதில் பதித்திருந்தேன். செய்தியைக் கேட்டுக்கொண்டே ரொட்டியை, வறுத்த உருளைக்கிழங்கோடு சேர்த்து மென்று தின்றுகொண்டிருந்தேன்.

எல்லா நேரமும் தர்மம் தலைகாக்கும் என்று சொல்ல முடியுமா என்ன?

20

உங்கள் கண் முன்பு ஒரு விபத்து நடந்தால் எப்படி உணர்வீர்கள்?

அதிலும் சில அடி தூரத்தில் நீங்கள் ஓட்டிக்கொண்டு வந்த வண்டிக்கும் விபத்து நேர்வதற்கான வாய்ப்பு இருந்திருந்தால் நீங்கள் எப்படி உணர்வீர்கள்? இதயம் அதன் துடிப்புகளைத் தவறவிட்டிருக்கும். எழுபத்தி இரண்டா, எழுநூற்றி இரண்டா என்கிற சந்தேகம் உங்கள் இதயத்திற்கே முளைத்திருக்கும். முளைத்த சந்தேகம் மூளை வரை பரவி கால்களையும், கைகளையும் தன்னிச்சையாய் ஆடச் செய்திருக்கும். ஆடிய கால்கள் சுற்றுப்புறத்தை மறக்கச் செய்திருக்கும். ஆனால், இந்த மயிரிழைச் சம்பவம் மட்டும் வாழ்க்கை முழுக்க மறக்காமல் இருக்கும்.

விபத்து. இதோ இப்போது என் கண்முன்னால்!

அந்தப் பேருந்து பக்தியார்பூரில் இருந்து ராஜ்கிர் நோக்கிச் சென்றுகொண்டிருந்தது.

அந்த 407 மினி லோடு வேன் ராஜ்கிர் ரோட்டில் இருந்து மொக்காமா சாலையில் திரும்பும் கணத்தில் விபத்து நேர்ந்தது. நான் என் போலேரோவில் மொக்காமா சென்று கொண்டிருந்தேன். அந்தத் திருப்பம் அப்படி ஒன்றும் மோசமான திருப்பமில்லை. எதிரில் வரும் வாகனம் தெளிவாக கண்ணுக்குத் தெரியும்தான்... ஆனால், தனியார் பேருந்துகளின் ராஜ்யமான பீகாரில் பேருந்துகள் வேகமெடுக்கவில்லை என்றால் அன்றைக்கான வசூலை எடுக்க முடியாது. இது நேர் விகிதம். நடந்த விபத்து அதன் நஷ்டம்.

என் கால்கள் பிரேக்கை மிதித்த தருணம் என் வாழ்வின் முக்கியமான தருணம். 'போலேரோ' போன்ற வாகனம் சொல் பேச்சுக்கேட்க வேண்டுமென்றால் நீங்கள் நல்ல மொழியைக் கற்றுக் கொடுத்திருக்க வேண்டும். இல்லையெனில் நாய் பெற்ற தெங்கம் பழமாய் ஆகிவிடும். என்னை நம்பிய வண்டியை நான் காப்பாற்றினேன். அது என்னைக் காப்பாற்றியது.

ஓலங்கள்.தொடர்ஓலங்கள். காதுகள் ரணமாய் வலித்தன. கட்டுக்கடங்காத கோபம் யார் மீது என்று தெரியாமல் எனக்குள்ளே தகித்தது. கெட்டவார்த்தைகள் என் வாயிலிருந்து வரிசையாய் உதிர ஆரம்பித்தன. ஹார்ன் சப்தங்கள் என் நெஞ்சுக்குள் இடைவிடாது ஒலிக்க ஆரம்பிக்க நான் வண்டியை ஸ்டார்ட் செய்தேன். எனக்குப் பின்னால் ஒன்றிரண்டு வாகனங்களே இருந்தன. அதிகாலை என்பதால் அருகில் மனித நடமாட்டமும் அவ்வளவாய் இல்லை. இதையெல்லாம் இப்போதுதான் கவனிக்கிறேன் என்கிற எண்ணம் அப்போது தான் வந்தது. பேருந்திலிருந்து தலையில் வடியும் ரத்தத்துடன் ஒரு பெண்மணி இறங்கினார். எனக்குள் ஏதோ அமிலம் சுரக்க ஆரம்பித்தது. அது தொண்டையில் கசந்தது.

வரிசையாய் அடுத்தடுத்து உடலின் பல்வேறு பாகங்களில் ரத்தக்காயத்துடன் நான்கைந்து பேர் இறங்கி நேராய் என் வாகனத்திற்கு வந்தார்கள். அடிபட்ட வலியும், குழைந்த வாயிலிருந்து வந்த மொழியுமாக அவர்கள் சொன்னதன் அர்த்தம்,

"எங்களை மருத்துவமனைக்கு அழைத்துச்சென்று எப்படியேனும் காப்பாற்று..." என்பதாக இருந்தது. நான் மெல்லத் தலையசைத்தது எனக்கே தெரியாது. என் நினைவெங்கும் மூன்றாவதாய் நின்ற ஒருவனின் கை பாதி துண்டாகி தொங்கிக்கொண்டிருந்ததிலேயே நிலைத்திருந்தது. இவ்வளவு ரத்தம் போன பின்னும் இவன் எப்படி மயக்கமடையாமல் நிற்கிறான் என்கிற கேள்வி எனக்குள் எழுந்தது. அதற்குள் அந்த நால்வரும் வண்டியின் உள்ளே பரவி விட என் கை தன்னிச்சையாய் வண்டியை ஸ்டார்ட் செய்தது. என் எதிரே இருந்த பின்னால் நோக்கும் கண்ணாடியில் ஒரு முறை என்னையுமறியாமல் பார்க்க அந்தப் பெண்மணியின் தலையிலிருந்து வடிந்துகொண்டிருந்த ரத்தம் பளீரெனத் தெரிய அமிலம் என் கட்டுப்பாட்டை மீறி வெளியே வந்தது. வாயை இறுக்க மூடிக்கொண்டேன். அந்த அவஸ்தையை என்றேனும் நீங்கள் அனுபவித்திருக்கிறீர்களா?

கிளம்பிய ரெண்டாவது நிமிடத்திலேயே வண்டியை ஓரம் கட்டி தலையை முழுதுமாக வெளியில் நீட்டி அமிலத்தை கக்கினேன்.

"தீரேபாபு...தீரே...தீரே... பச்சாலோ...ஹமேபச்சாலோ..." என அந்தப் பெண்மணி தொடர்ந்து புலம்பத்துவங்க நான் தலையை ஒரு முறை பலமாய் குலுக்கிக்கொண்டே வண்டியின் வேகத்தை அதிகரித்தேன். இந்தச் சாலையில் மருத்துவமனை எங்கே இருக்கிறது என்பது எனக்குத் தெரியாது என்கிற விஷயம் அப்பொழுதுதான் நினைவுக்கு வந்தது.

"இந்த ரோட்டுல ஹாஸ்பிட்டல் எங்க இருக்குன்னு யாருக்காவது தெரியுமா?" - என சத்தமாகக் கேட்டேன்.

"பாட் -ல இருக்கு, எட்டு கிலோமீட்டர் " என அருகில் தோள் பட்டையில் ரத்தம் வடிய அமர்ந்திருந்தவன் சொன்னான்.

நான் மெல்லத் தலையசைத்தேன். இரண்டு கிலோ மீட்டர் கடந்திருப்போம். ஓரளவிற்கு நிதானமாகியிருந்தேன். ஆனாலும், வண்டியின் வேகம் நாற்பதுக்குள்ளேதான் இருந்தது. நான்கு பேர் இறங்கினார்கள். என் வண்டியில்

கூட்டிக்கொண்டு போகிறேன்... ஆனால், இதுபோக பேருந்தில் சிலர் இருந்திருப்பார்களே, மேலும் அந்த 407-லும் இரண்டு மூன்று பேர் இருந்திருப்பார்கள். அவர்கள் என்ன ஆனார்கள். அவ்வளவாய் போக்குவரத்தும் இல்லை. பின்னால் இருந்த வண்டிக்காரர்கள் உதவி செய்திருப்பார்களா? சொல்ல இயலாது. போலீசுக்குத் தகவல் தெரிவித்தால் ஏதேனும் உதவி கிட்ட வாய்ப்புண்டு. யார் சொல்வது? நூறை அழைக்கலாமா? 108 சர்வீஸ் இந்தச் சாலையில் உண்டா? வாய்ப்பில்லை. இன்னும் இங்கே ஹைவேப்ராஜக்ட் ஆரம்பிக்கவில்லை. மொக்காமாவிற்குக் கிழக்கேதான் இருக்கிறது. இவர்களை மருத்துவமனையில் இறக்கி விட்டுவிட்டு காவல் நிலையம் செல்லலாமா? நான் இப்போது போகும் சைட்டில் இருக்கும் மெஷின் வேறு நான்கு நாட்களாகப் பழுதாக நிற்கிறது. நேற்றே மேனேஜர் போனில் கத்திவிட்டார். இன்றும் அந்த இயந்திரம் சரியாகவில்லையென்றால் மீண்டும் கெட்டபெயர் வரும். என்னதான் செய்வது என்று யோசித்துக்கொண்டிருந்த நொடியின் முடிவில்......

அந்தக் காவல் நிலையம் கண்ணில் பட்டது.

ஒரு கணம் கூட யோசிக்காமல் வண்டியைக் காவல் நிலைய வாசலில் நிறுத்தினேன். பின்னால் திரும்பிப் பார்த்தேன். கைஒடிந்தவன் மயங்கி கதவின் கண்ணாடியில் சாய்ந்திருந்தான். அந்தப் பெண்மணி கண்கள் மூடியிருக்க வாய் மட்டும் ஏதோ முனங்கிக்கொண்டிருந்தது. பெண்மணியின் அருகில் இருந்தவனுக்கு எங்கே அடிபட்டிருக்கிறது என்பதே எனக்குத் தெரியவில்லை. அவன் வண்டி நின்றதற்கு எந்த முகபாவனையும் காட்டவும் இல்லை. என் அருகில் இருந்தவன் மட்டும், "என்னசார்..." எனக் கேட்க,

"ரெண்டு நிமிஷம் இருங்க... போயி ஆக்சிடண்ட் ஆன தகவலை மட்டும் சொல்லிட்டு வர்றேன்... இன்னும் எத்தனை பேருக்கு அடிபட்டிருக்குமோ தெரியல..." என்று சொல்லிவிட்டு அவன் பதிலுக்குக் காத்திராமல் இறங்கி வேகமாக உள்ளே நுழைந்தேன்.

சின்ன காவல் நிலையம் தான். இரண்டே மேஜைகள்தான்

இருந்தன. இரண்டிலும் கோப்புகள் நிரம்பி இருந்தன. ஒரு நாற்காலி காலியாய் இருக்க இன்னொன்றில் இருந்தவர் வாய் நிறைய பான் அதக்கிக்கொண்டு வேகமாய் உள்ளே நுழைந்த என்னை உற்றுப் பார்த்தார்.

நான் நேரம் குறைவாய் இருப்பதை உணர்ந்தே இருந்தேன்.

"சார்... மொக்காமா - ராஜ்கிர் ஜங்க்ஷன் ரோட்-ல ஒரு ஆக்சிடெண்ட். ஒரு 407-உம், பஸ்சும்... எத்தனை பேருக்கு அடிபட்டிருக்குன்னு தெரியல... ஒரு நாலு பேரை மட்டும் என் வண்டியில ஏத்திக்கிட்டு ஹாஸ்பிடலுக்குப் போய்க்கிட்டு இருக்கேன். அதான் தகவல் சொல்லலாம்னு..." - என படபடவெனப் பொரிந்தேன். என் குரலின் நடுக்கம், என் ஹிந்தியின் வேகம் எனக்கே மலைப்பாய் இருந்தது.

"சவுத் இந்தியனா நீ?" - நிதானமாகப் பானை மென்றவாறே அவர் கேட்டார். அணில்ஷர்மா என்கிற பெயர் அவர் வலது நெஞ்சில் பொறிக்கப்பட்டிருந்தது.

"ஆமா சார்... பாட் -ல ஹாஸ்பிடல் இருக்கிறதா சொன்னாங்க... அங்க சேர்த்துர்றேன் சார்..."

"நீ என்ன வேலை பார்க்குற?"

நான் பதட்டத்தின் உச்சத்தில் நின்றேன். ஒடிந்த கை ஒன்று என் கண்களின் முன்னே நிழலாடியது. உடன் ரத்தம் வழியும் பெண்ணின் தலை. அமிலம் அபரிதமாய் சுரக்க ஆரம்பித்தது.

"நான் ரோட் கன்ஸ்ட்ரக்ஷன் எக்யுப்மென்ட் இருக்குல்ல... அதுல சர்வீஸ் இஞ்சினியரா இருக்கேன். பாட்னால இருந்து மொக்காமா பி.சி கம்பெனிக்கு போய்க்கிட்டு இருக்கேன். நீங்க அங்க தகவல் அனுப்புனா நல்லா இருக்கும்..." - வெளியே போக கிட்டத்தட்ட கால்களைத் திருப்பிவிட்டேன்.

"பிஎஸ்சி சிஎண்ட்சி-யா? இப்போ யாரு பி.எம்... பாண்டே சார் தானா? இல்லை வேற யாரும் வந்துட்டாங்களா? போன தடவ பார்த்தப்பவே முஸாபர்பூர் போவேன்னு சொன்னாரு..." என சாவதானமாக என்னை நோக்கினார்.

இந்த நொடி வரை அப்போது என் மனதில் என்ன விதமான எண்ணங்கள் ஓடிக்கொண்டிருந்தன என்று ஞாபகமே இல்லை. மாதர்ச்சூத், பெஹேன்ச்சூத் , போசுடிக்கே எல்லாம் அவர் நீ என்ன வேலை பார்க்குற என்று கேட்ட போதே உள்ளுக்குள் உதிர்த்துவிட்டேன். இப்போது வெறுமையாய் இருந்தது.

“சார்... அங்க வண்டியில அடிபட்ட நாலு பேரு ரத்தக்காயத்தோட இருக்காங்க... நான் அவங்களை ஹாஸ்பிடல்ல விட்டுட்டு திரும்பி வந்து எதாவது கம்ப்ளைண்ட் கொடுக்கணும்னா இல்லை ரிப்போர்ட் எழுதித் தரணும்னா உடனே தர்றேன்... இப்போ நான் போயிட்டு வரட்டா?”

“இரு நானும் வர்றேன்...” - என இருக்கையிலிருந்து எழுந்தார்.

“ஏ...ராஜேஷ்...ராஜேஷ்வா... கஹாமர்கயாரேசாலே...” –எனப் பெருங்குரலெடுத்து யாரையோ அழைக்க ஒரு 12 வயது மதிக்கத்தக்க சிறுவன் பின்வாசல் கதவு வழியாக வேக வேகமாய் உள்ளே நுழைந்தான்.

“நான் பாட் வரைக்கும் போயிட்டு வர்றேன். குப்தா வந்தா சொல்லிரு...” –எனச் சொல்லிவிட்டு நிதானமாக வெளியில் வந்தார். நான் வேகமாய் ஓடிப்போய் கதவைத் திறந்து அமர்ந்து வண்டியை ஸ்டார்ட் செய்தேன். வண்டிக்கு அருகில் நெருங்கியவர் ஏதோ ஞாபகம் வந்தவராய் மீண்டும் திரும்பி நடக்க ஆரம்பித்தார். நான் குழப்பத்தோடு பார்க்க,

"என்ன ஆச்சி சார்...." என அருகில் இருந்தவன் உடைந்த குரலில் கேட்டான். நான் அவனை ஒரு அவசரப் பார்வை பார்த்து விட்டு மீண்டும் ஸ்டேஷன் வாசலைப் பார்த்தேன். மறந்து வைத்து விட்டு வந்த தொப்பியைக் கைகளில் ஏந்தியவாறு, வாயில் நிரம்பியிருந்த பானைத் துப்பிக்கொண்டே நிதானமாக போலேரோவின் அருகில் வந்து ஓட்டுனர் இருக்கைக்கு அருகில் இருக்கும் இடதுபுறக் கதவைத் திறந்தார்.

"பின்னால போ..." - என தோள்பட்டையில் அடிபட்டவனை அதிகாரமாய்ச் சொன்னார். அவன் சுவாதீனமாய் வண்டியில் இருந்து இறங்கினான். பின்பக்கக் கதவு பூட்டியிருக்கிறது

என்பது ஞாபகத்தில் வர என்ஜினை நிறுத்திவிட்டு சாவியை எடுத்துக்கொண்டு வேகமாய் பின்னால் ஓடினேன். கதவைத் திறந்து மடக்கி வைத்திருந்த சீட்டை நேர்படுத்தி அவனை ஒரு கை கொடுத்து ஏற்றி அமர வைத்து விட்டு, கதவை அந்தக் காவலரை நினைத்து ஓங்கி அறைந்து சாத்திவிட்டு மீண்டும் என் ஓட்டுனர் இருக்கையில் அமர்ந்தேன்.

"என்னய்யா இது... சீட்டெல்லாம் ரத்தமா இருக்கு... துணி இருக்கா?" - என கேட்ட அவரை நான் பார்த்த போது அழுதுவிடுவேன் போலத் தோன்றியது.

“ராஜேஷ்வா... ஒரு துணி இருந்தா கொண்டாடா...” என இங்கிருந்தவாறே கத்தினார். அவனிடம் இருந்து எதுவும் பதில் வராமல் போக, நான் பொறுமை இழந்தேன். பின் இருக்கையில் கை ஒடிந்தவன் இன்னும் கண்ணாடியில் சாய்ந்தவாறேதான் இருந்தான். அந்தப் பெண்ணின் முனகல் நின்றிருந்தது. ஒரு மாதிரி கோணலாக எங்கே அடிபட்டிருக்கிறது என்பது தெரியாத அந்த இன்னொருவன் தோளில் சாய்ந்திருந்தார். அவனும் கண்கள் மூடிதான் இருந்தான். ஒருவித அசாத்திய நிசப்தம் அந்த வெள்ளை நிற போலேரோவினுள் பரவிக்கிடந்தது. நான் ராஜேஷின் வருகைக்குக் காத்திராமல் வண்டியை நகர்த்தினேன். அந்தக் காவலர் என்னைத் திரும்பி ஒருவாறு முறைத்ததைப் பொருட்படுத்தவே இல்லை.

மருத்துவமனைக்கு இன்னும் நான்கு கிலோ மீட்டர்கள் இருந்தன.

21

அன்று காலையில் பெல்காம் நகரத்திற்குச் செல்வதாக என்னிடம் திட்டமே இல்லை. காரணம் கையில் பணமில்லை. ஆனால், விதி வலியது. அந்த நிறுவனத்தின் கம்ப்ரஸர் மாட்டியிருக்கும் டிராக்டர் ஒன்று நான் நடக்கும்போது என்னைக் கடந்து செல்ல, அந்த ட்ராக்டர் ஓட்டுநர் நீலப்பா என்னைக் கண்டு வண்டியை நிறுத்தி, எங்க சார் தூரமா என்று கேட்க, சரி போகும் வரை போகலாம் என நானும் ஏறிக்கொள்ள, அஜய்தேவ்கான் நடித்த பர்வானா படத்தின் போஸ்டரை பெல்காம் நகருக்குள் நுழைவதற்கு முன்பே கண்டேன்.

ஒரு நீண்ட கயிறின் நுனியில் தொங்கும் அஜய்தேவ்கனின் அந்த போஸ்டர் பார்த்ததுமே பிடித்துவிட்டது. அன்று தான் படம் வெளியீடு என்றும் தெரிந்துகொண்டேன். எந்த உணர்வை வேண்டுமானாலும் அடக்கிக்கொள்ளலாம். ஆனால், இந்தப் படம் பார்க்கும் உணர்வை அடக்க என்னளவில் இன்றுவரை எந்த

மருந்தும் கண்டுபிடிக்கப்படவில்லை. மீண்டும் கேம்புக்குத் திரும்பிய நான், அங்கே அமர்ந்திருந்த சுரேஷ் பாட்டீலை நோக்கி, "காசுஇருக்கா? படத்துக்குப் போகலாமா?" என்று கேட்க, அடுத்த பத்து நிமிடத்திற்கு இடைவெளி விடாமல் என்னைத் திட்டினான். "நானே வெஸ்பாவுக்கு பெட்ரோல் போட காசில்லாம திரியிறேன்" என்பதே அதன் சாராம்சம். ஆனால், அவனுக்குள்ளும் படத்திற்குச் செல்ல வேண்டும் என்கிற ஆசையை விதைத்துவிட்டேன் என்பது மட்டும் தெளிவாகத் தெரிந்தது.

வேலை இல்லாத அந்த நாளில், பகல் முழுக்க விட்டத்தை வெறித்தவாறே தூங்குவது கொடூரமாக இருந்தது. என்னிடம் இருந்த நான்கைந்து கேசட்களும், ஒற்றை வாக்மேனும் பேட்டரி தீர்ந்த காரணத்தால் அன்று அமைதியாக இருந்தது. இல்லையென்றால் அதைக் கற்பழித்துக்கொண்டிருப்பேன். அதற்கும் வழி இன்றி இருப்பது துயரத்தின் எல்லை.

இரவு சாப்பாடு எட்டு மணிக்கு. பயங்கர சோர்வாக நடந்து சென்று அதை உண்டு வருகையில் என் அறைக்கு வெளியே சுரேஷ் நின்றுகொண்டிருந்தான்.

"வா போகலாம்..." என்றுவிட்டு என் பதிலுக்கெல்லாம் காத்திராமல் வெஸ்பாவை உதைத்தான். நானும் கேள்வியே இன்றி ஏறி அமர்ந்தேன். பெல்காமின் பாலகிருஷ்ணா திரையரங்கிற்கு முன் வண்டி நின்றது. அஜய் தேவ்கான் பெரிய துப்பாக்கியோடு நிற்கும் போஸ்டர் எங்களை வரவேற்றது. டிக்கட் எடுத்துக்கொண்டு உள்ளே சென்று அமர்ந்தோம்.

முதல் காட்சியில் ஒரு பெரிய வீடு. பங்களா வீடு. அதிலிருந்து யாரோ பியானோ வாசிக்கும் சத்தம். கேமரா முழு வீட்டையும் காண்பித்துக்கொண்டே மெல்ல மெல்ல நகர்ந்து பியானோ வாசிக்கும் அந்த உருவத்தின் பின்னால் சென்று நின்றது. "அடடா பிரம்மாண்டமான படமாக இருக்கும் போலவே" என்று யோசித்துக்கொண்டே படத்தினுள் மூழ்கப் போன என்னை, அடுத்தடுத்த காட்சிகள் கழுத்தைப் பிடித்து வெளியே தள்ளியது. இப்படி ஒரு கேவலமான படத்தைப் பார்க்கவா

இன்னொருவனையும் இம்சைப்படுத்தினோம் என்கிற பெரும் கேள்வி வந்து அமர்ந்து கொண்டது. அதை உறுதிப்படுத்தும் விதமாக அவ்வப்போது சுரேஷ் என்னைத் திரும்பிப்பார்த்து முறைத்துக்கொண்டிருந்தான். "சாரிடா சுரேஷ்..." என கண்களாலேயே அவனிடம் மன்னிப்பு கோரிக்கொண்டிருந்தேன்.

படம் முடிந்து திரையரங்கை விட்டு வெளியே வந்து வெஸ்பாவில் அமரும் வரை ஒரு வார்த்தை கூட நாங்கள் பேசிக்கொள்ளவில்லை. வெஸ்பாவை உதைத்துவிட்டு, என்னைநோக்கித் திரும்பி, "இனிமே என்னைப் படத்துக்கு கூப்பிடணும்னா முதல்ல நீ ஒரு வாட்டி அதைப் பார்த்துட்டு அப்புறமா கூப்டு..." என்று அமைதியாகக் கூறினான். நான் மையமாய்த் தலையாட்டினேன்.

அங்கிருந்து கிளம்பி மெயின் ரோட்டுக்கு வர நான்கைந்து கிலோமீட்டர்கள் பாக்கியிருந்தன. படம் கொடுத்த தலைவலி அப்படியே மீதமிருக்க, அங்கே திறந்திருந்த ஒற்றை தேநீர்க்கடையில் வண்டியை நிறுத்தி தேநீர் குடித்தோம். தேநீர் குடித்துக்கொண்டே இருக்கையில் நான் சுரேஷை நோக்கி மெல்ல சிரிக்க, அவனும் சிரிக்க ஆரம்பித்தான். "தேர்ட் க்ளாஸ் மூவி யார்" என்று சொல்லிவிட்டு சத்தமாகச் சிரிக்க ஆரம்பித்தான். அடுத்த சில நிமிடங்களுக்கு படத்தில் அஜய் தேவ்கான் வந்து போன காட்சிகளையும், அதைப் படமாக்கிய விதத்தையும் பற்றிச் சொல்லிச் சொல்லிச் சிரித்தோம். இருவருமே ரிலாக்ஸ்ஆகி, காசு கொடுத்து விட்டு வந்து வெஸ்பாவை பார்த்த போதுதான் தெரிந்தது பின் சக்கரத்தில் காற்று குறைவாய் இருப்பது. இன்னும் சற்று உற்று நோக்கிய சுரேஷ், "பஞ்சர்" என்றான்.

மெயின் ரோட்டிற்கு நான்கு கி.மீ. அங்கிருந்து ஹலகா செல்ல ஐந்து கி.மீ. ஒன்பது கி.மீ. எல்லாம் நடப்பது சாத்தியமில்லை. இருந்த சக்தியை எல்லாம் படம் உறிஞ்சியிருந்தது. வண்டியை அந்த டீக்கடை வாசலிலேயே நிறுத்திவிட்டு, காலையில் எடுத்துக்கொள்கிறோம் என்றும் சொல்லிவிட்டு மெதுவாக நடக்கத் தொடங்கினோம். நாங்கள் நடக்கத் தொடங்கிய ஐந்து

நிமிடத்தில் ஒரு ட்ராக்டர் எங்களைக் கடக்க, கைகளை நீட்டி அதை நிறுத்தி ஏறி அமர்ந்து, அது ஹலகா தாண்டிச் செல்லும் என்பதை உணர்ந்து பெருமூச்சுவிட்டோம்.

இரவுகள்தான் எத்தனை எத்தனை விஷயங்கள் ஒளித்து வைத்திருக்கின்றன.

இதே போன்றதொரு இரவொன்றில் ராஞ்சிரிங்ரோடு கிட்டத்தட்ட அனாதையாக காட்சியளித்தது. நான் நின்று கொண்டிருந்த இடத்திலிருந்து சாலை சுமார் அரை கிலோ மீட்டர் இருக்கலாம். ஆயினும் சாலையை அவ்வப்போது சோம்பலாக கடந்து சென்று கொண்டிருந்த வாகனங்களை இங்கிருந்தே தெளிவாகப் பார்க்க முடிந்தது. மணி பார்த்தேன் 12:43. இன்னும் எவ்வளவு நேரம் வேலை இருக்கும் என்று தெரிய வில்லை. தூக்கம் என்னைப் படாதபாடுபடுத்திக்கொண்டிருந்தது. இந்தச் சாலை அமைக்கும் வேலையில் சர்வீஸ் எஞ்சினியராக இருக்கும் நான் அடிக்கடி பெருமையாக ஒரு வசனம் சொல்லிக்கொள்வேன். அதாவது,"நாங்கெல்லாம் 24 x 7 ரெடியா இருக்கணும். சாரணர் இயக்கத்துல சொல்வாங்களே"Be Prepared" அது எங்களுக்காகத்தான் சொன்னாங்க. நீங்க என்னடான்னா 9 டு 5 வேலைக்குப் போயிட்டு வர்றதுக்கே அலுத்துக்கிறீங்க..."

இப்போது அதுவே எனக்கு வினையாய் வந்து அமைந்தது. பத்து மணிக்குத் தூங்கி காலை ஆறுமணிக்கோ அல்லது ஏழுமணிக்கோ எழுந்து இன்றோடு சரியாக நான்காவது நாள்! முதலில் ஒரிசாவில் ஒரு நிறுவனத்தில் எங்கள் இயந்திரம் பழுதாக இருக்க, ஆறு நாட்களுக்கு முன்பு பாட்னாவில் இருந்து தொடங்கிய பயணம் இன்னும் முடியவில்லை. ஒரிஸாவில் இருந்தது கான்கிரீட் சாலை அமைக்கும் இயந்திரம். இரவில் தான் வேலை நடக்கும்.

வேலை நடக்கும்போதுதான் பிரச்சினையைக் கண்டு பிடிக்க முடியும். கிட்டத்தட்ட இரண்டு இரவுகள் தொடர்ந்து முழித்திருந்து பிரச்சினையைச் சரிசெய்து விட்டு பட்னா கிளம்பலாம் என்று யோசித்த வேளையில் ராஞ்சியிலிருந்து அழைப்பு.

பெரியதாய் வேலை ஒன்றுமில்லை. புது இயந்திரம். பரிசோதனை ஓட்டம் நடத்தித்தர வேண்டும். வழக்கமாய்ப் பகலில்தான் அதைச் செய்வோம். ஆனால், அன்றுதான் நல்ல நாளாம்! இரவு பன்னிரண்டு மணிக்குள் ஒரு லோடு தார்க்கலவையேனும் இயந்திரத்தில் கொட்டி இருக்க வேண்டும் என்கிறபடியால் அன்று இரவே நடத்தப்பட்டது. இந்த ஆந்திராவைச் சேர்ந்த நிறுவனங்களில் இது ஒரு பெரிய பிரச்சினை. சில சமயம் லாபமும் கூட. ஏனெனில் புதியதாய் எது தொடங்கினாலும் கண்டிப்பாக ஒரு ஆடு வெட்டுவார்கள். இரவே அதைச் சமைத்தும் சாப்பிட்டுவிடுவார்கள். நல்ல காரசாரமான, உண்ணும்போதே கண்களில் நீர் வரவழைக்கும் அளவிற்குச் சுவையாக மட்டன் குழம்பு கிடைக்கும். சரக்கும் தான்! ஆனால்,தண்ணியடித்து விட்டு வேலை செய்யும் பழக்கம் இல்லாததால் நான் எப்போதும் சாப்பாடோடு நிறுத்திக்கொள்வேன்.

ஆனால், இன்றோ பகலெல்லாம் பயணம் செய்த அலுப்பும், இனி எப்போது வேலை முடியும் என்று தெரியாத கடுப்பும் சேர்ந்து என் முகத்தின், எண்ணங்களின் வடிவையே மாற்றி விட்டிருந்தது. ஆனால், தூங்க முடியாது. காரணம் ப்ராஜெக்ட் மேனேஜர் திரு.கோட்டிலிங்கம்காரு எங்கும் நகர்வதாய் இல்லை. தன் வெள்ளை நிற போலேரோ வண்டியில் கதவுகளை நாலுபுறமும் திறந்து வைத்துவிட்டு முன்புறம் அமர்ந்து தன் ப்ளாக்பெரியை நோண்டிக்கொண்டிருந்தார்.

நான் சற்றுத் தள்ளி அவர் கண்களில் படாத வண்ணம் இயந்திரத்தின் மறைவில் நின்றுகொண்டு ஒரு சிகரெட் பற்ற வைத்தேன். லோடு வருவதற்காகக் காத்துக்கொண்டிருந்த ஆபரேடர் ஜுகல் மெல்ல என்னிடம் வந்து புன்னகைத்தவாறே தலையைச் சொறிந்தான். நான் சிரித்துக்கொண்டே ஒரு சிகரெட்டை நீட்டினேன். அவனும் பற்ற வைத்தான். எப்போதும் வளவளவென்று பேசிக்கொண்டே இருக்கும் அவன் இன்று மிகவும் அமைதியாக இருந்தான். சற்றுத் தள்ளி நிறுத்தியிருந்த டவர் லைட்டின் என்ஜின் சத்தம் மட்டுமே

கேட்டுக்கொண்டிருந்தது. ஏப்ரல் மாதம் என்றாலும் கூட அந்த இரவில் காற்று எங்கள் மீது கொஞ்சம் இரக்கம் காட்டி அவ்வப்போது தென்றலை அனுப்பிக்கொண்டிருந்தது. அந்தக் காற்றின் மெல்லிய ஓசையும், தூரத்து வாகனங்கள் அவ்வபோது ஒலிக்கவிடும் ஹாரன்களின் சப்தமும் மட்டுமே காதில் கேட்டது. ஆங்காங்கே அமர்ந்திருந்த லேபர்களும் கூட பேசிக்கொண்டதாகத் தெரியவில்லை. சிலர் அமர்ந்தவாறே தூங்கிக்கொண்டிருந்தனர். சூபர்வைசர் சுக்லாஜி தன் பைக்கின் மீது அமர்ந்து தூங்கிக் கொண்டிருந்தார். இரண்டு சிவில் எஞ்சினியர்களையும் காணவில்லை. ஏதேனும் மறைவில் அமர்ந்து போதை ஏற்றிக்கொண்டிருப்பார்கள் என யூகித்தேன்.

ஆனால் அந்தச் சூழ்நிலையில் ஒருவித இறுக்கம் இருந்ததாய் உணர்ந்தேன். சொல்லவொண்ணா ஒரு வெப்பம் உள்ளூக்குள் இறங்கிக்கொண்டிருந்தது.

அவர்கள் இயல்பாகப் பேசாமல் இருந்திருக்கலாம். ஆனாலும் ஏன் பேசவில்லை என்கிற கேள்வி உள்ளே எழுகையில் என்ன செய்வது? எதனால் அந்தக் கேள்வி எழுகிறது? என்ன வகையான பயம் இது? ஒருவேளை நான்கு நாள் தூக்கம் செய்யும் வித்தையா இது? உடனே விடுமுறை எடுத்துக்கொண்டு ஊருக்குப் போக வேண்டும் போல இருந்தது.

சிகரெட்டைக் கீழே போட்டு மிதித்தேன். ஆனால் அந்த எண்ணங்களைக் கீழே போட முடியவில்லை. நன்கு தூங்கி எழுவது மட்டுமே இதற்கான தீர்வு என்பதை நானே முடிவு செய்துகொண்டேன். ஒரு ஐந்து நிமிடம் பொறுத்து கோட்டிலிங்கம்காருவிடம் சொல்லிவிட்டு அவரது போலேரோவிலேயே படுத்து உறங்கலாம் என்றும் முடிவு செய்தேன்.

ஐந்து நிமிடம்... ஐந்தே நிமிடம். பொறு... இதோ வந்துவிடும்.

மூன்று நிமிடங்கள் கடந்திருக்கும். நான், நின்றுகொண்டிருந்த இடத்திற்கு அருகிலிருந்த சென்சார் கம்பியின் அழுத்தத்தை அமுக்கிப்பார்த்து சோதித்துக்கொண்டிருந்தேன். ஜுகல் என்

தோள் தொட்டு திருப்பினான். அங்கே கூட்டமாய் ஒரு பத்துப் பதினைந்து பேர் வந்து கொண்டிருந்தார்கள். அதில் முன்னால் இருந்த மூன்று பேர் கையில் நீளமான துப்பாக்கி இருந்தது.

அடுத்த இரண்டு நிமிடங்களுக்குள் அந்த இரவின் நிறமும், அந்தத் தென்றலின் வீச்சும் சுற்றுப்புறத்தில் மாறியிருந்தன. அந்தத் பன்னிரண்டு பேரும், இயந்திரத்தைச் சுற்றி இரண்டு பேர், போலேரோ அருகில் மூன்று பேர், லேபர்களை ஒரே இடத்தில் நிற்க வைத்து அவர்கள் அருகில் இரண்டுபேர், நான், ஜுகல், சிவில் எஞ்சினியர்கள் மற்றும் சுக்லாஜி என்று எங்கள் நால்வருக்கு அருகில் இரண்டு பேர் எனப் பிரிந்து நின்றனர். மீதம் மூன்று பேர் பொதுவாக நின்றார்கள். அவர்கள்தான் துப்பாக்கி வைத்திருந்தனர். ஐந்து நிமிடத்திற்கு முன்பிருந்த மவுனம் இப்போதும் அந்த இடத்தில் இருந்தது. ஆனால், அதற்கான அர்த்தம் இப்போது எனக்குத் தெளிவாக புரிந்து இருந்தது.

“யாருக்கும் எதுவும் ஆகாது. யாரும் நகரக்கூடாது. பேசக்கூடாது. நின்ன எடத்துலயே ஒண்ணுக்குப் போகக்கூடாது. நாங்க வந்த வேலைய முடிச்சதுக்கு அப்புறம் அங்குட்டு தள்ளிப்போய் ஒண்ணுக்கு இருந்தா போதும். (பேசியவனின் அருகிலிருந்தவர்கள் இருவரும் மெல்ல சிரித்தார்கள்) உள்ளூர்க்காரன் யாராவது இருந்தா இங்க என் முன்னாடி வா...” உரக்கவும் இல்லாமல், ரகசியக்குரலிலும் இல்லாமல் அவன் சொல்லி முடித்தான். அவன் கைகள் துப்பாக்கியைத் தடவிய வண்ணம் இருந்தது. அவன் பைஜாமா போன்ற உடை அணிந்திருந்தான். நல்ல தெளிவான குரல்.

யாரும் முன்வரவில்லை. ஒரு இருபது வினாடிகள் கழிந்திருக்கும். அவனே மீண்டும் பேசினான்.

“ஆக உள்ளூர்க்காரன் ஒருத்தன் கூட இங்க இல்ல. எல்லாம் வெளியூர் நாயிங்க. எங்க மண்ணுல வந்து பிச்சையெடுத்துப் பொழைக்கிற நாயிங்க. மண்ணள்ளிப் போடுற லேபர் கூட இல்ல. உங்களையெல்லாம் ஆரம்பத்துலேயே அறுத்து எறிஞ்சிக்கணும். இன்னக்கி நாங்கெல்லாம் அவுசாரி பொழப்பு பொழைக்க

வேண்டி இருந்திருக்காது" - இம்முறை குரலில் ஏகத்துக்கும் கோபம் இருந்தது. சில நொடிகளில் ஆசுவாசமடைந்தான். எல்லோர் பார்வையும் அவன் மீதே இருந்தது. என் பார்வை துப்பாக்கி மீதும், என் எண்ணம் எப்படியேனும் விடுமுறைக்கு ஊருக்குச் செல்ல வேண்டும் என்பதிலுமிருந்தது.

இன்றுதான் அந்த நாளோ? பள்ளியில் படிக்கும் போதும், கல்லூரியில் படிப்பதாய்ச் சொல்லி ஊர் சுற்றிக்கொண்டிருந்த போதும் வெறுமை தாக்கிய பல தருணங்களில்,"ஐயோ! மரணமே வந்து என்னைத் தழுவிக்கொள்ளமாட்டாயா?" என்று நிறைய முறை எண்ணியதுண்டு. ஆனால், மறந்தும் கூட தற்கொலைக்கு முயற்சித்ததில்லை என்பது வேறு விஷயம். காரணம் வலியின்றி சாவதற்கு இங்கே வழியேயில்லை. அப்படி எதாவது வழி உலகில் இருந்தால் கண்டிப்பாக அது விலையுயர்ந்ததாய்த்தான் இருக்கும். இந்த வலியின் காரணமாகவே தள்ளிப் போடப்பட்ட எத்தனையோ தற்கொலைகள் உண்டு. என்னுடையதும் அதில் ஒன்று.

போலேரோவை நோக்கி நகர்ந்தான் அவன். கோட்டிலிங்கம்காருவிடம் ஏதோ மெல்லப் பேசினான். அருகில் நின்றிருந்த போலேரோ டிரைவர் தன் ஓட்டுனர் இருக்கையில் அமர்ந்து வண்டியை ஸ்டார்ட் செய்தான். அந்த மங்கிய வெளிச்சத்தில் கோட்டிலிங்கம்காரு அழுவது தெளிவாகத் தெரிந்தது. எப்போதுமே வயதில் மூத்தவர்கள் நம் முன் அழுவது மனதுக்கு எவ்வளவு கஷ்டம் கொடுக்கும் என்பதை நீங்கள் அறிந்திருப்பீர்கள். அந்தச் சூழ்நிலையின் இறுக்கம் அவர் அழுகையின் தாக்கத்தை இன்னும் கூட்டியது.

எல்லோருக்கும் புரிந்துவிட்டது. கோட்டிலிங்கம்காருவை அவர்கள் கடத்திக் கொண்டு போகப் போகிறார்கள். நம்மை எதுவும் செய்யப்போவதில்லை. நான் என்னையும் அறியாமல் பெருமூச்சு விட்டேன்.

முதலில் கோட்டிலிங்கம்காரு டிரைவருக்குப் பின்னாடி இருந்த இருக்கையில் அமர அந்தப் பக்கம் ஒருவனும் இந்தப் பக்கம் ஒருவனும் உடன் ஏறிக்கொண்டனர். வீர உரை ஆற்றியவன்

முன்னாடி அமர்ந்தான். மேலும் இருவர் பின்னாடி சென்று அமர்ந்து கொண்டனர். வண்டி மெல்ல நகர்ந்து முன்னாடி செம்மண் கொட்டி சமப்படுத்தப்பட்டிருந்த டைவர்ஷன் சாலையில் செல்ல ஆரம்பித்தது. கார்மெயின் ரோட்டை அடையும் வரை யாரும் அசையவில்லை. எல்லோர் கண்களும் தூரத்தில் நகர்ந்து சென்று கொண்டிருந்த பொலேரோவின் மீதே இருந்தது. பொலேரோ கண்களை விட்டு அகன்ற நொடியில் அங்கே மீதமிருந்த 'அவர்கள்' ஒருத்தரை ஒருத்தர் பார்த்து தலையசைத்தவாறு அங்கிருந்து நகர ஆரம்பித்தனர்.

நாங்கள் யாரும் நின்ற இடத்தை விட்டு நகரவில்லை. அவர்கள் நடந்து சென்று இருட்டில் மறைந்த பின்னரும் எங்கள் கால்கள் நகர மறுத்தன. சுக்லாஜியின் குரல் மட்டும் கேட்டது.

"ஹான்ஜி! ஹான்ஜி! லேகை... ஹம் யஹிரேயங்கே... ஆப்ஆயியே... ஆயியே..." - அவர் பேசி முடிக்கையில் அவரும் அழுதிருக்கிறார் என்பது புரிந்தது.

பின்னர் வந்த அரை மணி நேரத்தில் நாங்கள் எல்லாம் என்ன பேசினோம் என்னென்ன யோசித்தோம் என்னென்ன இறைவனிடம் யாசித்தோம் என்பது எல்லாம் இந்த நிமிடம் வரை என் நினைவுக்கூட்டுக்குள் இருக்கிறது. கோட்டிலிங்கம்காருவை எங்கே கொண்டு செல்கிறார்கள், அவரை எப்போது விடுதலை செய்வார்கள், எவ்வளவு பணம் கைமாறும், அவரை அடிப்பார்களா, அவருக்குச் சரியான நேரத்தில் உணவு கிடைக்குமா போன்ற ஆயிரம் கேள்விகள் உள்ளுக்குள் எதிரொலித்துக் கொண்டிருந்ததன் மத்தியில், ஒரு சிறு புன்னகை என் முகத்தில் இருந்தது. இந்தச் சம்பவத்தையே காரணமாகக் காட்டி, பயங்கர மன உளைச்சலுக்கு ஆளானதாக கூறி, ஒரு பத்து நாட்கள் விடுமுறையில் சென்றுவிடலாம் என்கிற எண்ணத்தின் காரணமாக எழுந்த புன்னகை அது. அன்றிரவு அறைக்குச் சென்றபோது மணி விடிகாலை இரண்டு. ஆனால் சற்றும் உடல் சோர்வில்லாமல் உணர்ந்தேன். லேப்டாப்பைத் திறந்து சென்னைக்கு தத்கால் டிக்கட் மறுநாளைக்கு இருக்கிறதா என்று தேட ஆரம்பித்தேன்.

22

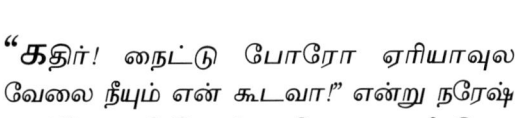

"**க**திர்! நைட்டு போரோ ஏரியாவுல வேலை நீயும் என் கூடவா!" என்று நரேஷ் மாக்கி ஜானி சொன்ன போது மணி இரவு எட்டரை.

காலையிலிருந்து சாலை அமைக்கும் பணியில் ஈடுபட்டு வெந்து, நொந்து நூலாகி, அறைக்குச் சென்று சற்று ஓய்வெடுக்கலாம் என சென்றுகொண்டிருந்த என்னிடம் அவர் இதைச் சொன்னபோது, தற்கொலை எண்ணம் தலைதூக்கியது. ஆனால் மாதாமாதம் வாங்கும் ஆறாயிரம் ரூபாய்க்கு இதைச் செய்துதான் ஆகவேண்டும். சொன்னவர் என் இன்சார்ஜ் என்பதால் உடனே மறுத்துப் பேசாமல் தலையை மட்டும் ஆட்டிவிட்டுத் திரும்பிப் பார்க்காமல் அறைக்கு நடந்தேன்.

நரேஷ் மராத்தியக்காரர். என்னைவிட இரண்டு இன்ச் உயரம் அதிகம். என்னை விட பத்து இன்ச் அகலம் அதிகம். தொப்பையை மறைக்க எப்போதும்

சட்டையை இன் செய்திருப்பார். இன் செய்வதால்தான் தொப்பை இன்னும் பெரியதாய்த் தெரிகிறது என்பதை அவரிடம் என்றேனும் சொல்ல வேண்டும் என நினைத்திருந்தேன். உலகின் எல்லா மேலாளரையும் போல அவரும் ஒரு அரை லூஸ் தான் என் பார்வையில்.

பத்து மணிக்கு பைக்கில் ஏறி அமர்ந்தோம். அஞ்சு கிராமத்திலிருந்து கன்னியாகுமரி போகும் வழியில் சற்று உள்வாங்கி இருக்கும் ஒரு கிராமத்தின் முடிவில் இருந்தது அந்த போரோ ஏரியா. போரோ ஏரியா என்றால் செம்மண் வெட்டி எடுக்கும் இடம். சாலை அமைக்கும் இடத்தின் உயரத்தை சமப்படுத்த, சாலையெங்கும் செம்மண் கொட்டி வைத்திருப்பதை நீங்கள் பார்த்திருக்கலாம். அதற்கான செம்மண் நிறைய இருக்கும் இடத்தைக் குத்தகைக்கு எடுத்து அங்கிருந்து லாரிகளின் மூலம் எடுத்து வந்து கொட்டுவார்கள். பெரும்பாலும் இந்த வேலை இரவுகளில்தான் நடக்கும். பகலில் கொட்டிய மண்ணை கிரேடர் இயந்திரம் கொண்டு சமப்படுத்துவார்கள். நீங்கள் தினந்தோறும் பயணம் செய்யும் சாலையின் கீழே இந்தச் செம்மண் ஒளிந்திருக்கிறது என்பதை நினைவில் கொள்ளுங்கள்.

விவேகானந்தபுரத்தின் அருகில் வண்டியை நிறுத்தினார் நரேஷ். இரவு பத்தரை மணிக்கு அங்கே இருந்த கூட்டம் ஒன்றும் குறைவில்லை. நான்கைந்து உணவகங்கள் பரபரப்பாக இயங்கிக்கொண்டிருந்தன. கொத்து பரோட்டாவின் தாளலயத்துக்கிடையில் தப்பி, ஸ்பீக்கரில் “உருகுதே மருகுதே ஒரே பார்வையாலே” பாடிக்கொண்டிருந்தது. வெயிலோடு விளையாடி பாட்டு இடம் பெற்ற படம் என்பதாலேயே இந்தப் பாடலும் பிடித்துப்போனது. புதுப்பாடல்களில் இது நன்றாக இருப்பதாக நீண்ட நாட்கள் கழித்துத் தோன்றியது. இந்த மாதிரியான மூளை செயலழிந்து, வெறும் கை கால்கள் மட்டும் இயந்திரமாய் நகரும் தருணங்களில் பாடல்கள் மட்டும் எங்கிருந்தோ புது வாசத்தை கொண்டு வந்துவிடுகின்றன.

“ட்ரைவருங்களுக்கு எல்லாம் சாப்பாடு வாங்கிட்டுப்போகணும். என்ன வாங்கலாம்?” என என்னிடம் கேட்டதை ஒரு காதில்

வாங்கிக்கொண்டே, கடைக்கு முன்னால் சாலையின் ஓரத்தில் சாத்தி வைக்கப்பட்டிருந்த போர்டில் “பறோட்டா ரெடி” என எழுதியிருந்ததில் இருக்கும் “றோ”வை ரசித்துக்கொண்டே, பரோட்டாவை பறோட்டா என உச்சரித்துப் பார்த்துக்கொண்டிருந்தேன்.

“என்ன வாங்கலாம் சொல்லுப்பா...”

“பறோட்டா...” என ‘றா’ வை அழுத்திச்சொன்னேன்.

மொத்தம் எட்டு வண்டிகள் ஓடுகின்றன இன்று இரவு. அது போக பொக்லைன் ஆப்பரேடர், அதன் ஹெல்பர். மொத்தம் பத்து பார்சல் வாங்க வேண்டும். ஆளுக்கு ஆறு பரோட்டா என்கிற கணக்கில் வாங்கினோம். தமிழர்கள் போக, மராத்தியர்கள் மற்றும் பஞ்சாபிகளும் வண்டி ஓட்டுனர்களாக இருந்ததால் வெங்காயமும், பச்சை மிளகாயும் தனியே வாங்கிக்கொண்டோம். அதெல்லாம் தர முடியாது என மறுத்த முதலாளியை இரண்டு நிமிடங்கள் விளக்கி சம்மதிக்க வைத்தேன்.

விவேகானந்தபுரம் வளைவிலிருந்து உள்நோக்கி மூன்று கிலோ மீட்டர் சென்ற பின் அந்த இருளைக் கிழித்துக் கொண்டு ஒரு பெரிய லைட் சோர்ஸ், ஜெனரேட்டரோடு சேர்ந்து கம்பீரமாக நின்று அங்கே நின்றுகொண்டிருந்த வாகனங்களுக்கு ஒளிவீசிக்கொண்டிருந்தது. பொக்லைன்தான் இயந்திரத்துதிக்கையைத் தூக்கி மண்ணுக்குள் இறக்கி, பின்னர் வாரிய மண்ணை லாரியில் கொட்டிக் கொண்டிருந்தது.

கிட்டத்தட்ட நாம் நிற்கும் தரையிலிருந்து நாற்பதடி கீழே வரை பள்ளம் இதுவரை தோண்டப்பட்டு இருந்தது. எப்படியும் நாற்பது மீட்டர் சுற்றளவு இருக்கும். ஓர் ஓரத்தில் பத்தடி மட்டுமே தோண்டப்பட்ட பள்ளத்தின் முனையில் நின்று கொண்டு பொக்லைன் தன் பாகன் சொன்ன ஹைட்ராலிக் கட்டளைகளை ஏற்றுக்கொண்டு, அதற்கேற்ப வளைந்து கொடுத்துக் கொண்டிருந்தது. எங்களைப் பார்த்தவுடன் வேலையை நிறுத்திவிட்டு இறங்கி வந்த ஆப்பரேட்டர்,

இயந்திரத்தில் இருக்கும் சின்னச் சின்னப் பிரச்சனைகளை விளக்க ஆரம்பிக்க, நான் கையில் இருந்த சாப்பாட்டு பார்சலை அங்கிருந்த ஹெல்பரிடம் கொடுத்து விநியோகிக்கச் சொன்னேன். ஆறு வண்டிகள் தான் அப்போதைக்கு அங்கே இருந்தது. இரண்டு வண்டிகள்ட்ரிப்புக்குப் போயிருந்தது. நான் கண்ணைச் சொக்கிய தூக்கத்தை என்ன செய்வதென்று புரியாமல் பைக்கிலேயே அமர்ந்து வேடிக்கை பார்க்க ஆரம்பித்தேன்.

நான் நின்றிருந்த பைக்கின் அருகில்தான் அந்த மராத்தியக்காரர, மாதம் எட்டாயிரம் சம்பளம் வாங்கி அதில் ஐந்தாயிரத்தை வீட்டுக்கு அனுப்பி விட்டு, மிச்சம் மூன்றாயிரத்தைக் குடித்து அழிக்கும் ஓட்டுனன் சாப்பிடத் தொடங்கி இருந்தான். பரோட்டா பார்சலைப் பிரித்து, அதில் கூடவே கொடுத்திருந்த சால்னாவை சணல் பிரிக்காமல் அப்படியே ஒரு குலுக்குக் குலுக்கி, பின்னர் சணல் பிரித்து மொத்தமாய் பரோட்டாவின் மேல் ஊற்றினான். ஊற்றிய சால்னாவில் ஒரு மாமிசத்துண்டும் இருந்தது. நம்மூர் அசைவ உணவகங்களில் சால்னா ஊற்றும் போது எதிர்பாராமல் விழும் அந்தத் துண்டை, லாட்டரியில் விழுந்த பரிசாகத்தான் எடுத்துக்கொள்ள வேண்டும். ஆனால், அன்று விழுந்த துண்டோ மாட்டுக்கறித்துண்டு. அதை சுவைத்துப் பார்க்க வாயில் வைத்த அவன் மறு வினாடியே தூ... தூ... எனத் துப்பிவிட்டு, அப்படியே இலையோடு அந்த சாப்பாடை மூடி வைத்து விட்டு எழுந்து போய், அங்கிருந்த தண்ணீரை வாயில் சரித்து காறித் துப்பினான்.

பின்னர் ஏதோ நினைவிற்கு வந்தவனாய் அங்கிருந்த சக ஓட்டுனர்களிடம் அது மாட்டுக்கறியில் செய்யப்பட்ட சால்னா என்பதை அறிவித்து விட்டு, தன் இரவு உணவு அன்று வீணாய்ப் போனதை நினைத்து வருந்தத் தொடங்கியது அவன் கண்களில் அப்பட்டமாய்த் தெரிந்தது.

எல்லோரும் நரேஷைப் பார்க்க, நரேஷ் என்னைப் பார்த்தார். நான் தமிழ் ஓட்டுனர்களிடம் என்ன செய்வது எனக் கேட்டேன். “நாங்க சாப்ட்ருவோம் சார்! ஆனா அவங்கெல்லாம் சாப்புடாம

இருக்குறப்போ நாங்க எப்படி?" எனத் திருப்பிக் கேட்டனர்.

"டீக்ஹை சார்...சட்னி எதாவது கெடைக்குதான்னு பார்க்கலாம். வாங்க போவோம்..." என மீண்டும் பைக்கில் கிளம்பினோம்.

பத்து பரோட்டாக்கள் மேலும் வாங்கிக்கொண்டு, வேறு வழியே இல்லாமல் கிடைத்த தக்காளி மற்றும் தேங்காய்ச் சட்னியையும் வாங்கிக்கொண்டு *(சாம்பார் இல்லை)* நாங்கள் திரும்பி வந்த போது, செம்மண்ணை தன் முதுகில் வாங்க பின்னால் வந்த லாரி ஒன்று சரியாக ஜட்ஜ்மெண்ட் செய்து ப்ரேக் பிடிக்காததால் அந்த நாற்பதடி பள்ளத்தில் பின்னால் இருந்த நான்கு சக்கரங்கள் மட்டும் கீழே இறங்கிய நிலையில் தொங்கிக்கொண்டிருந்தது. இன்னும் இரண்டடி பின்னால் நகர்ந்திருந்தால் மொத்த வண்டியும் அந்தப் பள்ளத்தில் விழுந்திருப்பதற்கான வாய்ப்புகள் அதிகம் என்பது பார்த்தாலே தெரிந்தது.

நரேஷ்மாக்கிஜானி இதைப் பார்த்த வேகத்தில் பைக்கை நிறுத்தக் கூட மறந்து போய், பதறியடித்து லாரியின் அருகில் ஓடினார். வண்டி ரிவர்ஸ் வருவதைப் பார்ப்பதற்கென்றே இருக்கும் பொக்லைன் ஹெல்பரைக் கூவி அழைத்தார். பொக்லைனின் ஓரத்தில் நின்றிருந்தவன் மெதுவாய் நரேஷ் அருகில் நெருங்கிய போதே அவன் கண்களில் பயம் தெரிந்தது.

"மாதர் சூத்.... காண்ட் மார்ராத்தாக்யா?" எனக் கேட்டுக்கொண்டே ஓங்கி ஒரு அறை விட்டார். கண் கலங்கி நின்ற அவனை மேலும் நான்கு திட்டுகள் திட்டிவிட்டு, ஒரு சிகரெட்டைப் பற்ற வைத்தார்.

பின்னர் மெதுவாக பொக்லைன் லாரி தொங்கிக்கொண்டிருந்த இடத்திற்கு வந்து, கொஞ்சம் கொஞ்சமாய் செம்மண் நிரப்பி ஒரு குறிப்பிட்ட உயரம் வந்ததும் லாரியின் பின்னால் வசதியாக நின்றுகொண்டு மெல்ல உயரே தூக்கி முன்னோக்கித்தள்ள, முன்னால் மற்றொரு லாரி அதை டோ செய்து இழுக்க, கிட்டத்தட்ட ஒரு மணி நேர கடும் போராட்டத்திற்குப் பிறகு, ஒரு இயந்திரத்தை, இன்னொரு இயந்திரம் மனிதர்களின்

துணைகொண்டு வெளியே இழுத்து சமதளத்தில் நிறுத்தியது. நாங்கள் இருவரும் மீண்டும் பைக்கில் ஏறி அமர்ந்து கிளம்பிய போது மணி ஒன்று. பைக்கின் சத்தமும், இரவின் சத்தமும் மட்டுமே கேட்டுக்கொண்டிருந்தது. அவை இரண்டும் ஒன்றையொன்று தொந்தரவு செய்யாமல் தனக்கென விதிக்கப்பட்ட அளவில் ஒலியெழுப்பிக்கொண்டிருந்தன. நான் என் கண்களில் இருந்து சுத்தமாய் காணாமல் போயிருந்த தூக்கத்தை இருட்டில் தேடிக்கொண்டிருந்தேன். அது இன்று இரவு சிக்காது என்றுதான் தோன்றியது.

அறைக்குள் நுழையப் போகும் தருணத்தில் நரேஷ் கேட்டார்.

"கதிர்! இன்னக்கி ரொம்ப மோசமான நாள் ஆயிருச்சில..."

"அப்படியெல்லாம் இல்லை சார்... வேலையில இதெல்லாம் சாதாரணம்."

"சரி! தினமும் தனியாப் போற நான் உன்னை எதுக்கு இன்னக்கிக் கூட கூட்டிட்டு போனேன் தெரியுமா?"

நான் தெரியாது என்பதைப் போல தலையசைத்தேன்.

"நாளைக்கு ஆகஸ்ட் 15 சுதந்திர தினம். நைட்டு வண்டியெல்லாம் செக் பண்ணுவாங்க. எனக்கு தமிழ் தெரியாது. போலிஸ் கேட்டா கரெக்டா பதில் சொல்லணும்ல. அதான் உன்னையும் கூட்டிட்டுப் போனேன். போ... நிம்மதியா தூங்கு."

அந்த இரவு விடிய இன்னும் நீண்ட நேரம் இருந்தது.

23

மேற்கு வங்காளத்தின் ரகுநாத்பூர் - மால்தா சாலையில் என்ன செய்வது என்று தெரியாமல் நின்றுகொண்டிருந்தேன். சுற்றிலும் ஹாரன் சத்தம் காதைக் கிழித்தது. என்னை ஃபரக்கா வரை கொண்டு போய் விட்டு வர வந்த அந்த சுமோ என்னருகில் நின்றுகொண்டு பேந்த பேந்த விழித்துக் கொண்டிருந்தது. ஓட்டுனர் என்னைப் பார்த்துப் புன்னகைக்கவா இல்லை வருத்தப்படவா எனத் தெரியாமல் மையமாய்த் பார்த்துக்கொண்டிருந்தார். நான் அவரைப் பார்த்து,

“நீங்க போங்க! இந்த ட்ராபிக்ல நீங்களும் மாட்டிக்காதீங்க! இரண்டு கிலோ மீட்டர்தான நான் நடந்தே போய்க்கிறேன். ட்ரைன் வர இன்னும் நெறைய நேரம் இருக்கு. ஒரு பிரச்சினையும் இல்ல” என்று கூறிவிட்டு நான் என் எனது லேப்டாப் பையை முதுகில் சுமந்துகொண்டும், பயணப்பையை இடது தோளில் போட்டவாறும் நடக்கத் தொடங்கினேன்.

மேற்குவங்கத்தின் ஃபரக்காவில் ஒரு தெர்மல் பவர் பிளான்ட் இருக்கிறது. அதற்கான நீர் ஆதாரம் அருகில் ஓடும் மிகப்பெரிய கோஷி நதியில் அணைகட்டி அதன் மூலம் கிடைக்கிறது. அணை கிட்டத்தட்ட மூன்று கிலோமீட்டர் நீளம் கொண்டது. அணை கட்டியபோது போட்ட சாலை என்பதால் அது மிகவும் பழுதடைந்து காணப்படுவது அதிசயமல்ல. எனவே அணையின் மீது ஏதேனும் ஒரு வண்டி பழுதடைந்து நின்றால் அதனால் ஏற்படும் போக்குவரத்து நெரிசல் ஃபரக்கா நகரத்தின் இருபக்க சாலைகளிலும் எதிரொலிக்கும். சர்வ சாதாரணமாக பத்து கிலோமீட்டர் வரையில் நெரிசல் ஏற்பட்டுவிடும். அன்று பாட்னா திரும்பிச் செல்ல ஃபரக்கா கிளம்பிய நான் வசமாய் மாட்டிக்கொண்டேன். வேறுவழியே இல்லாமல் ஃபரக்கா செல்லும் சாலையில் இருமருங்கிலும் நின்றிருந்த வாகனங்களை வேடிக்கை பார்த்தவண்ணம் நடக்கத் தொடங்கினேன்.

முதல் அரை கிலோ மீட்டரும் ஹாரன் சத்தமும், அங்கங்கே வண்டியிலிருந்து இறங்கி சின்னச் சின்ன காரணங்களுக்காக ஓட்டுனர்கள் சண்டை போடும் சத்தம் மட்டுமே கேட்டுக் கொண்டிருந்தது. சிறிது நேரத்தில் சாலையின் இருபக்கமும் சின்னச் சின்ன ஓலை வேய்ந்த குடிசைகள் வரிசையாய்த் தென்பட ஆரம்பித்தன. ஒவ்வொரு குடிசையின் வாசலிலும் அல்லது குடிசைக்கு நேராய் உள்ள சாலையின் முனையிலும் முப்பது வயதைக் கடந்த பெண்கள் நின்றுகொண்டிருந்தனர். இத்தனை வருட சர்வீஸ் எஞ்சினியர் அனுபவத்தில் சிறிது நேரத்திலேயே அவர்கள் விலைமாதுக்கள் என்பதைப் புரிந்து கொண்டேன். அவர்கள் முக அமைப்பில் இருந்து அவர்கள் பெங்காளிகளாக இருப்பதற்கான வாய்ப்புகளே அதிகம் என்பதையும் கண்டுகொண்டேன். சில பெண்கள் மட்டும் பிற மாநிலத்தவரை நினைவூட்டினர். கோஷி நதியைக் கடந்ததும் பங்களாதேஷ் வந்துவிடும் என்பதால் ஃபரக்காவில் பாதுகாப்பும் அதிகம். ஆனாலும் நான் நடந்து சென்ற சாலையில் கிட்டத்தட்ட ஒன்றரை கிலோமீட்டர் தூரத்திற்கு குடிசைகளும் பெண்களும் மட்டுமே தெரிந்தனர். இவ்வளவு நீளமான ஒரு விபச்சார விடுதி இந்தியாவில் வேறு

எங்கும் உள்ளதா என எனக்குத் தெரியவில்லை மும்பையின் சிவப்பு விளக்குப் பகுதி நான் பார்த்ததில்லை. கல்கத்தாவின் சோனா காட்ச் பற்றி நிறைய கேள்விப்பட்டிருந்தாலும் அங்கு சென்று நேரடியாய் உணர்ந்ததில்லை. மூச்சுமுட்டும் அளவிற்கு இங்கே பார்த்துவிட்டு ஏதேதோ யோசனைகள் உள்ளுக்குள் ஓடிக்கொண்டே இருந்தன.

ஆதித்தொழிலாம் விபச்சாரம் இங்கே எந்த விகிதத்தில் நடந்து கொண்டிருக்கிறது என்பதைப் பற்றிய முற்போக்கு எண்ணமும், ஆண் கழிவுகளின் வடிகாலே இத்தனை குடிசைகளின் காரணம் என்பதான கவித்துவ புத்தியும் ரயில் நிலையத்தை அடையும் வரை தோன்றிக்கொண்டே இருந்தது.

எனக்குத் தெரிந்து இந்தியாவில் அதிகம் சாலை விபத்துக்கள் நடக்கும் இடங்களில் இந்த ரகுநாத்பூர் - மால்தா சாலையும் ஒன்று அதனால் உயிரிழப்பவர்களின் எண்ணிக்கையும் இங்கு அதிகம். நானே நேரடியாய் நான்கு விபத்துக்களைப் பார்த்திருக்கிறேன் இரண்டு விபத்திலிருந்து மயிரிழையில் தப்பித்திருக்கிறேன்.

நான் மேலே சொன்ன விபச்சாரத்திற்கும் கீழே குறிப்பிட்டிருக்கும் விபத்துக்கும் யாதொரு சம்பந்தமும் இல்லை என்றே நினைக்கிறேன். ஆனாலும் கூட மால்தா மாவட்டத்தின் அதீத வெப்பம் எல்லாம் இங்கே ஃபரக்காவில் இறக்கி வைப்பதற்கென்றே இந்தக் குடிசைகள் உருவாக்கப்பட்டனவோ என்கிற எண்ணமும் உள்ளே எழுந்தது. கிடைக்கிற இடைவெளியில் எல்லாம் புகுந்து சென்றுகொண்டிருந்த நான், ஒரு கட்டத்தில் அந்தக் குடிசைகளின் அருகேயே நடக்க வேண்டியதானது. என்னதான் ஆண் என்றாலும், உணவுச் சங்கிலியில் பெண்களை விட மேலே நின்றாலும், ஒரு இரவில், கும்மிருட்டில் தனியே நடந்து செல்கையில், எதிரே இரண்டு ஆண்கள் வந்தால் "எங்கே திடீரென கத்தியை நீட்டி கையிலிருப்பதை எல்லாம் பறித்துக்கொள்வார்களோ" என்கிற பயம் வருவதும், அதுவே ஒரு பெண் எதிரில் வந்தால், "என்ன இந்நேரத்துக்குத் தனியா போறா இந்தப் பொண்ணு?

ஐட்டமா இருப்பாளோ?" என்கிற எண்ணமும் எழும் சராசரி ஆணாக இருந்தாலும் கூட, வரிசையாய் இத்தனை பெண்கள் சரி செய்ய அவசியமேயில்லாத முந்தானைகளோடு நிற்கையில், மெல்லிய பயம் ஒன்று உள்ளெங்கும் பரவியது.

எத்தனை விதமான உடல்கள்! ஒவ்வொன்றும் ஒரு வடிவம். ஒரு நொடி அதிகமாக அதில் ஒரு பெண்ணைப் பார்த்து விட்டாலும் கூட உடனே ஒரு நக்கல் சிரிப்பை அவர்கள் கண்களில் பார்க்க முடிந்தது. எல்லா ஆண்களையும் அப்படித்தான் பார்ப்பார்களா இல்லை என்னை மட்டுமா என்கிற எண்ணம் உள்ளே வந்து அமர்ந்ததும் தானாகவே உடல் சிலிர்க்க ஆரம்பித்தது.

புதூரில் இருந்தது எனக்குத் தெரிந்து ஒரே ஒரு பெண் பாலியல் தொழிலாளி தான். அவர் பெயர் கூட தெரியாது. அவரை பார்க்கும் போதெல்லாம் ஆண்கள், "அங்க பார்றா கப்பல் வர்றா..." என்பார்கள். அதென்ன கப்பல்? என்ன அர்த்தத்தில் இதை எடுத்துக்கொள்வது? யார் வேண்டுமானாலும் பயணிக்கும் கடலில் ஓடும் கப்பல் என்றா? இதுவரை அதற்கான அர்த்தம் தெரியவில்லை. எப்போது பார்த்தாலும் டீக்கடை ரமேஷ் அண்ணனோடு பேசிக்கொண்டிருப்பார். ஒருமுறை ரமேஷ் அண்ணன் கப்பலை சைக்கிளில் அழைத்துக்கொண்டு செல்வதைப் பார்த்திருக்கிறேன். அவ்வளவுதான். அவர் எதற்காகக் கூட்டிச்செல்கிறார் என்று கற்பனை செய்தபோது என் உதட்டில் மெலிதாக ஒரு குறும்புச் சிரிப்பு வந்து உட்கார்ந்தது. அதே சிரிப்பு ஒன்றை இன்று என்னை நோக்கி இந்தப் பெண்கள் சிந்துவது போல இருந்தது.

ஆனால், ஒன்று அந்தக் கப்பல் அக்கா முகத்தில் எப்போதும் ஒரு புன்னகை இருக்கும். உயரமான அந்த அக்கா கண்களில் கண்மை எப்போதும் அடர்த்தியாய் இருக்கும். அதனாலேயே அந்தச் சிறிய கண்கள் பிரம்மாண்டமாய்த் தெரியும். திடீரெனச் சில மாதங்களாய் அவரைச் சாலையில் பார்க்கவே இயலவில்லை. ரமேஷ் அண்ணன் சைக்கிளில் சாலையைக் கடக்கும் போதெல்லாம் கேரியரில் அக்காவின் உருவம் அரூபமாய்த் தெரிந்தது. யாரிடமும் கேட்கவோ விசாரிக்கவோ கூட இயலாது என்பதே இதை இன்னும் சிக்கலாக்கியது.

அன்றொரு நாள் பள்ளி முடிந்து சாலைக்கு வேடிக்கை பார்க்க வந்தவன் தற்செயலாய் மூடியிருந்த நாகலாபுரம் ஜவுளிக்கடை வாசலில் அக்காவைப் பார்த்தேன். கண்கள் முழுக்க ஒளியிழந்து, ஏற்கனவே ஒல்லியாக இருக்கும் அவரின் உடல் இன்னும் தேய்ந்து ஒடுங்கி, குறிப்பாய் சற்றே புஷ்டியாகத் தெரியும் அவரின் கைகளிலோ எலும்புகளே வெளியில் தெரியும்படி அமர்ந்திருக்க, அருகிலிருந்த ஜூஸ் கடைக்காரர் "இந்தாம்மா எந்திரிச்சி போன்னு சொன்னா புரியாதா?" என்று விரட்டிக்கொண்டிருந்தார். சோர்வாக இருந்த அக்கா, இன்னும் சோர்வாக எழுந்து சீதாராம் டாக்கீஸ் பக்கம் நடக்கத் தொடங்கினார்.

"நல்லா இருக்குறப்போ நக்கல் மயிரா பேசிப்புட்டு இப்போ எய்ட்ஸ் வந்ததும் எப்படிப் போறா பாரு. இதான் ஓவரா ஆடக்கூடாதுங்கிறது..." என்று கடையிலிருந்த வாடிக்கையாளரிடம் சொல்லிக்கொண்டே மிக்சியைக் கழுவிக்கொண்டிருந்தார்.

இத்தனை நினைவுகளுக்கு மத்தியில் நடந்துகொண்டிருந்த நான், இரண்டு கிலோ மீட்டர் என்பது இத்தனை நீளமா என்று வாழ்வில் முதல் முறையாக யோசித்துக்கொண்டிருந்தேன்.

24

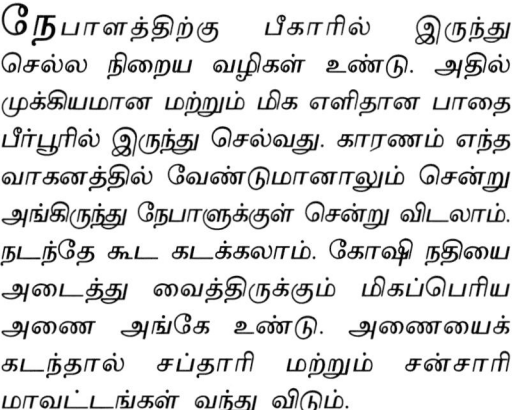

நேபாளத்திற்கு பீகாரில் இருந்து செல்ல நிறைய வழிகள் உண்டு. அதில் முக்கியமான மற்றும் மிக எளிதான பாதை பீர்பூரில் இருந்து செல்வது. காரணம் எந்த வாகனத்தில் வேண்டுமானாலும் சென்று அங்கிருந்து நேபாளுக்குள் சென்று விடலாம். நடந்தே கூட கடக்கலாம். கோஷி நதியை அடைத்து வைத்திருக்கும் மிகப்பெரிய அணை அங்கே உண்டு. அணையைக் கடந்தால் சப்தாரி மற்றும் சன்சாரி மாவட்டங்கள் வந்து விடும்.

அன்றைய நாளில் நான் வேறு வழியே இல்லாமல் நேபாளம் சென்றாக வேண்டிய கட்டாயம் ஏற்பட்டது. ஏற்கனவே அங்கே எங்கள் இயந்திரங்களைப் பார்த்துக்கொள்ள டீலர் இருந்தாலும் சில முக்கியமான பிரச்சினைகள் இயந்திரங்களில் எழும்போது இங்கிருந்து எப்போதேனும் ஆட்கள் செல்வது வழக்கம் தான். இந்த முறை நான் சென்றேன். பீர்பூரில் இருந்து பக்கம்தான்

சைட் என்பதால் அந்த வழியையே தேர்ந்தெடுத்தேன். அதற்கு முன்னர் நேபாளம் சென்றதில்லை என்பது இங்கே குறிப்பிடவேண்டிய விஷயம்.

எல்லையைக் கடக்கும் போது எந்த மாதிரியான கேள்விகள் கேட்பார்கள்? இந்தியில் கேட்பார்களா இல்லை நேபாள் மொழியில் கேட்பார்களா? நேபாளில் பேசும் மொழிக்கு என்ன பெயர்? நம்மூர் காசு செல்லுமா? இல்லை உள்ளே நுழைகையில் மாற்றிக்கொள்ள வேண்டுமா போன்ற ஆயிரம் கேள்விகள் உள்ளுக்குள் ஓடிக்கொண்டிருக்க, அங்கே சென்று பார்த்தால் ஆடு மாடுகள் மேய்க்க பீகாரிலிருந்து நேபாளத்திற்குள் மக்கள் சென்று வந்து கொண்டிருந்தார்கள். எந்த பிரச்சினையும், கேள்வியும் இல்லாமல் எல்லையைக் கடந்து உள்நுழைகையில் மொபைல் போன் மட்டும் வேலை செய்வதை நிறுத்திவிட்டு, நான் வெளிநாட்டில் இருக்கிறேன் என்பதை உறுதிப்படுத்தியது.

கோஷிக்கு அருகில் இருக்கும் நகரம் ராஜ்பிராஜ். அங்கே தான் தங்குவதற்கு ஓட்டல்கள் கிடைக்கும். கிட்டத்தட்ட 26 கிலோமீட்டர்கள். ஆனால் அங்கே கண்ணுக்கெட்டிய தூரம் வரை பேருந்து நிலையமோ அல்லது காதுக்கு எட்டிய தூரத்தில் பேருந்து வரும் சத்தமோ இல்லை. அங்கே நின்றுகொண்டிருந்த ஆட்கள், அந்தப் பாதையில் வரும் லாரிக்கு கைநீட்டி அதில் ஏறி சென்றுகொண்டிருந்தார்கள். சற்று நேரம் அதை வேடிக்கை பார்த்த நான், இனியும் இது வேலைக்காகாது என்று எதிரே வந்த லாரிக்குக் கைநீட்ட, "50 டக்கா" என்று ஐந்து விரல்களை காட்டினார். நான் சரி என்று தலையாட்டிவிட்டு இரண்டு பைகளையும் லாரி கேபினில் ஏற்றிவிட்டு நானும் ஏறி ஓட்டுநர் பின்புறம் இருந்த விசாலமான சீட்டில் அமர்ந்துகொண்டேன்.

ஏறியதும் என் கவனத்தை ஈர்த்தது எதுவென்றால் வண்டியின் ஸ்டியரிங்கின் கீழே கட்டியிருந்த சின்னச் சின்ன மணிகள்தான். நம்மூர் கோயிலில் வேண்டுதலுக்குக் கட்டுவார்களே அப்படியான மணி. வண்டி மெல்ல குலுங்கிக் குலுங்கி நகர்கையிலும், ஸ்டியரிங்கை வேகமாகத் திருப்பும்போதும் அது மாறி மாறி ஒலித்துக்கொண்டே இருந்தது. அடுத்ததாக

வண்டியின் வெளிப்புறம் இருந்த அலங்காரங்கள். நேராக ஓட்டுனருக்குப் பின்னால் இருந்து பார்த்தால் சாலை மட்டுமேதான் நம் கண்ணனுக்குத் தெரியும். வேறொன்றுமே தெரியாத அளவுக்கு கண்ணாடியைச் சுற்றி அலங்காரமாய்த் துணிகள் வண்ணவண்ணமாய்க் கட்டப்பட்டிருந்தது. அந்த அலங்காரங்களுக்கு இடையில் தெரிந்த இத்துனூண்டு சாலையைப் பார்த்தவாறுதான் அவர் வண்டியை ஓட்டிக்கொண்டிருந்தார்.

26 கிலோமீட்டர் பயணம் 2600 கிலோமீட்டர் பயணமாக நீண்டது. சாலை என்பதைத் தன் வாழ்நாளில் கண்டிராத ஒரு பாதையில் லாரி ஊர்ந்துகொண்டிருந்தது. செல்லும் வழியிலெல்லாம் ஆங்காங்கே நேபாள் ராணுவத்தினர் துப்பாக்கியோடு நின்றிருந்தார்கள். நான்தான் அவர்களைக் கவனித்தேனே தவிர அவர்கள் லாரியைத் திரும்பிப் பார்த்ததாக கூட தெரியவில்லை. எல்லைப் பாதுகாப்புப்படையாக இருக்கும் என்று எனக்குளேயே நினைத்துக்கொண்டேன். இரண்டுமணி நேரங்களுக்குப் பிறகு ராஜ் பிராஜ் ஊருக்குள் செல்லும் பாதை வந்தது.. அங்கேயே என்னை இறங்க சொன்ன ஓட்டுநர், மறக்காமல் இந்திய ரூபாயில் 50 பெற்றுக்கொண்டார்.

அங்கே நின்றிருந்த குதிரை வண்டிகளில் ஆட்கள் அமர்ந்திருந்தார்கள். ஊருக்குள் செல்ல அதுதான் சவாரி. இன்னும் இந்த நாளில் ராக்கட்டில் மட்டும் பயணம் செய்து விட்டால் போதும். நாள் முழுமையாகிவிடும் என்று யோசித்துக்கொண்டே ஒரு குதிரை வண்டியின் பின்னால் ஏறி பைகளை அருகிலேயே வைத்துக்கொண்டு அமர்ந்து கொண்டேன். இன்னொரு இருபது நிமிடப்பயணம்.

பேருந்து நிலையத்திற்கு அருகிலேயே நிறைய ஹோட்டல்கள் தென்பட, நமது ஆறு ரூபாய் அங்கே பத்து ரூபாய் என்பதால், இருப்பதிலேயே நல்ல ஹோட்டல் ஒன்றைக் கண்களாலேயே தேர்ந்தெடுத்து அறை எடுத்துக்கொண்டேன். ஹோட்டல் முழுக்க மரத்தால் ஆனதாய்த் தோன்றியது. அறையின் தரைமுழுக்க மரப்பலகைகள் மூலமே நிரப்பப்பட்டிருந்தன.

சற்று அழுத்தமாக கால் வைத்தால் டொக் டொக் சத்தம் கூட வந்தது. மாணிக் பாட்ஷாவின் வீடும் மர வீடு தானோ?

உண்மையில் அத்தனை நிம்மதியாக, சொகுசாக இந்தியாவின் எந்த ஹோட்டலிலும் நான் தூங்கியதே இல்லை. மெல்லிய குளிர் ஒன்று நிரந்தரமாக அறைக்குள் நிரம்பியிருக்க நான் தூங்கியதும் தெரியவில்லை. விழித்ததும் தெரியவில்லை. அடுத்த நாள் ஒளித்து வைத்திருக்கும் ஆச்சரியங்கள் எதுவும் அறியாமல் உறங்கிப் போனேன்.

ராஜ் பிராஜில் இருந்து 60 கிலோ மீட்டர் தொலைவில் இருந்தது சிவம் சிமெண்ட்ஸ் நிறுவனத்தாரின் மிகப்பெரிய தொழிற்சாலை. அந்தத் தொழிற்சாலைக்குச் செல்லும் சாலையைத் தான் எங்கள் இயந்திரம் சீரமைத்துக்கொண்டிருந்தது. ஆனால், நேரடியாக என்னால் அங்கே செல்ல முடியாது. முதலில் இங்கிருக்கும் டீலரின் அலுவலகம் சென்று, பின் அங்கிருந்து ஒருவரை அழைத்துக்கொண்டுதான் செல்ல வேண்டும்.

ராஜ்பிராஜில் இருந்து பேருந்தில் இட்டாஹரி செல்ல நான்கைந்து மணிநேரம் ஆகலாம். அதனால் வெளியூர் செல்வதற்கென்றே அங்கே நிற்கும் சிறு வேன்களில் பயணிக்கலாம் எனத் தீர்மானித்துக் காலையில் ஏழரை மணிக்கே புறப்பட்டேன். நேபாளில் செல்லும் வழியெல்லாம் பச்சைப்பசேல் என்றிருக்கக் கொஞ்சமாய் ரசிக்க ஆரம்பித்திருந்தேன். ஆனால் எனக்குப் புரியாத ஒரே ஒரு விஷயம் என்னவென்றால், நான் செல்லும் வழியில் ஒரு ஓட்டு வீடு கூட கண்களில் தென்படவில்லை. அதற்காக முற்றிலும் கான்கிரீட் வீடுகளும் இல்லை. இங்கே ஓடே கிடையாதா என்கிற ஐயம் வெகுவாக எழ, அதை யாரிடம் கேட்பது என்றும் கூட புரியவில்லை.

இட்டாஹரி அடைந்து டீலர் ஆபிசுக்குச் சென்று பார்த்தால் அங்கே யாருமே இல்லை. செல்போனும் வேலை செய்யாது. எஸ்.டி.டி. பூத் எங்கிருக்கிறது என்று தேடினால் அருகில் அது இருப்பதற்கான சுவடே இல்லை. அந்த டீலர் ஆபிசில் எதிரிலிருந்த ஒரு சின்னக் கடைக்குச் சென்று அங்கே இருந்த பெண்மணியிடம், "ஒரு போன் பண்ணணும். என்னோடது

இந்தியா சிம்கார்டு. வேலை செய்யலை.. உங்ககிட்ட செல்போன் இருந்தா கொடுங்க.. பேசிட்டு காசு தந்துர்றேன்" என வெகு தயக்கமாகக் கேட்க, அவரோ சிரித்துக்கொண்டே,"ஒரு நிமிஷத்துக்கு ரெண்டு ரூபா இந்திய காசு" என்றார். அட இது வழக்கமாக இருக்கும் நடைமுறைதான் போல என்பதைப் புரிந்துகொண்டு, செல்போன் வாங்கிப் பேசிவிட்டு, பணம் கொடுக்கையில் ஒரு புன்னகையைப் பரிமாறிக்கொண்டோம்.

"சார் அர்ஜென்ட் வேலையா வெளிய போயிட்டேன்... நீங்க அங்கேயே இருங்க... ஒரு மணி நேரத்துல வந்துருவேன்" என்ற பதிலைப் பெற்றதால், வேறு வழியின்றி அந்தக் கடையின் வாசலில் இருந்த பெஞ்சில் அமர்ந்து டீ குடிக்கலாம் என்று முடிவு செய்தேன். டீ சொல்லலாம் எனத் திரும்பும் பொழுது அந்தச் சுடிதார் அணிந்திருந்த பெண்மணி, முழுக்கக் குனிந்து எதையோ எடுத்துக்கொண்டிருந்தார். ப்ரா அணிந்திருந்தும் கூட அவரது மார்பின் முக்கால்வாசி பாகம் வெளியே தெரிய, சட்டென்று பார்வையை அகற்ற விரும்பியும் கூட அது முடியாமல் போய், சில நொடிகள் சுற்றுப்புறம் மறந்து அதையே பார்த்துக்கொண்டிருந்தேன்.

வாழ்க்கையில் நானும் நிறைய முறை காமவயப்பட்டிருக்கிறேன். ஆனால், எல்லாமே என் மீது காதல் நிறைந்தவர்களோடு தான். ஆனால் அந்தப் பெண்ணின் மார்பை நோக்கிய அந்தச் சில நொடிகளில் உச்சகட்டக் காமம் ஒன்று உள்ளோடி போனது. அதற்கான நேரமோ அல்லது இடமோ இது இல்லவே இல்லை என்று மனதிற்கு முழுமையாகத் தெரியுமென்றாலும் கூட, வெளிநீட்டிக்கொண்டிருந்த காமம் தன் தலையை உள்நோக்கி இழுக்க விரும்பாமல் மீண்டும் மீண்டும் தன் பார்வையை அப்பெண்ணின் மீதே செலுத்திக்கொண்டிருந்தது.

தேநீர் குடித்து முடித்தேன். பத்து நிமிடமானது. ஒரு நொடிக்கும் இன்னொரு நொடிக்குமான இடைவெளியில் அந்தப் பெண்மணி குனிகிறாரா என்று கண் கவனித்துக்கொண்டே இருந்தது. காமத்தின் உச்சியில் பசியும் அதிகமாகும் என்பதை மீண்டும் ஒருமுறை உணர்ந்தேன்

“சாப்பிட எதுவும் இருக்கா?” என்று தன்னிச்சையாகக் கைகளால் உணவு உண்டு காண்பித்தேன்.

“பிரெட் ஆம்லெட் இருக்கு” என்று அவர் சொன்ன போது தான் அடுக்கி வைக்கப்பட்டிருந்த முட்டைகளைக் கவனித்தேன். பிஸ்கட் நிறத்தில் இருந்தன முட்டைகள். நம்மூரில் நாட்டுக்கோழி முட்டைகள்தான் கிட்டத்தட்ட இந்த நிறத்தில் இருக்கும். ஆனால், இது அதைவிட அதிக அடர்த்தியான நிறத்தில் இருந்தன. அதெப்படி முட்டை வெள்ளையாக இல்லாமல் இந்த நிறத்தில் இருக்கிறது என்கிற சந்தேகத்தை யாரிடம் கேட்பது என்று தெரியவில்லை. அவர் குனிவாரா என்று நோட்டம் விட்டுக்கொண்டே பிரெட் ஆம்லெட் சாப்பிட்டு முடித்தேன்.

அடுத்த அரை மணிநேரத்திற்குள் நான் அந்தப் பெண்மணியை நோக்கும்போது அவர் தற்செயலாகத் திரும்பினால் ஒரு புன்னகையைப் பரிசாக அளித்தேன். சில முயற்சிகளுக்குப் பிறகு பதில் புன்னகை கிட்டியது. சின்னதாய் ஒரு ஆர்கஸம் அப்போது நிகழ்ந்ததை உணர்ந்தேன். பெண்களின் ஒற்றைச்சிரிப்பு கூட ஆர்கஸம் அளிக்கும் என்பதை அழுத்தமாக உணர்ந்த தருணமது.

டீலர் அலுவலகம் திறக்க அடுத்து ஒன்றரை மணிநேரம் ஆனது. அந்த மொத்த நேரமும் புன்னகையோடே கழிந்தது. அந்தக் குறிப்பிட்ட நேரத்திற்குள் பத்து முறைக்கும் மேலாக அவர் குனிந்திருந்தார். நான் ரசித்திருந்தேன். உண்மையில் அந்த பெஞ்சை விட்டு அகல மனமே இல்லை எனக்கு. ஆனால் வேலை அழைக்கிறதே!

“சார் இன்னைக்கி மலை மேல லைட்டா மழை... போக முடியாது மெஷின். பக்கத்துல... நாளைக்குக் காலையில தான் போக முடியும்... இப்போ மழை நின்னு போனாலும் ரிட்டர்ன் வர்றப்போ இருட்டாயிருச்சின்னா கஷ்டமாயிரும்... பைக் ஓட்ட முடியாது” என்று சவுகதம் சர்க்கார் என்கிற அந்த மேனேஜர் சொல்ல, அதிலிருந்து நான் கற்றுக்கொண்ட விஷயங்களை அடுக்குகிறேன்.

1. நான் போக இருக்கும் சிவம் சிமெண்ட்ஸ் சைட் மலை மீது இருக்கிறது.
2. சம்பந்தமே இல்லாமல் ஒரு வெயில் காலத்தில் அங்கே மழை பெய்கிறது. ஆக அங்கே கண்டிப்பாக மரங்கள் அடர்ந்திருக்கும்.
3. மழை பெய்தால் பைக் போக முடியாத அளவிற்கு அந்தப் பாதை மோசமானது.
4. மதியம் போனால் இரவிற்குள் திரும்ப முடியாது என்பதால் கண்டிப்பாக மலை மீது நீண்ட தூரம் போக வேண்டியிருக்கும்.
5. அது போக சூரியன் அங்கே விரைவில் மறைந்துவிடும்.

இது எதுவுமே தெரியாமல் எங்கேயோ சாலையில் மெஷின் நிற்கும் என்கிற கற்பனையில் கிளம்பி வந்த என்னைப் பார்த்து நானே சிரித்துக்கொண்டேன்.

"சரி எனக்கு ரெண்டு விஷயம் வேணும் இப்போ. ஒண்ணு இங்க பக்கத்துல தங்க எந்த ஹோட்டல் நல்லா இருக்கும்? அடுத்து ஒரு லோக்கல் சிம்கார்டு வேணும்" என்று பதிலுக்கு நான் அடுக்க ஆரம்பித்தேன்.

இட்டாஹரியில் நல்ல ஹோட்டல்கள் என்று மட்டுமே எல்லாவற்றையும் சொல்ல வேண்டும். அத்தனை மன நிறைவோடு இருந்தது ஒவ்வொன்றும். மதியமே ஹோட்டலுக்கு வந்து விட்டதால் வெளியில் சென்று எங்காவது சாப்பிடலாம் என்று முடிவெடுத்தேன். வெளியில் வந்த சிறிது நேரத்திலேயே ஒரு சின்ன ரெஸ்டாரண்ட் கண்ணில் தென்பட, அங்கே சுடச்சுட ஆலு பரோட்டா தயாராவதைப் பார்த்து எச்சில் ஊற, அதையே கொண்டு வரச் சொன்னேன். நம்பினால் நம்புங்கள் அந்த இரண்டு சின்ன ஆலு பரோட்டாவிற்கு 250 ருபாய் நேபாள பணம் வாங்கிக்கொண்டார்கள். என்னை ஏமாற்றுகிறார்களோ என்கிற சந்தேகம் கொஞ்சமே உள்ளுக்குள் வந்தாலும் கூட நான் ஏமாறத் தயாரான மன நிலையில்

இருந்தேன் என்பதும் உண்மை. பீகாரில் இருந்து வருபவர்களை அவர்கள் எளிதில் கண்டறிவதைப்போல, நான் பீகாருக்கும் சம்பந்தமில்லாத இடத்திலிருந்து வருகிறேன் என்பதையும் கூடக் கண்டுகொண்டார்கள் போல.

விதவிதமான கம்பளி ஆடைகள், ஸ்வட்டர்கள் எல்லாம் வரிசையாக கடைகளில் குவித்து வைக்கப்பட்டிருந்தன. மிகக் குறிப்பாக நான் எங்கே போனாலும்," புத்தர் பிறந்தது இந்தியாவில் இல்லை. நேபாளத்தில்" என்கிற சிறு போஸ்டர் என் கண்களில் சிக்கிக்கொண்டே இருந்தது. அதை யார் ஒட்டியது, ஏன் எந்த இயக்கத்தின் அல்லது கட்சியின் பெயரும் அதில் இல்லை, ஒருவேளை நிஜமாகவே புத்தர் நேபாளத்தில் தான் பிறந்தாரா போன்ற பல கேள்விகள் உள்ளுக்குள் சுற்றிக்கொண்டிருந்தன. ஆனால் ஒரு சுவர் பாக்கியில்லாமல் எல்லாவற்றிலும் அந்தச் சின்ன போஸ்டர் நிறைந்திருந்தது. லும்பினி நேபாளத்தில்தான் இருக்கிறது. புத்தர் பிறந்த இடம் லும்பினிதான் என்றே வைத்துக்கொண்டால், புத்தர் நேபாளத்தில்தானே பிறந்தார். யார் இந்தியாவில் பிறந்ததாக கூறியது? யாருக்கு இந்த போஸ்டர் அடிக்கப்பட்டது? எதற்காக எதை வலியுறுத்த? கொஞ்சம் குழப்பமாகத்தான் இருந்தது.

அன்றிரவும் வெகு நிம்மதியான உறக்கம். காலையில் ஏழரை மணிக்கு சர்க்கார் தனது பைக்கில் வந்து என்னை அழைத்துக்கொண்டான். மெல்லிய குளிர் காற்றெங்கும் விரவிக்கிடந்ததாலும், பைக்கில் செல்வதாலும் பாதுகாப்புக்கு ஜெர்கின் அணிந்து கொண்டேன். தனது ஸ்ப்ளெண்டரை நிதானமாக ஓட்டிக்கொண்டிருந்த சர்க்காரிடம் பேச்சுக்கொடுத்த வண்ணம் பயணம் தொடங்கியது.

கிளம்பிய இருபது நிமிஷத்தில் ஒரு சிறு மேடு தென்பட்டது. அதன் மேல் ஏறிப் போனால் மலை மீது போகும் போல என்று நான் நினைத்துக்கொண்டிருந்த நேரத்தில், அந்த மேட்டின் இடது பக்கமிருந்த பாதையில் விலகிச் சென்று ஒரு கேம்பை அடைந்தான் சர்க்கார். வண்டியிலிருந்து இறங்கி குழப்பமாய் பார்த்த என்னை, "அது ஒண்ணுமில்ல சார் இந்த வண்டி

100 சிசி-தான் இது போகப்போக மலை மேல ஏற திணறும். அதான் இங்க ஒருத்தர்கிட்ட பல்சர் வாங்கலாம்னு வந்தேன்" என்றான்.

மெல்ல எனக்குள் சிறு பயம் சூழ ஆரம்பித்தது. ஒரு பைக் ஏற முடியாத அளவிலான ஒரு இடத்திற்கு நான் செல்லப்போவது சற்றே அதிர்வுகளை உள்ளுக்குள் கிளப்பியிருந்தது. நேற்றைய நாளின் சிறு சிறு சந்தோசங்கள், முந்தைய இரவின் ஆழ்ந்த உறக்கம் எல்லாமே மறந்து போய், சரியாகப் போய்ச் சேர்ந்து விடுவோமா என்கிற ஒற்றைக்கேள்வி உள்ளுக்குள் ரீங்காரமிடத் தொடங்கியிருந்தது.

பல்சரில் ஏறிய சிறிது நேரத்தில் அந்த மேட்டின் மீது பயணிக்க ஆரம்பித்தோம். முதல் இரண்டு மூன்று கிலோ மீட்டர்கள் சற்று வேகமாகவே கடந்தோம். ஒரு பெரிய லாரி சுலபமாய்க் கடந்து போகக்கூடிய அளவிலான அகன்ற பாதை அது. சின்னச் சின்னத் திருப்பங்கள் வந்து கொண்டே இருந்தன. அவ்வப்போது எதிரே சில பைக்குகள் மேட்டிலிருந்து இறங்கி நகருக்குள் செல்ல விரைந்து கொண்டிருந்தன. பெரிதாக எதுவும் போக்குவரத்து இருக்காது போல என்று நினைத்துக்கொண்டே இருந்த ஒரு பொழுதில், எங்கள் பைக் ஒரு திருப்பத்தில் வளைந்து கொண்டிருந்த அந்த நொடியில், ஒரு நேபாள் அரசுப்பேருந்து சடாரென எங்கள் எதிரே வந்து அதே வேகத்தில் நாங்கள் வந்து கொண்டிருந்த திருப்பத்தில் திரும்பியது. இதை ஒரு சதவீதம் கூட எதிர்பார்க்காத நான் என்னையும் அறியாமல் பயத்தில் கண்களை இறுக மூடிக்கொண்டு, "பார்த்து பார்த்து.." என சர்க்காரின் தோளை மிக அழுத்தமாகப் பற்றிக்கொண்டேன்.

"அட ஒண்ணுமில்ல சார்... பயப்படாம உக்காருங்க..." என்று சிரித்துக்கொண்டே அவன் கூறியதில் சற்றும் நம்பிக்கை இல்லாமல் அடுத்த திருப்பத்திற்காகக் காத்திருக்க ஆரம்பித்தேன். அடுத்த இரண்டு திருப்பங்களில் எந்தவித அசம்பாவிதமும் நிகழவில்லை. ஆனால், மூன்றாவது திருப்பத்தில் வேறொரு பிரச்சினை காத்திருந்தது.

அதற்கு முன்புவரை வந்த திருப்பங்கள் எல்லாம் ஒரு பைக் ஏற

வசதியான கோணத்தில் மற்றும் சாய்வில் இருந்தது. ஆனால் இந்தத் திருப்பத்தில் கால்வாசி மேலே ஏறத் தொடங்கியபோதே வண்டி திணற ஆரம்பித்திருந்தது. மிக மிக மெதுவாக ஊர்ந்ததால் நான் சற்றும் யோசிக்காமல் உடனே வண்டியிலிருந்து கீழே இறங்கினேன். நான் இறங்கிய பின் சற்றே ஆசுவாசமடைந்த பைக், மெல்ல மேடேறத் தொடங்கியது. எனக்கும் நிஜமாய் பயம் இன்னும் இன்னும் அதிகரிக்கத் தொடங்கியது. நேபாளம் வந்ததே தவறு என்கிற அளவில் மனதில் எண்ணங்கள் ஓட ஆரம்பித்தன.

அடுத்த பத்து கிலோ மீட்டர்களில் குறைந்தது நான்கு முறை வண்டியிலிருந்து நான் இறங்கினால்தான் அது நகரவே ஆரம்பித்தது. திடீரென ஒரு திருப்பத்தில் மேடெல்லாம் முடிந்து வெறும் சமதளமான சாலை இருக்க, நான் அதற்கும் அதிர்ந்துதான் போனேன். அதைவிட பெரிய ஆச்சர்யம் அங்கே ஒரு கிராமம் இருந்தது. நிறைய கான்கிரீட் வீடுகள் நிறைந்த அந்த கிராமத்தில் ஒரு டீக்கடையைப் பார்த்ததும் நான் உடனே வண்டியை நிறுத்தச்சொல்லி இறங்கி, சூடாக ஒரு தேநீர் பருகினேன். அந்தக் கடைக்கு எதிரே ஒரு சிறு தாபா இருந்தது. தாபாவின் முன்பிருந்த ஒரு கண்ணாடி ஷோகேஷ் பெட்டியில் வரிசையாக விஸ்கி மற்றும் பிராந்தி பாட்டில்கள் அடுக்கப்பட்டிருந்தன. அந்த ஊரின் டாஸ்மாக்கும் அது தான் என்பது இன்ப அதிர்ச்சியாக இருந்தது. நான் இருந்த மனஉளைச்சலுக்கு வேலை மட்டும் இல்லாமல் இருந்திருந்தால் கண்டிப்பாக ஒரு குவார்ட்டர் இறங்கியிருக்கும்.

தொடர்ந்த பயணத்தில் அவ்வப்போது இடையே சிறு சிறு கிராமங்கள் தென்பட என் ஆச்சரியம் பெருகிக்கொண்டே போனது. எப்படி இந்த இடத்தில் இவர்கள் வீடு கட்டினார்கள்? இந்த கான்கிரீட்டுக்குத் தேவையான ஜல்லி, மணல் எல்லாம் இவ்வளவு தூரம் மேலே கொண்டுவருவது எப்படி சாத்தியமானது போன்ற கேள்விகளை உள்ளுக்குள் கேட்டுக்கொண்டே இருந்தேன்.

பாதி தூரம் கடந்த பிறகு கிராமங்கள் எதுவும் எதிரில்

தென்படவில்லை. அதற்குப் பதிலாக ஒரு நதியின் வழி எங்களோடே வந்து கொண்டே இருந்தது. நதியில் ஆங்காங்கே நீர் தேங்கிதான் இருந்தது என்றாலும் நாங்கள் மேட்டிலிருந்து பார்க்கையில், அந்த நதியின் வழி ஒரு பெரிய நாகம் போல வளைந்து நெளிந்து காட்சியளித்தது. சில இடங்களில் மட்டும் தண்ணீர் சற்று அதிகமாகவே ஓடிக்கொண்டிருந்தது. மற்ற இடங்களில் தண்ணீர் இருந்ததற்கான அடையாளம் மட்டுமே இருந்தது. இன்னொரு இடத்தில் சற்று அதிகமாக தண்ணீர் செல்லும் பாதையில், இரு பெரிய பாறைகளுக்கு இடையே ஒரு கொட்டகை இட்டு, அதனுள் சிறிய அரவை இயந்திரம் ஒன்றும் இருந்தது. அந்த இயந்திரத்தின் கீழே ஒரு பெரிய டர்பைன் இருக்க, தண்ணீரின் வேகத்திற்கு அது சுற்றும்போது மாவரைக்கும் அந்த இயந்திரம் வேலை செய்யும்படியாக வடிவமைக்கப்பட்டிருந்தது. மின்சாரம் இல்லாத ஊரில் எளிமையான இந்த இயந்திரம் யாரோ ஒருவருக்கு அன்றைய நாளின் உணவை அளித்துக்கொண்டிருந்தது.

அடுத்த அரைமணி நேரத்தில் சிவம் சிமெண்ட் நிறுவனத்தின் இயந்திரத்தை அடைந்திருந்தோம். அந்த இடத்தில் சாலை அமைக்க வேண்டும் என்கிற எண்ணமே பயமுறுத்தினாலும் கூட, அதற்காக அங்கே குழுமியிருந்த ஆட்களின் எண்ணிக்கை மலைப்பைக் கொடுத்தது. என் எண்ணம் முழுக்க வந்த வழியும், அதில் கண்ட காட்சிகளுமே நிறைந்திருக்க, இயந்திரத்தின் மீது கவனமே செல்லவில்லை. ஆனாலும் கூட ஒரு மணி நேரத்தில் நான் சென்ற வேலை முடிந்த பொழுது பெரும் நிம்மதி ஒன்று சூழ்ந்தது.

இன்னொரு தேநீர் அங்கிருந்த சிறு மெஸ்ஸில் அருந்திய பின், சர்க்கார் “என்ன சார் போகலாமா?” எனக் கேட்ட பொழுது திரும்பிச் செல்ல வேண்டிய பாதையின் மொத்த வடிவமும் கண்களுக்குள் ஓடியது. ஆனால் இனி இறங்கி வண்டியைத் தள்ள வேண்டி இருக்காது என்கிற எண்ணம் வந்த பொழுது பெருமூச்சும் சேர்ந்தே எழுந்தது.

மதியம் மூன்றரை மணிக்கெல்லாம் இட்டாஹரி வந்துவிட்டோம்.

அதற்கு மேல் ஒரு நொடி கூட அந்த ஊரில் இருக்க எனக்கு விருப்பமில்லை. நேராக பேருந்து நிலையத்தில்தான் இறங்கினேன். சர்க்காருக்கு நன்றி சொல்லிவிட்டு பீர்பூர் செல்லும் நேரடி பேருந்தில் ஏறி அமர்ந்தேன். அந்த அரவை மில்லின் பெரிய காற்றாடி மெல்ல மனதிற்குள் சுழல, நான் செல்லும் வழியெல்லாம் என்னோடே வந்த அந்த நதி மெல்ல என்னைச் சுற்றிவிட, என்னையுமறியாமல் உறங்கிப் போனேன். இரண்டு நாட்களாக ஹோட்டலில் உறங்கியதை விட மிக நிம்மதியான தூக்கம் அந்தப் பேருந்தில் எனக்குக் கிட்டியது.

25

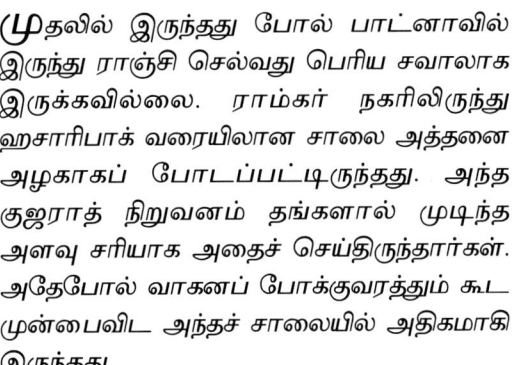

முதலில் இருந்தது போல் பாட்னாவில் இருந்து ராஞ்சி செல்வது பெரிய சவாலாக இருக்கவில்லை. ராம்கர் நகரிலிருந்து ஹசாரிபாக் வரையிலான சாலை அத்தனை அழகாகப் போடப்பட்டிருந்தது. அந்த குஜராத் நிறுவனம் தங்களால் முடிந்த அளவு சரியாக அதைச் செய்திருந்தார்கள். அதேபோல் வாகனப் போக்குவரத்தும் கூட முன்பைவிட அந்தச் சாலையில் அதிகமாகி இருந்தது.

எல்லாவற்றையும் விட முக்கியமாக பாட்னாவில் இருந்து ராஞ்சிக்கு முதன்முறையாக வால்வோ பேருந்துகள் இயங்க ஆரம்பித்திருந்தன. உண்மையில் பீகாரில் இருந்த ஐந்து வருடங்களில் நான் நிம்மதியாக உணர்ந்தது இந்த வால்வோ பேருந்துகளின் அறிவிப்பு வந்தபோதுதான். அந்தளவிற்கு பீகாரின் தொலைதூரப் பேருந்துகள் என்னைப் பாதித்திருந்தன.

தென்னிந்தியாவிற்கும் வட இந்தியாவிற்குமான மிக முக்கியமான

வித்தியாசமாக இந்த பப்ளிக் டிரான்ஸ்போர்ட் என்கிற விஷயத்தை முன்வைக்கலாம். கிராமங்களை எல்லாம் இணைக்கும் சாலைகள் ஓரளவேனும் இருக்கும் முன்னேறிய வட மாநிலங்களில் கூட எல்லா ஊருக்கும் எல்லா நேரங்களிலும் பேருந்துகள் இருக்காது. குறிப்பிட்ட நேரங்களில், குறிப்பிட்ட தடங்களில் மட்டுமே அது இருக்கும். அதுவும் வந்தால் உண்டு இல்லாவிட்டால் இல்லை என்கிற கணக்கில்தான் இருக்கும். உள்ளூர் பேருந்துகள் இந்த லட்சணம் என்றால், தொலைதூர வெளியூர் பேருந்துகள் எல்லாம் நரகத்தைக் காண்பிப்பவை.

பின்னாடி சாய்ந்துகொள்ளும் சீட்டுகள் இருக்காது. இருந்தாலும் அது வேலை செய்யாது. தமிழ்நாட்டிலும் அப்படிப் பிரச்சினைகள் பார்க்கலாம்தான். ஆனால் சதவீத அடிப்படையில் பார்த்தால் நம்மூரில் அது ஒன்றுமே இல்லை. இங்கே நினைத்த இடத்தில் நிற்காது அல்லது நிப்பாட்டமாட்டார்கள். கிட்டத்தட்ட சர்வாதிகாரம்தான் நடக்கும். வெயில் காலத்தில் காற்று வராமல் இறுக்கமாக, புழுக்கமாக இருக்கும் அதே பேருந்து, குளிர்காலத்தில் இரண்டு ஜெர்கின், நான்கு ஸ்வட்டர் போட்டாலும் தீராத அளவிற்கு குளிரும். பேருக்கு இரண்டு குளிர்சாதன வசதி கொண்ட தனியார் பேருந்துகள் இருந்தன. ஆனால் அதிலோ குளிரென்றால் ஒரேடியாகக் குளிரும். அதை நிறுத்திவிட்டால் உலகத்தின் மொத்த வியர்வையும் அந்தப் பேருந்தில்தான் உற்பத்தியாகும். அந்தக் குளிர்சாதனப் பேருந்தில் ஒருமுறை இரண்டு கண்ணாடிகள் உடைந்துவிட, கிட்டத்தட்ட ஒன்றரை வருடம் அந்தக் கண்ணாடி உடைந்த இடத்தில் பிளாஸ்டிக் தாளை ஒட்டிவைத்தே ஓட்டினார்கள். ஆனால் இதைவிடக் கொடூரம் பேருந்துக்காக முன்பதிவு செய்வது.

ஒரு பாட்னா-ராஞ்சி பேருந்து இருக்கிறது என்று வைத்துக் கொள்ளுங்கள். அதற்கு முன்பதிவு செய்ய பாட்னா நகரில் பத்து இடங்கள் இருக்கிறது என்றும் யூகித்துக்கொள்ளுங்கள். இதில் முதலாவது ஏஜென்ட் ஐந்தாம் நம்பர் சீட்டை யாருக்காவது புக் செய்தால், இன்னொரு ஏஜென்ட் அதைச் செய்யக்கூடாது. அப்படியான விதத்தில் பிரித்துத் தரப்பட்டிருக்கும். அப்படி

நம்பித்தான் நீங்கள் முன்பதிவு செய்வீர்கள். ஆனால் பேருந்தில் நீங்கள் அமரப்போகும்போது ஏற்கனவே அதே ஐந்தாம் எண் சீட்டில் இன்னொருவர் அமர்ந்திருப்பார். “இது என் சீட்” என்று நீங்கள் சொன்னால் அந்த மனிதரோ தன்னுடைய டிக்கட்டை காண்பிப்பார். அதிலும் ஐந்து என்று இருக்கும். அடுத்து என்ன நடக்கும்?

சண்டைதான். கண்டக்டர் வர, அங்கே மாதர்ச்சூத், பெஹன்ச்சூத் என அதற்குள் கைகலப்பு ஆகிவிட, பின்னர் அதில் எளியவன், கிடைத்த ஏதோ ஒரு சீட்டில் அமர்ந்து அன்றைய இரவை அத்தனை மனவுளைச்சலுடன் கடக்கவேண்டும். இது தினசரிப் பிரச்சினையாக இருப்பதை ஒவ்வொருமுறை வெளியூருக்குச் செல்லும்போதும் நான் அனுபவித்திருக்கிறேன். எனக்கே இரண்டு மூன்று முறை நடந்ததும் உண்டு. நிச்சயமாக அதில் நானே எளியவன். எப்போதும் வலியவனாக இருந்ததும் இல்லை. நான் இந்தி பேச ஆரம்பிக்கும்போதே, “இவன் இந்த ஊர்க்காரன் இல்ல” என்பது புரிந்துவிடுவதால் மேற்கொண்டு அவர்களின் பதில்கள் முழுக்க ஒரு கிண்டல் தொனி நிறைந்தே இருக்கும். உள்ளே எழும் மொத்த கோபத்தையும் அடக்கிக்கொண்டு பின்னால் இருக்கும் ஏதோ ஒரு சீட்டில் அமர்ந்துகொண்டு வருவேன். வாழ்க்கை அழகானது என்பதன் மீதான என் நம்பிக்கை பொய்த்துப்போகக் காரணமான பல தருணங்களில் இதுவும் ஒன்று.

பாட்னாவில் அறிமுகமான கவுரவ் ட்ராவல்ஸ் என்கிற அந்த வால்வோ பேருந்துகளின் முன்பதிவை ஆன்லைனிலும் செய்துகொள்ளலாம் என்கிற செய்தி கேள்விப்பட்டவுடன் என்னைவிட அதிகம் மகிழ்ந்தவர் யாருமே இல்லை.

என் முதல் வால்வோ பேருந்துப் பயணம் பாட்னாவில் இருந்து ராஞ்சிக்கு நிகழ்ந்தது. ஆன்லைனில் முன்பதிவு செய்துவிட்டு, அந்தப் பெரும் கூச்சலான பேருந்து நிலையத்திற்குச் செல்லாமல், நான் தங்கியிருந்த அறைக்கு சற்று தூரத்திலேயே இருந்த அமைதியான ஒரு பைபாஸ் அருகிலேயே பேருந்தில் ஏறி

ராஞ்சி நோக்கிப் பயணிக்கும்போதே உள்ளுக்குள் அத்தனை சந்தோஷம். நல்ல குளிர்சாதன வசதி. நாம் தேவைப்பட்டால் நமக்கு நேராக இருக்கும் அந்தக் குளிர்காற்று வரும் துளையை மூடியும் கொள்ளலாம். "முன் ஜென்மம் வாழவில்லை, பின் ஜென்மம் தூங்கவில்லை, இன்றிரவு நிம்மதியாய்த் தூங்குவேன்" என்கிற வரிகளை முணுமுணுத்துக்கொண்டே உறங்கினேன்.

திடீரென பயங்கரமாய் வியர்த்துக் கொட்டியது. வேண்டா வெறுப்பாக நான் கண்விழிக்க முயற்சித்தபோதே சில பெரிய சத்தங்கள் கேட்க, சற்று அகலமாகவே கண்விழித்துப் பார்த்தேன். வண்டி நின்றுகொண்டிருந்தது. எந்த ஊர், அதில் எந்த இடம் என்பதெல்லாம் எதுவுமே தெரியவில்லை. கண்ணாடிக்கு வெளியே வரிசையாய் மரங்கள் தெரிந்தன. சாலை சின்னதாக இருந்தது. அயர்ச்சியாக மொபைலை எடுத்து நேரம் பார்த்தால் மணி விடிகாலை ஐந்தைக் காட்டியது. அப்படியெனில் நிச்சயமாக ராம்கர் தாண்டியிருப்போம் என்று நம்பினேன். ஆனால் ஹசாரிபாக்கில் இருந்து ராஞ்சி வரை நான்கு வழி சாலையாயிற்றே! இது சின்ன சாலையாக அல்லவா இருக்கிறது என்கிற எண்ணம் உடனே எழ கீழ இறங்கினேன்.

வண்டியில் இருந்த பாதி பேர், எல்லாமே ஆண்கள், அந்த மல்டி ஆக்சில் பேருந்தின் பின் இடதுபுறப் பின் சக்கரத்திற்கு அருகே நின்று சத்தமாகப் பேசிக்கொண்டிருந்தார்கள். ஹசாரிபாக்கிற்கு முன்னே ஒரு கிராமத்திற்கு அருகில் இருந்த சாலை சற்றே குண்டும் குழியுமாக இருக்க, வழக்கத்தை விட நீளமான அந்த பேருந்தை ஓட்டிய ஓட்டுநர், கவனமாகக் குழிகளைக் கடந்தாலும் கூட, நீள மிகுதி காரணமாக தவறாகத் திருப்பி, இடதுபுறப் பின்பக்கச் சக்கரத்தை ஒரு பெரிய குழியில் இறக்கிவிட, வண்டியின் பின்சக்கரப் பகுதியை இயக்கும் பாகம் ஒன்றில் அடிபட்டு, அதிலிருந்து உராய்வு எண்ணெய் கசிந்து, ஒரு மில்லிமீட்டர் கூட நகர இயலாமல் இரண்டு மணி நேரமாக இங்கேயே நிற்பதாக அறிந்துகொண்டேன். கிட்டத்தட்ட ஒரு மணி நேரம் வண்டி நின்றபின்னும் குளிர்சாதனம் வேலை செய்திருக்கிறது. கடந்த ஒரு மணிநேரமாக வேலை

செய்யவில்லை என்றாலும் கூட நான் அது எதுவுமே அறியாமல் தூங்கியிருக்கிறேன் என்கிறபோதே நான் எத்தனை நிம்மதியாகப் பயணித்திருக்கிறேன் என்பதைப் புரிந்துகொள்ளவேண்டும் நீங்கள். ஆனால் இனி வண்டி நகராது என்பதைக் கேட்டபின் சத்தமாக நானும் ஒரு கெட்டவார்த்தை உதிர்த்தேன்.

ஓட்டுனரும், நடத்துனரும் யார் யாருக்கோ போன் செய்துகொண்டிருந்தார்கள். எப்படியும் சரிபண்ணிவிடுவார்கள் என்கிற நம்பிக்கை யாருக்குமே அங்கு இல்லை. ஏற்கனவே விடிந்துவிட்டது. இனியும் குறைந்தது மூன்றுமணி நேரம் பயணம் மீதி இருக்கிறது. அருகில் ஒரு தேநீர்க் கடையோ இல்லை, தாபாவோ கண்ணில் தென்படவில்லை. அது இன்னும் களைப்பை அதிகமாக்கியது. நேராக பேருந்தினுள் சென்று பயணப் பையையும், லேப்டாப் பையையும் எடுத்துக்கொண்டு கீழிறங்கி ராஞ்சி நோக்கிச் சென்றுகொண்டிருந்த வண்டிகளை நோக்கிக் கைநீட்டினேன். இந்த ஊரில் இருக்கும் பெரிய வசதி என்னவென்றால், எந்தச் சாலையில் நின்றுகொண்டு, எந்த வண்டிக்கு வேண்டுமானாலும் கைநீட்டலாம். அவர்களும் நிறுத்தி ஏற்றிக்கொள்வார்கள். அப்படியாக ஐந்தாவதாக வந்த ஒரு டாடா 407-ல் ஓட்டுனர் அருகிலேயே இடம் கிடைக்க நிம்மதிப்பெருமூச்சு ஒன்றை உதிர்த்துவிட்டு ஏறினேன்.

என்ன வேலை செய்தாலும் வீடு தரும் சுகம் வேறெதுவும் தராது. செல்லும் இடமெல்லாம் ஓரளவு வசதியாக ஹோட்டல்களிலேயே தங்கிப் பழகிவிட்ட உடல், சில சமயம் சொந்த வீட்டில் இருக்கையில் மின்சாரம் தடைபட்டாலும் கூட கோபத்தை ஏற்படுத்தும். அந்த மாதிரியான மனப்பான்மை யாரும் எதிர்பாராமல் உள்ளுக்குள் வளர்ந்திருந்தது. எங்கு தங்கினாலும் எங்கள் நிறுவனமே பணம் தந்துவிடும் என்பதால் அந்த வசதிகளை அனுபவிக்க உடல் பழகியிருந்தது. சில நிறுவனங்களுக்கு இயந்திரம் பழுது பார்க்கச் செல்கையில் அவர்கள் தங்கள் கேம்பில் இருக்கும் கெஸ்ட் ஹவுஸ் அறையில் தங்க சொல்வார்கள். ஆனால் அங்கே குளிர்சாதனமோ அல்லது நாம் வேண்டும் வசதிகளோ குறைவாகவே இருக்கும். அதனாலேயே சண்டை போட்டாவது ஹோட்டல்களில் தங்க ஏற்பாடு செய்யச் சொல்வோம்.

வேறு வழியில்லாமல் இந்த வண்டியில் பயணம் செய்தாலும் கூட ஓட்டுநர் அருகில் இருந்ததால் பெரிதாக வசதி குறைபாடு தோன்றவில்லை. அவரும் பேச்சுக்கொடுத்துக்கொண்டே வர, பீகாரின் பேருந்துகளைப் பற்றிக் குறைகளையும், நம்மூர் பேருந்துகளைப் பற்றிப் பெருமைகளையும் அளவளாவிக்கொண்டே வந்தேன். ஹசாரிபாக் - ராம்கர் இடையே இருக்கும் அந்த நாற்கர சாலையில் வண்டி நிம்மதியாகப் பயணிக்க இருபுறமும் வேடிக்கை பார்த்துக்கொண்டே பேசிக்கொண்டிருந்தோம்.

ராம்கர்க்கு முப்பது கிமீ முன்பு பெரிய ஏற்றம் ஒன்று இருக்கும். அந்த இடத்தில மிகத் திறமையாக சாலை அமைத்திருந்தனர். ஏன் அப்படியென்றால் இரண்டு பக்கமும் மலை இருக்கும். ஒருபக்கம் பெரிய கற்கள் சூழ்ந்த மலை. அதில் அபாயகரமான திருப்பமும் இரண்டு உண்டு. அடிக்கடி விபத்து நடக்கிற இந்த இடத்தில ஏதேனும் வாகனம் பழுதுபட்டு நின்றுவிட்டால் கூட அந்த நாள் முழுக்க போக்குவரத்து கடுமையாக பாதிக்கப்படும். பெரும்பாலும் அந்த இடத்தை விடிவதற்கு முன்பே நான் கடந்துவிடுவேன் என்பதால் முதன்முறையாக நல்ல வெளிச்சத்தில் பார்த்தேன்.

சாலையின் ஒருபுறம் மலை என்றால், மறுபுறம் அரசாங்கத்தால் கைவிடப்பட்ட நிலக்கரிச் சுரங்கம் ஒன்று இருந்தது. அதை இதற்கு முன்னர் நான் கவனித்ததாக நினைவே இல்லை. அதைவிட ஆச்சர்யமாக அந்தக் கைவிடப்பட்ட சுரங்கத்தின் மீது நான்கைந்து வீடுகள் தென்பட்டன. என்னையே நான் நம்பாமல் மீண்டும் மீண்டும் உற்றுப்பார்த்து அது வீடுகள்தான் என்பதை உறுதி செய்துகொண்டேன். அங்கே மனிதர்கள் நடமாடுவதையும் கவனித்தேன்.

“ஏங்க என்னங்க இது… ஒரு பக்கம் சுரங்கத்துக்கு உள்ள இருந்து மேல புகையா வருது. அங்கங்க தீக்கங்கு கூட வெளிய தெரியிற மாதிரி இருக்கு… எப்படிங்க இங்க வீடு கட்டிக் குடியிருக்காங்க? இந்தச் சுரங்கத்துல இனிமே எதுவும் எடுக்க முடியாது. எடுத்தா பிரச்சினையாகும்னுதான கவர்மெண்ட்டே நிறுத்திருச்சி? அப்புறம் எப்படி இவங்க அது மேல வாழுறாங்க?” என்று

நான் ஓட்டுனரிடம் கேட்க,

"அவங்க இங்கயே இருந்து பழகிட்டாங்க. இதான அவங்க ஊரு? இதான அவங்க வீடு? அப்புறம் எப்படிப் போவாங்க?" என்று கூறிவிட்டு அடுத்த கியரைப் போட்டு வண்டியின் வேகத்தை அதிகரித்தார்.

நான் ராஞ்சி அடைந்து, எப்போதும் தங்கும் ஹோட்டல் அஞ்சலியில் அறை எடுத்து, நேராக பாத்ரூம் சென்று ஹீட்டரை ஆன் செய்தால் அது வேலை செய்யவில்லை. நேராக ரிசப்ஷனுக்கு போன் செய்து கடுமையாகத் திட்டிவிட்டு வேறு அறை மாற்றிக்கொண்டேன்.

26

ஹைதராபாத் நகரத்தில் இருந்து நாற்பது கிமீ தூரத்தில் இருக்கிறது பட்டஞ்சேறு. கோட்டியில் பேருந்து ஏறி நகரத்தைக் கடக்கும் வரை ஊர்ந்து ஊர்ந்து சென்று பின்னர் பட்டஞ்சேறுவை அடைவதே ஒரு சாகசம் தான். கிட்டத்தட்ட நான்கு மாதங்கள் தினமும் அதே பாதையில் சென்று வந்தேன். ஒரு பெரிய பிளான்ட் நிர்மாணிக்க வேண்டிய வேலை. முதலில் சார்மினார் அருகிலிருந்துதான் சென்று கொண்டிருந்தேன். ஆனால் இரண்டு பேருந்துகள் மாறவேண்டிய சூழ்நிலை இருந்ததால் கோட்டி பேருந்து நிலையம் அருகிலேயே தங்கிவிட்டேன், அது நன்றாகப் பலனளித்தது.

2006-ல் ஹைதராபாத் ஒரு குழப்பமான நகரமாகத்தான் எனக்கு இருந்தது. அதிலும் சார்மினார் அருகில் வசிக்கையில் இன்னும் குழப்பம் அதிகமே ஆனது. சாலைகளில்

கடக்கும் பெண்களில் 90% பர்தா அணிந்திருந்தார்கள். நான்கு மாதங்கள், மூன்று வேளையும், வேளைக்கு ஒரு கடையில் பிரியாணி மட்டுமே தின்றாலும் கூட நாற்பது கடைகள் மிச்சமிருக்கும். சாலை முழுதும் கைகளில் ஐம்பது மற்றும் நூறு ரூபாய் கட்டுகளை வைத்துக்கொண்டு ஹவாலா பணப் பரிமாற்றத்திற்காகக் காத்திருக்கும் சிறு தொழில்வாதிகள் நம்மைக் கடந்துகொண்டே இருப்பார்கள். ஒரிஜினல் முத்துக்கள் கிடைக்கும் என்கிற பெயர்ப்பலகை இல்லாத நகைக்கடையே அங்கு காணக் கிடைக்கவில்லை. மொபைல் விற்கும் கடைகள் முழுக்க கொரியன் போன்களே கொட்டிக்கிடந்தன. சார்மினாரைக் கீழிருந்து பார்ப்பதே உசிதம் என்று அதைக் கடந்த முதல் நாளே தோன்றிவிட்டது.

கோட்டி பேருந்து நிலையமோ தலைகீழாக இருந்தது. மிகமெல்லிய பரபரப்பு மட்டுமே அங்கே எஞ்சியிருந்தது. சென்னை இரண்டு வகைப்படும் என்று எஸ்.ரா எப்போதோ சொன்னதாக நினைவு. ஒன்று கடல்சூழ்ந்த சென்னை. இன்னொன்று தொழிற்சாலை சூழ்ந்த சென்னை. அப்படித்தான் ஹைதராபாத் நகரமும் இருந்தது. சார்மினாரின் சத்தத்தில் இருந்து வெளியேறி கோட்டிக்கு வந்ததே ஆசுவாசம் தந்தது. நான் அங்கே சென்று 15 நாட்களுக்குப் பிறகு விஜயபாஸ்கர் வந்து சேர்ந்தான்.

விஜயபாஸ்கர் உயரமான இளைஞன். யாரையேனும் பார்த்து "இவனைப் பார்த்தா இன்ஜினியர் மாதிரி தெரியுது" என்று நீங்கள் கணக்கிடுவீர்கள் என்றால் கண்டிப்பாக அதில் விஜயபாஸ்கரும் ஒருவன். ஒல்லியான, சராசரி உயரமான என்னை எல்லாம் பார்த்து யாரும் அப்படி மதிப்பிடுவார்கள் என்று எனக்கே நம்பிக்கை வந்ததில்லை. என்னதான் என்னைப் போன்று அவனும் இன்ஜினியர் என்றாலும்கூட, நான் சீனியர் என்பதால் என்னை மிகுந்த மரியாதையுடன் தான் நடத்துவான். அதுவே ஒரு தனிமரியாதையை சைட்டில் எனக்குப் பெற்றுத்தரும்.

அன்று சைட்டில் வேலை இல்லை. ஒன்பதரை மணிக்குக்

கண்விழித்த நன்னாள் அது. அந்த மாதத்தின் அத்தனை சோம்பலும் ஒன்றாக அன்று சுறுசுறுப்பாக மாறி இருந்தது. ஹைதராபாத்தில் இட்லி, தோசை எல்லாம் கிடைத்தாலும் கூட நம்மூரின் ருசி கிட்டாது. இருந்தாலும் தென்னிந்தியாவின் வாசனை அதில் கொட்டிக்கிடக்கும். அதனாலேயே நன்கு இட்லிகளை முழுங்கிவிட்டு, மீண்டும் ஹோட்டல் அறைக்குச் சென்று ஸ்டார்ஸ் போர்ட்ஸில் ஜான் சேனாவும், ரேண்டி ஆர்ட்டனும் கடும் கோபமாக மோதிக்கொள்வதைப் பார்க்கத் தொடங்கினோம்.

11 மணி வாக்கில் உலகின் எல்லாமே களைப்பாக மாற, ஆசுவாசப்படுத்தும் வழி தெரியாமல், ஏதேனும் இன்டர்நெட் கடைக்குகச் சென்று மெயில் வந்திருக்கிறதா பார்க்கலாம் என முடிவெடுத்து விஜயபாஸ்கரிடம் கேட்க, அவன் உடனே சரி என்றான், கோட்டி பேருந்து நிலையத்தை ஒட்டி ஒரு பெரிய காம்ப்ளக்ஸ் இருந்தது. அதில் பாதிக்கும் மேல் இன்டர்நெட் கடைகள் தான். ஆனால் முதல் மாடியிலிருந்த பாலகிருஷ்ணா நெட்கஃபேயில் மட்டுந்தான் எல்லா கம்ப்யூட்டர்களும் ஒழுங்காகப் பராமரிக்கப்பட்டிருக்கும். தனித்தனி கேபின்கள் அமைந்திருக்கும். இன்டர்நெட்டும் வேகமாக இருக்கும் என்பதால் அங்கேயே சென்றோம்.

ஆனால், அந்தக் கடையின் ஒரே ஒரு பிரச்சினை என்னவென்றால் இல்லை இல்லை. இரண்டு பிரச்சினைகள் என்னவென்றால் நாம் கம்ப்யூட்டருக்கு முன்பாக அமர்ந்திருக்க, அந்த கம்ப்யூட்டரின் பிம்பம் மிகத்தெளிவாகத் தெரியும்படி நம் தலைக்குப் பின்னால் இருக்கும் சுவரில் ஒரு சிறு கண்ணாடி பொருத்தப்பட்டிருக்கும். யாராவது நமது கேபின் முன்னால் நடந்து போகும்போது, அந்தக் கண்ணாடியைப் பார்த்தால் நாம் கம்ப்யூட்டரில் என்ன பார்க்கிறோம் என்பதைத் தெளிவாகப் பார்க்க முடியும். இது முதல் பிரச்சினை.

அடுத்து, நாம் அமர்ந்திருக்கும் கேபின் மரத்தால் ஆனது. அதன் மூன்று பக்கத்திலும் 'நீலப்படங்கள் பார்ப்பது உளவியல் ரீதியான கோளாறு. நீலப்படம் பார்ப்பது சட்டப்படி குற்றம்.

183

இது ஒரு போதை போன்றது. அந்த நோயையும் போதையையும் வளரவிடாதீர்கள்' என்று ஆங்கிலத்தில் எழுதப்பட்ட நோட்டீஸ் ஒட்டப்பட்டிருக்கும். இது இரண்டாவது பிரச்சினை.

அந்தக் காலகட்டத்தில் நீலப்படங்கள் என்றால் அவை வெறும் புகைப்படங்கள் மட்டுந்தான். ஏனெனில் அது தரவிறக்கம் ஆகவே ஒரு படத்திற்கு ஒரு நிமிடம் ஆகிவிடும். காணொளிகள் எல்லாம் வாய்ப்பே இல்லை. அதிலும் கடையில் சத்தமே இன்றி அந்தக் காணொளிகளைப் பார்ப்பதற்கு இந்தப் புகைப்படங்கள் எவ்வளவோ மேல். அப்படித்தான் அன்றும் கடைக்குச் சென்று யாஹூ மெயில் திறந்து அந்த வாரத்தில் வந்திருந்த ஆபாச மெயில்களை எல்லாம் ஒவ்வொன்றாய்த் திறக்க ஆரம்பித்தேன். வெளிநாட்டுப் பெண்கள் எல்லாம் வித விதமாய் ஆடையின்றி நின்றுகொண்டிருக்க, ஒவ்வொரு பத்து நொடிக்கும் யாரேனும் என் கேபினைக் கடக்கிறார்களா என்று சோதித்துக்கொண்டே அவைகளை நோட்டம் விட்டுக்கொண்டிருந்தேன்.

ஏழாவது மெயிலை திறக்கையில் கொஞ்சம் காமபோதையில்தான் இருந்தேன். திறந்த மறு நொடியே போதையின் உச்சத்தை அடைந்தேன். எத்தனையோ நாட்கள் பல புகைப்படங்களைப் பல்வேறு கோணத்தில் பார்த்திருந்தாலும் கூட, இப்படியான ஒரு மனநிலையை நான் உணர்ந்ததே இல்லை. டென்னிஸ் விளையாடும்போது அணிந்திருக்கும் ஆடையை அவள் அணிந்திருந்தாள். உள்ளாடை அணியவில்லை அவள். தன் கால்கள் இரண்டையும் விரித்திருந்தாள். கால்களுக்கு இடையே டென்னிஸ் மட்டையை வைத்து மறைத்திருந்தாள். அந்த டென்னிஸ் மட்டையின் ஓட்டைக்கு இடையே அவளின் அந்தரங்கம் தெரிந்தது. இவ்வளவுதான் அந்தப் புகைப்படம். அதற்கு முன்னர் பத்திற்கும் மேற்பட்ட பெண்களை நிர்வாணமாகப் பார்த்திருந்தேன் புகைப்படத்தில். ஆனால் இந்தக் குறிப்பிட்ட புகைப்படம் திரும்பத் திரும்பப் பார்க்கத் தூண்டியது. உண்மையில் அந்த டென்னிஸ் மட்டையைக் கடந்து அந்தப் பெண்ணின் அந்தரங்கத்தைப் பார்த்தது கூட அத்தனை போதை இல்லை. அந்தப் பெண்ணின் கண்களில் ஏதோ இருந்தது. அதையே உற்றுப் பார்த்துக்கொண்டிருந்த அந்த நொடியில்...

"என்ன பண்ணிட்டிருக்க?"' என்ற குரல் கேட்டு நிமிர்ந்தேன். அந்த இன்டர்நெட் கடையின் முதலாளி நின்றுகொண்டிருக்க, மவுசை பிடித்திருந்த கைகள் உடனே மெயிலை மூடியது. ஆனால் அது மிகத் தாமதம் என்பதை நானே தாமதமாகத்தான் உணர்ந்தேன்.

"பிரெண்ட் மெயில் அனுப்பியிருந்தான், அதான் பார்த்திட்டிருந்தேன்" என்று நான் சொன்னதில் எனக்கே நம்பிக்கை இல்லாத தொனியே ஒலித்தது. கண்டிப்பாகக் கண்ணாடி வழியே பார்த்துவிட்டுத்தான் அவர் வந்திருக்கிறார் என்பதை நான் உணர்ந்துகொண்டேன். ஆனால் எதுவும் செய்ய இயலாது.

"எந்திரி" என அவர் கட்டளையிட, மூளை என்னென்னவோ யோசிக்க, எதுவும் எடுபடாது என்பது புரிந்து மெல்ல எழுந்தேன். ஒட்டியிருந்த மூன்று "நீலப்படம் பார்ப்பது...' போஸ்டரையும் சுட்டிக்காட்டி, "இவ்ளோ தெளிவா எழுதி இருக்குல்ல? அப்படியும் பார்த்தா என்ன அர்த்தம்?" என்று கேட்ட அவரின் குரலில் கடுமை இருந்தது.

"அதான் சொன்னேனே... நான் மெயில்தான் பார்த்திட்டிருந்தேன். அதுல, இது வந்திருந்தது" என்று எனக்கே கேட்காத குரலில் மெல்லமாய்ச் சொன்னேன். நான் சொன்ன பதில் சற்றும் அவருக்குத் திருப்தி அளிக்கவில்லை என்பதை உடனே உணர்ந்துகொண்டேன்.

"வெளிய வா..." என்று கேபினை விட்டு அவர் கைகாட்டிக்கொண்டே சற்று சத்தமாகக் கூறினார். அப்போது தான் மெல்ல தலைநிமிர்ந்து பார்த்தேன். அந்த முதலாளி அமரும் நாற்காலிக்கு அருகில் இரண்டு பெண்கள் இருந்தனர். இம்முறை இன்னும் சத்தமாக, "நீலப்படம் பார்க்கக்கூடாதுனு தெளிவா எழுதி இருக்குல்ல? அப்புறம் ஏன் பார்த்த?" என்று அவர் கேட்க, அந்தப் பெண்களின் காதில் அது விழுந்திருக்கும் என்பதை எண்ணும்போதே மனமும் உடலும் கூனிக் குறுக ஆரம்பித்தது, மிக ஆழமாகத் தலையைக் குனிந்துகொண்டேன்.

"ஐடி கார்ட் எடு..." என அவர் சொன்னபோது குரலில் அதட்டல் அப்பட்டமாகத் தெரிந்தது. மிக மிக மவுனமாக பர்ஸைத் திறந்து என் டிரைவிங் லைசன்ஸை அவரிடம் நீட்டினேன். அதை எடுத்துக் கைகளில் வைத்து சரிபார்த்தவர், "நான் போலீஸ்ல கம்பளைண்ட் தர்றேன். அவங்ககிட்ட உன் ஐடியைத் திரும்பி வாங்கிக்கோ" என்றபோது சட்டென வேர்த்தது. நிர்வாணமாய் பெண்களைப் பார்த்த போது கூட வேர்க்காத முகம், போலீஸ் என்கிற வார்த்தையைக் கேட்டதும் நிகழ்ந்தது. உள்ளுக்குள் என்னென்னவோ சலனங்கள். மொத்த வாழ்க்கையும் ஒரு சில நிர்வாணப் புகைப்படத்தின் முன்னால் நாசமானதாகத் தோன்றியது. நிமிர்ந்து பார்க்க இயலவில்லை.

"சார் சார், போலீஸ் எல்லாம் வேணாம். இதான் கடைசி... இனிமே பார்க்க மாட்டேன் சார்" என்று மெல்ல கெஞ்சும் குரலில் கேட்கத் தொடங்கினேன். அங்கே நின்றிருந்த பெண்களின் நான்கு கண்களும் என் மீதே பொதிந்திருந்ததை அவர்களைப் பார்க்காமலேயே உணர்ந்துகொண்டேன். கருணைப்பார்வை பார்க்கிறார்களா இல்லை அந்தக் கண்களாலேயே சிரிக்கிறார்களா என்பதை என்னால் கணிக்க இயலவில்லை.

"இந்த வயசுல இதைப் பார்த்து கெட்டுப்போயி, என்னென்ன அநியாயம் செய்வீங்களோ வாழ்க்கையில..." என்று அவர் இன்னும் குரலை உயர்த்திச் சொன்ன போது, மேலும் கூனிக்குறுகினேன். "சாரிங்க தப்பு பண்ணிட்டேன்" என்கிற வார்த்தைகளை சிரமப்பட்டு சொல்லி முடித்தேன். ஆனாலும் அவர் தனது அறிவுரைகளை முடிப்பதற்குத் தயாராய் இல்லை. சற்று நேரத்தில் என் மனம் அலைபாயத் தொடங்கி இருந்தது. அடுத்து என்ன என்பதில் என் எண்ணம் போக, அவர் பேசுவதை முற்றிலும் கவனிக்கவில்லை. திடீரென என் கன்னத்தில் அவரின் கைகள் பளாரென இறங்கியது. சற்றும் இதை எதிர்பாராத நான் உருக்குலைந்து போனேன்.

கன்னத்தில் விழுந்த அடிக்கு எதிர்வினையாக உடனே சட்டென அவரை நிமிர்ந்து பார்க்க, "என்னடா மொறைக்கிற?" என்று

அவர் சத்தமாகக் கேட்க, மொத்த இன்டர்நெட் கஃபேயும் எழுந்து எங்களைப் பார்த்தது. விஜயபாஸ்கர் நான் அங்கே நிற்பதை கவனித்துவிட்டு வேக வேகமாக அவனது கேபினை விட்டு வெளியே வந்து, “என்னாச்சி சார்” என்று கேட்கையில், நான் அறியாமல் என் கண்களில் இருந்து மெல்ல கண்ணீர் எட்டிப்பார்க்க ஆரம்பித்திருந்தது. கட்டுப்படுத்தவே இயலாத ஒரு துயரமும், அவமானமும் அங்கே ஒன்றாக இணைந்து சுற்றுப்புறத்தை மறக்க வைத்திருந்தது. உள்ளுக்குள் பெரும் கோபம் ஒன்றும் கூட கனன்று கொண்டு இருந்ததை என்னால் உணர முடிந்தது.

“இன்னா ஆச்சி?” என்று இம்முறை விஜயபாஸ்கர் அழுத்தமாக வினவ, பெரும் அழுகை ஒன்றை சிரமப்பட்டுக் கட்டுப்படுத்திக்கொண்டு சன்னமாக நடந்ததை விளக்கினேன். நிதானமாக கேட்டுவிட்டு, “அதுக்கு இந்த கூதியான் அடிப்பானா? அவனுக்கு என்ன ரைட்ஸ் இருக்கு?” என்று விஜயபாஸ்கர் சத்தமிடத் தொடங்க, நான் அவனின் கைகளைப் பற்றி “சத்தமிடாதே” என்று மென்மையாகக் கண்களால் கோரினேன்.

“வாங்க போகலாம்...” என்று என் கைகளைப் பற்றிக்கொண்டு அவன் நகர முயற்சிக்க, “என் ஐடிகார்டு...” என நான் அந்த முதலாளியைப் பார்க்க, மிகக்கடுமையாக முகத்தை வைத்தவாறு கார்டை கையில் திணித்தார். “ஒரு நாள் இந்த இடத்தை பெட்ரோல் ஊத்திக் கொளுத்துறேன்டா” என்று மனதிற்குள் மிகத் தீவிரமாக யோசித்துக்கொண்டே அறைக்குச் சென்று தலையணையில் முகம் புதைத்துக் கொண்டேன். எப்போது உறங்கினேன் என்பதே தெரியாது.

27

விஜய பாஸ்கருக்கும் என் அழுகைக்கும் ஏதோ பூர்வ ஜென்ம பந்தம் உண்டு போல. ஹைதராபாத்தின் அழுகை எல்லாம் மேற்கு வங்காளத்தின் அசன் சோல் முன்பு ஒன்றுமே இல்லை எனலாம்.

மேற்கு வங்காளத்தில் எனக்குப் பிடித்ததே அங்கே லேபர்களுக்குக் கிடைக்கும் சலுகைகள்தான். கம்யூனிஸ்ட்கள் மிகவும் வலுவாக இருக்கும் அம்மாநிலத்தில் 8 மணி நேர வேலை நேரம் என்பது மிகக் கடுமையாகக் கடைக்பிடிக்கப்படும் விஷயம். அடுத்து எந்த முதலாளியாக இருந்தாலும் அதையெல்லாம் யோசிக்காமல் லேபர்கள் தைரியமாக முன்வைக்கும் கேள்விகள். தமிழர்கள் சகிப்புத்தன்மையாலேயே நாசமாய்ப் போனார்கள் என்று உறுதியாகக் கூறுவேன்.

அசன் சோல் நகரம் துர்காபூருக்கு அருகே இருக்கிறது. துர்காபூரில் மிகப்பெரிய இரும்பு ஆலை இருக்கிறது. அதனாலேயே துர்காபூர்-அசன் சோல் சாலை மிக முக்கியமான

ஒன்றாக இருக்கிறது. எந்நேரமும் கனரக வாகனங்கள் செல்லும் அந்தச் சாலையை சீர்படுத்துவதற்காக பெரிய பிளான்ட் ஒன்று நிர்மாணம் செய்ய நானும் விஜய பாஸ்கரும் சென்றிருந்தோம். பிரியாணிக்குள் நன்கு வெந்த பெரிய உருளைக்கிழங்கு இருப்பதை சகித்துக் கொண்டால் மேற்கு வங்காளம் அழகான மாநிலம்தான். ஆனால் மறந்தும் வாழையிலைக்குள் வைத்துச் சமைத்த அந்த மீனை நன்றாக இருக்கிறது ருசி என்று நினைத்து, இரண்டிற்கு மேல் உண்ணாதீர்கள். பின்விளைவுகள் மிகக் கடுமையாக இருக்கும்.

முதல் நான்கு நாட்கள் மிகவும் உற்சாகமாகச் சென்றது. வேலை மிக துரிதமாக நடந்தது. காரணம், நல்ல திறமையான லேபர்கள். ஒரு முறை சொன்னாலே எல்லாவற்றையும் தெளிவாகப் புரிந்து கொண்டனர். “எஞ்சினியர் சார்” என்கிற மரியாதையோடு அவர்கள் அழைத்ததும் காதிற்கு இனிமையாக இருந்தது. எங்கள் இருவரின் வேலையும் அதன் காரணமாக சுலபமாக இருந்தது. உணவும் அந்த கேம்பில் நன்றாக இருந்ததால் எங்களுக்கும் சிரமம் இல்லாமல் இருந்தது.

அப்படியான ஒரு மதிய வேளையில் நன்றாகச் சாப்பிட்டு விட்டு பிளான்டின் கீழேயே அமர்ந்திருந்தோம். விஜய பாஸ்கர் சற்று தூரத்தில் எதையோ சரிபார்த்துக் கொண்டிருக்க, நான் மொபைலை நோண்டிக் கொண்டிருந்தேன். முழு வெள்ளை நிறத்தில் ஜிப்பா அணிந்திருந்த, சற்றே உயரமாக அதேயளவு எடையோடு இருந்த, பார்க்க மரியாதைக்குரியவராகத் தோன்றிய ஒருவர் என்னை நோக்கி வந்ததைத் தாமதமாகவே கவனித்தேன்.

புதிதாக நிர்மாணிக்கும் பிளான்ட்டை பார்வையிட பலரும் வருவார்கள் என்பதால், இவர் கண்டிப்பாக அந்தக் கட்டுமான நிறுவனத்தைச் சேர்ந்தவராகவே இருப்பார் என்றெண்ணி மரியாதைக்காக எழுந்து நின்றேன்.

“நீதான் இன்ஜினியரா?” என்று கேட்ட அவரின் கேள்வியின் தொனியே எனக்கு சற்று அந்நியமாக இருந்தது. மிரட்டுவதைப்போல இருந்தது என்று கூறினால் சரியாக இருக்கும்.

நான் மிக அமைதியாக, “ஆமாங்க... நீங்க?” என்று எதிர்க் கேள்வியோடு அவரைப் பார்க்க, சட்டென்று என்னை அழுத்திக் கீழே தள்ளினார். தள்ளினார் என்ன தள்ளினார்... தள்ளினான். ஒரு நொடி மொத்த உடலும் விதிர்விதிர்க்க, நான் அந்த உச்சி வெயிலில், மண்ணில் விழுந்து கிடந்தேன்.

“உள்ளூர்ல அவன் அவன் வேலையில்லாம திரியிறான்... எங்கிருந்தோ வந்து எங்க ஆளுங்க வேலையை நீங்க பார்க்குறீங்களா?” என்று கடும்கோபமாய் அவன் சொன்ன போது எனக்கு எதுவுமே விளங்கவில்லை. அவனே தொடர்ந்து,” பிளான்ட் இந்த ஊர்ல இருந்தா, லேபரும் இந்த ஊர்ல இருந்து தான் இருக்கணும். என்ன தைரியம் இருந்தா பக்கத்து ஊர்ல இருந்து ஆளைக் கூட்டிட்டுவருவீங்க...” என கூறியபோது இன்னும் பெரும் குழப்பத்திற்கு ஆளானேன். எதையும் கிரகிக்கும் நிலையில் என் மனநிலை அப்போது இல்லை. கீழே ஒருவன் தள்ளிவிட்டான் என்பது மட்டுமே உள்ளே நிறைந்திருக்க, உடனடியாகக் கண்களில் கண்ணீர் நிரம்பியது. விஜய பாஸ்கர் தூரத்தில் இருந்து ஓடிவருவதைக் கவனித்தேன்.

“இன்னா ஆச்சி?” என்கிற அவன் கேள்வியை எதிர்கொண்டதுமே என்னால் அழுகையைக் கட்டுப்படுத்த இயலவில்லை. அத்தனை பெரிதாகக் கேவி நான் அழுவேன் என்று நானே நினைக்கவில்லை. அந்த அழுகைச் சத்தம் எத்தனை பெரியதென்பதை, சற்று தூரத்திலிருந்த மரத்தின் நிழலில் துண்டை விரித்துப் படுத்திருந்த லேபர்கள் எழுந்து எங்களை நோக்கி வருகையில்தான் உணர்ந்தேன்.

“இப்போ உடனே மூட்டை முடிச்செல்லாம் கட்டிக்கிட்டு எல்லாரும் ஊரைப் பார்த்துப் போயிருங்க... இல்லைன்னா நாளைக்கு என்னாகும்னு எனக்கே தெரியாத...” என்று என்னைச் சுற்றி நின்ற லேபர்களை நோக்கிப் பொதுவாகக் கூறிவிட்டு அவன் விலகி நடக்க ஆரம்பித்தான்.

“நீ உடனே பிஸ்வஜித் சாருக்கு போனைபோடு... இனியும் இங்க வேலை பார்க்க முடியாது... நாம கிளம்புவோம்...” என்று கேவலினூடே நான் சொல்ல, விஜய பாஸ்கர் உடனே

செல்போனில் அவரை அழைத்து நடந்ததைச் சுருக்கமாகச் சொல்லி உடனே பிளான்டிற்கு வரும்படி கூறினான். நாங்கள் காத்திருக்க ஆரம்பித்தோம்.

என்னைத் தள்ளிவிட்டவன் பெயர் பிஜோய்தாஸ். இந்த பிளான்ட் இருக்கும் ஊரின் முக்கியமான ஆட்களில் ஒருவன். அரசியல்வாதி. காங்கிரஸ் கட்சியின் பிரதிநிதி. தெளிவாகச் சொல்லவேண்டுமென்றால் ஒரு பக்கா ரவுடி. அந்த ஊர்ப்பகுதிகளில் முழுக்க கம்யூனிஸ்ட் கட்சிதான் ஜெயிக்கும். எம்.எல்.ஏ கம்யூனிஸ்ட். வார்டு மெம்பர்கள், கவுன்சிலர்கள் எல்லாருமே கம்யூனிஸ்ட்தான். எப்படித் தலைகீழாக நின்று குடித்தாலும் காங்கிரஸ் அங்கே வருவதற்கான வாய்ப்பே இல்லை என்கிற நிலையே இருந்ததால் அவர்களிடம் கடைசியாக இருந்த ஆயுதமான உள்நாட்டுப் பிரிவினையைக் கையிலெடுக்க முயற்சிக்கத் தொடங்கினர். காங்கிரஸ் கட்சியாயிற்றே.. வெள்ளைக்காரனை எதிர்த்துப் போரிட்டவர்கள். அவர்களிடமிருந்து இதைக்கூடவா கற்றுக் கொள்ளாமல் இருந்திருப்பார்கள்? ஊர்களைப் பிரித்தால் ஒற்றுமை குலைக்கப்படும். ஒற்றுமை குலைந்தால் வாக்குகள் பிரியும். வாக்குகள் பிரிந்தால் வெல்வதற்கான வாய்ப்புகளை உருவாக்கலாம் என்கிற சிறு கணக்கின் ஒரு பகடை நானும், இந்தப் பக்கத்து ஊர் லேபர்களும்.

அந்த கிராமத்தின் லேபர்கள் சம்பளம் அதிகம் கேட்டதால் மட்டுமே அருகிலிருந்த கிராமத்தில் இருந்து ஆட்களை வரவழைக்க வேண்டிய நிலைக்கு ஆளாகி இருந்தார்கள். அந்த லேபர்களை நான் வேலை வாங்குவதால் என்னை அடித்தால் அங்கே சிறு புயல் உருவாகும் என்பதைச் சரியாகவே கணித்திருந்தார்கள். இதோ நான் இனி வேலை பார்க்கமாட்டேன் என்று சபதம் செய்து விட்டு அமர்ந்திருக்கிறேன். வேலை நின்றால் நிறுவனத்திற்கு நட்டமாகும். வேறு வழியின்றி உள்ளூர் லேபரை சற்றுக் கூடுதல் சம்பளத்திற்கு ஆட்களை அழைக்க வேண்டிய கட்டாயமாகும். "பார்த்தாயா நாந்தான் உங்களுக்கு அதிக சம்பளத்தில் வேலை வாங்கித் தந்தேன்" என்று கூறியே வாக்குகளை அள்ளலாம் என்பதுதான் திட்டம்.

பிஜோய் எங்கள் பிளான்டிற்கு அருகே நாற்காலி போட்டு, கால் மேல் கால் போட்டுக்கொண்டு அமர்ந்திருந்தான். நான் வெகுதூரமாய் அலுவலக அறைக்கு வெளியே நின்று விஜயபாஸ்கரிடம் பேசிக்கொண்டிருந்தேன். அந்த வெள்ளை நிற சுமோவில் பிஸ்வஜித் வந்திறங்கினார். நேராக என்னை நோக்கி அவர் வருவார் என்று நான் எதிர்பார்த்திருக்க அவரோ, நேராக பிஜோய் இருந்த இடம் நோக்கி சென்று, அவராகவே வலுக்கட்டாயமாக தன் கைகளை நீட்டி அவன் கைகளைக் குலுக்கினார். உண்மையில் அந்த இடத்தில் நிற்பதே எனக்கு அசூசையாய் இருந்தது. அவர்கள் இருவரும் சற்று நேரத்தில் சிரித்துப்பேச ஆரம்பித்ததும் என்னால் என்னையே அடக்க இயலாமல் மீண்டும் கண்ணீர் வர ஆரம்பித்தது. இதை உடனே கவனித்த விஜய பாஸ்கர் நேராக பிஸ்வஜித்திடம் சென்று, "நாங்க ஊருக்குக் கிளம்புறோம் சார்" என்ற அடுத்த நொடி, பிஸ்வஜித்தின் பார்வை என் மீது திரும்பி என்னை நோக்கி வர ஆரம்பித்தார்.

"என்ன கதிர் சார்... என்னாச்சி? நீங்க போனா வேலை எப்படி முடிக்கிறது?" என்று மிகக் கனிவான குரலில் அவர் கூறியது எனக்கு நாராசமாக இருந்தது.

"யார் சார் அவன்? அவன் பாட்டுக்கு வந்து தள்ளிவிடுறான்? அடிக்கிறான்? எங்கப்பா கூட என் மேல கைவச்சதில்ல தெரியுமா?" - உணர்ச்சியின் உச்சத்தில் நான் நின்று கொண்டிருந்தேன். கண்களில் இருந்து தாரை தாரையாகக் கண்ணீர் வழிந்துகொண்டிருந்தது. அப்படியே கண்ணீர் நிரம்பிய கண்களோடு விஜய பாஸ்கர் பக்கம் திரும்பினால் அவனும் தன் கண்களைச் கசக்கிக்கொண்டிருந்தான். உலகில் மிக வேகமாகப் பரவும் நோய்களில் கொட்டாவியும் கண்ணீரும் ஒரே இடத்தில் இருப்பதை அன்று அறிந்துகொண்டேன்.

"சார் தெரியாம நடந்திருச்சி... நாளைக்குப் பெரிய கிரேன் வருது. மிக்சிங் யூனிட் தூக்கி வச்சே ஆகணும். நீங்க சொல்லித்தானே வரவழைச்சிருக்கோம்? இப்படிப் போறேன்னு சொன்னா எல்லாருக்கும் நஷ்டம்தான் சார்... இருங்க நான் சரவணகுமார்

சார் கிட்ட பேசுறேன்...” என்று தனது கையிலிருந்த மொபைலை நோண்டியவாறு சென்னையில் இருக்கும் எங்கள் மேலாளர் சரவணகுமாருக்கு போன் செய்ய ஆரம்பித்தார்.

அப்போதே புரிந்துவிட்டது எங்களால் சைட்டில் இருந்து கிளம்ப இயலாது என்று. சரவணகுமார் தண்ணீரில் இருந்து வெண்ணெய் எடுப்பவர். எப்படியும் எங்களை இருக்க வைத்துவிடுவார் என்று நான் அறிந்தே இருந்தேன். ஆனாலும், அழுகையை நிறுத்தவில்லை. அது நிற்பதாகவும் இல்லை.

பிஸ்வஜித் வந்து என்னிடம் போனைக் கொடுக்க, நான் மீண்டும் ஒரு முறை அழுகையின் இடையே நடந்ததைச் சொல்ல, நான் எதிர்பார்த்தது போலவே, “நான் எல்லாம் விவரமா சொல்லிட்டேன்பா... அவங்க முழுப் பாதுகாப்புத் தருவாங்க இனி... நீ ரெண்டு நாள்ல மொத்தமும் முடிச்சிட்டுக் கிளமபி நேரா ஊருக்கு போ... நாலு நாள் ரெஸ்ட் எடுத்துட்டு வா சரியா? என்று தேனொழுகப் பேச, அந்தத் தேனில் கண்ணீரின் மதிப்பு குறைந்து, “சரிங்க சார்” என்று மிகவும் பலவீனமான குரலில் கூறிவிட்டு, பிஸ்வஜித்தை நோக்கி, “ஆனா இப்போ ரூம் போறோம்.. காலையில ரிலாக்ஸ்சா வர்றோம்” என்றுவிட்டு அவரின் பதிலுக்குக் கூட காத்திராமல் நேராக சுமோவில் சென்று அமர்ந்தோம். அன்றிரவு ஆளுக்கொரு ஓல்ட்மாங்க் குவார்ட்டர் அடித்துவிட்டு உறங்கினோம்.

காலை எட்டரை மணிக்கு சுமோ வந்தது. லேசான தலை வலியோடுதான் எழுந்திருந்தேன். பிளான்டிற்குச் சென்று ஏற்கனவே வந்து சேர்ந்திருந்த, அந்த 40 டன் கிரேனை பார்வையிட்டு விட்டு, லேபர்கள் எங்கே இருக்கிறார்கள் என்று தேடினேன். நேற்றைய பிரச்சினைகள் காரணமாகப் பக்கத்து ஊர் லேபர்கள் வந்திருக்க மாட்டார்களோ என்று நினைத்துதான் தேட ஆரம்பித்தேன். ஆனால், அவர்கள் எனக்கு முன்பாகவே வந்து நேற்று மிச்சம் வைத்துவிட்டுப் போயிருந்த வேலைகளைத் தொடங்கியிருந்தார்கள். ஆக நேற்று நடந்தது எல்லாம் வெறும் நாடகம்தானா, இல்லை பணம் எதுவும் கொடுத்து பிஜோய்யை சரிசெய்துவிட்டார்களா என்று உடனே

உள்ளே எழுந்த சந்தேகத்தைக் கசக்கித் தூர எறிந்துவிட்டு வேலை பார்க்கத் தயாரானேன்.

அந்த பிளான்ட் இருந்த இடம் எப்படியென்றால், மெயின் ரோட்டுக்கு அருகில் இருந்தது. பிளான்டில் இருந்து பார்த்தால் சாலையும், சாலைக்கு அந்தப்புறம் இருக்கும் சிறு கிராமத்திற்குச் செல்லும் வழியும் கூடத் தெளிவாகத் தெரியும். அந்த பிளான்ட் மூன்றடுக்கு வீடு போன்று பெரியது. மூன்றாவது அடுக்கில் ஏறி நின்று நோக்கினால் அந்த கிராமமே கண்ணிற்குத் தெரியும்.

ஒன்பதரை மணி வாக்கில் சாலையின் மறுபுறம் இருந்த ஒரு பெரிய ஆலமரத்தின் கீழ் சுமார் நாற்பது ஐம்பது பேர் வந்து நின்றார்கள். வேலைகளை கவனித்துக்கொண்டே “என்னடா இது கூட்டம்?” என்று சற்றே பார்வையிட்டேன். சிறிது நேரத்தில் அந்த கும்பலின் அருகில் ஒரு அம்பாசிடர் கார் வந்து நிற்க, அதிலிருந்து நேற்று அணிந்திருந்ததைப் போலவே முழுமையான வெள்ளை நிறத்தில் ஒரு ஜிப்பா அணிந்து கொண்டு பிஜோய் இறங்கினான். அவன் முன் கதவைத் திறந்து கொண்டு இறங்கி பின் கதவை பவ்யமாகத் திறந்துவிட்டான். அதிலிருந்து இறங்கியவர் உடை, பிஜோய்யின் உடையைவிட வெண்மையாக இருந்தது. நான் அந்த நொடியிலிருந்து வேலையை நிறுத்திவிட்டு, அவர்களை உன்னிப்பாகக் கவனிக்க ஆரம்பித்தேன். எதற்கும் இருக்கட்டுமென பிளான்டின் முதல் தளத்தில் ஏறி அவர்களை கழுகின் பார்வையில் கவனிக்க ஆரம்பித்தேன்.

அந்த வெள்ளையோ வெள்ளை மனிதர் குழுமியிருந்த நாற்பது பேரிடமும் பெங்காளியில் எதையோ சற்று சத்தமாகப் பேசிக்கொண்டிருக்க, அவர்கள் வெகு அமைதியாகத் தலையாட்டிக் கேட்டுக்கொண்டிருந்தார்கள். என் முழுக்கவனமும் அங்கேயே பொதிந்திருக்க, சுற்றி என்ன நிகழ்கிறது என்பதே அறியாமல் நின்றிருந்தேன்.

“தலைவரே... அந்தப் பக்கம் பாருங்க...” என்று விஜய பாஸ்கர் என் தோளைத் தொட்டுத் திருப்பியபோதுதான் நிலைமையின் தீவிரத்தை உணரத்தொடங்கினேன். பிளான்ட் இருக்கும் திசைக்கு மறுபக்கம் இருந்து நாற்பது, ஐம்பது பேர் சாலையை

நோக்கி வந்து கொண்டிருந்தார்கள்.

“லேபர் எல்லாம் கிளம்புறாங்க வீட்டுக்கு... அதோ அங்க நிக்கிறது உள்ளூர் ஆளுங்க. இப்போ இந்தப் பக்கம் வர்றது பக்கத்து ஊர் ஆளுங்க... சண்டை வரும்னு தெரிஞ்சி லேபர் எல்லாம் எஸ் ஆவுறாங்க...” என்று கூறிக்கொண்டே ஒரு தெருச்சண்டையை வேடிக்கை பார்க்கப்போகும் மனநிலையில் அவன் இருந்ததை உணரமுடிந்தது. விஜயபாஸ்கரிடம் ஏதோ சொல்ல நான் வாய் திறந்த நொடி காதைப்பிளக்கும் சத்தம் ஒன்று வெடித்தது. சடாரென சாலையின் அந்தப் பக்கம் இருந்த பிஜோய் ஊரின் கும்பலைப் பார்க்க, அங்கே பிஜோய் தன் கையில் இருந்த ரிவால்வர் ஒன்றின் மூலம் வானத்தில் சுட்ட சத்தமே அது. நான் திரும்பியபோது அந்தக் கைகளில் இருந்த துப்பாக்கி வானத்தைக் குறிபார்த்து நின்றிருந்தது.

அதே நேரத்தில் சாலைக்கு மிக அருகாமையில் இருந்த அந்த பிளான்டின் செக்யூரிட்டி கேட் அருகில் பக்கத்து ஊர்க்கூட்டம் வந்திருந்தது. துப்பாக்கி வெடித்து முடித்த சில நொடிகளில் உள்ளூர் கும்பல் சாலையைக் கடந்து பிளான்ட்டை நோக்கி வரத்தொடங்க, திடீரென “ஹோ...” என்கிற சத்தத்தோடு ஒரு பெரிய கலவரத்திற்கான மனநிலையோடு இரண்டு கும்பலும் நெருங்கியது.

அடுத்த பத்து நிமிடங்கள் நடந்ததை எப்போதும் விவரிக்க இயலாது. கண்ணெதிரே மனிதர்கள் ஒருவரை ஒருவர் கட்டையால் தாக்கிக்கொண்டார்கள். ஒரு மனிதனை விறகுக்கட்டையால் அடித்தால் உடனே அவன் தலையில் இருந்து ரத்தம் கொப்பளிக்கும் என்பதையெல்லாம் அன்று தான் உணர்ந்தேன். காலில் கட்டையால் அடி வாங்கிய ஒருவன் மடங்கி அப்படியே சரிய, இறுதிவரை அவன் அந்த இடத்தை விட்டு நகரவேயில்லை. திரைப்படங்கள் கற்றுத்தந்திருந்த எல்லாமே கண்முன் பொய்யென நிரூபணமானது. கலவரம் ஆரம்பித்த இரண்டு மூன்று நிமிடங்களுக்குப் பிறகுதான் நாங்கள் தனியாக அந்த பிளான்டின் முதல் தளத்தில் நிற்கிறோம் என்பதையே கவனித்தோம். சுற்றிப்பார்த்தால் யாருமே இல்லை.

அந்த லேபர்கள் எல்லாம் எப்பொழுதோ குறுக்குவழியில் தப்பி ஓடி இருந்தார்கள். கேட்டில் இருந்த செக்யூரிட்டிகள் யாரும் கண்ணுக்கே தென்படவே இல்லை. பக்கத்து ஊர் ஆட்கள் நாற்பது பேரையும் அடித்து வீழ்த்திவிட்டு இந்த பிஜோய் கும்பல் நேராக பிளான்டிற்குள் வந்தால் கண்டிப்பாக நாங்கள் இருவரும் உயிரோடு வீடு திரும்ப இயலாது என்றெல்லாம் உள்ளே ஆயிரத்தெட்டு எண்ணங்கள் ஓடிக்கொண்டிருக்க, அவர்கள் கண்ணனுக்குத் தெரியாமல் இருக்க, மூன்றாவது தளத்தில் இருக்கும் வைப்ரேட்டர் அசெம்பிளியின் உள்ளே சென்று ஒளிந்துகொள்ளலாம் என்றுகூட யோசனை தோன்றியது.

ஆனால் அதற்கெல்லாம் அவசியம் இல்லாது எங்களை பிளான்டில் விட்டுவிட்டு பிஸ்வஜித்தை அழைக்கச் சென்ற சுமோ பிளான்ட்டை நோக்கி வருவதைக் கவனித்தேன். ஆனால் அதற்கு முன் நிறைய மனித சேதாரங்கள் நிகழ்ந்து முடிந்திருந்தன. 12 பேருக்கும் மேல் தலை, கை கால்களில் ரத்தம் வடிய ஆங்காங்கே நகர இயலாமல் அந்தச் சாலைக்கு அருகிலிருந்து செக்யூரிட்டி கேட் வரை பரவியிருந்தார்கள். சுமோ சற்று தூரத்திலேயே நின்றுவிட்டது. அதிலிருந்து இறங்கிய பிஸ்வஜித் மரத்தின் கீழ் நின்றிருந்த அந்த வெள்ளையோ வெள்ளை உடை மனிதரை நோக்கி வேகமாக ஓடினார் என்றே கூறலாம்.

அடுத்த சில நொடிகளில் அந்தப் பெரிய மனிதர் தன் குரலுயர்த்தி "பிஜோய்" என அழைக்க, செக்யுரிட்டி கேட் அருகில் இருந்த பிஜோய், தன் விரல்களை வாயில் குவித்து விசில் ஒன்று அடிக்க, திடீரென எல்லா சத்தமும் அகன்று அங்கே அமைதி நிலவியது.

ஒரு அரசியல் ஆட்டத்தின் பகடையாக நான் இருந்திருக்கிறேன் என்பதை நினைக்கையில் சற்றே பெருமையாக உணர்ந்தேன் என்பதை மறுக்க இயலாது. ஆனால் விழுந்து கிடந்த மனிதர்கள், மண்ணில் வழிந்த ரத்தம் எல்லாம் அது அப்படியில்லை என்று எனக்குப் பொட்டில் அறையுமாறு கூறியது. அடித்த காங்கிரஸ், அடி வாங்கிய கம்யூனிஸ்ட் என ஏதோ ஒரு

தினசரி செய்தித்தாளின் தலைப்புச் செய்தியைப் போல இதை யோசிப்பதே அந்நியமாக இருந்தது. நாளொன்றுக்கு 10 ஆயிரம் ரூபாய் வாடகை கொடுக்கவேண்டிய அந்தப் பெரிய கிரேன், இந்தச் சம்பவங்கள் எதுவுமே அறியாது அமைதியாக நின்றிருந்தது.

மறுநாள் பகல் 12 மணிக்கு அசன்சோலில் இருந்து சென்னைக்குக் கிளம்பும் ரயிலில் நாங்கள் இருவரும் பயணிக்க ஆரம்பித்தோம். அடுத்து வந்த பத்து நாட்களுக்கு அங்கே வேலை நடக்கவில்லை. நடக்கவிடவில்லை என்பதே சரி. போலீஸ், அரசியல்தலைவர்கள், உள்ளூர் மக்களை எதிர்த்து பக்கத்துக்கு ஊர் மக்களின் போராட்டம் என அந்த இடமே களேபரமாகி இருந்தது. எல்லாம் சரியாகி பிஸ்வஜித்திடம் இருந்து மீண்டும் அழைப்பு வந்தபோது நான் புவனேஸ்வரில் வேறு நிறுவனத்தில் இருந்தேன். பின்னர் வேறு யாரோ சென்று அந்த வேலைகளை முடித்தார்கள்.

ஹைதராபாதில் நிகழ்ந்த அழுகைக்கு எந்த முடிவும் இறுதிவரை கிட்டவில்லை. ஆனால் அசன்சோல் அழுகை முழுமையடைய ஒரு கலவரமும், சில லிட்டர் ரத்தமும், சில லட்சங்கள் நஷ்டமும் ஆக வேண்டியிருந்தது. அசன்சோல் பெயரை அதன் பிறகு கேட்டபோதெல்லாம் ஒரு புன்னகை என் உதட்டில் தானாகவே வந்து ஒட்டிக்கொள்ள ஆரம்பித்தது.

28

*க*ர்நாடகாவின் பெல்காமில் இருந்து கோவா வெறும் 100 கிலோ மீட்டர் தொலைவு தான். பெல்காமில் வேலை பார்க்க ஆரம்பித்த ஒன்றரை வருடங்களுக்குப் பிறகுதான், இது எனக்குத் தெரியவந்தது. கோவாவின் மீதான பிரேமை உச்சத்தில் இருந்த காலகட்டம் அது. தில்சாத்தாஹே படம் அதில் முக்கியப் பங்கு வகித்தது. அந்தக் கடற்கரை, குறைந்த உடைப் பெண்கள், சூரியக்குளியல், பீச் வாலிபால், சரக்கின் விலைகுறைவு என கோவா செல்லாமலேயே அதைப்பற்றிய கற்பனைகள் என்னையுமறியாமல் உள்ளே புகுந்திருந்தன. அந்தக் கற்பனைகள் எல்லாமே கோவாவின் மீதான போதையை உள்ளே எங்கோ தேக்கி வைத்திருந்தது.

"இந்த ஹோலி லீவுக்கு கோவா போகலாமா?" என சாய் கேட்டபோது நிஜமாகவே ஒரு நிமிடம் மனம் துள்ளிக்குதித்தது. ராஜேந்திரனும் அதுக்கு உடனே "அட இது நல்ல ஐடியாவா இருக்கே..." என ஆமோதிக்க, அருகிலிருந்த சூபர்வைசர்

லிங்கையாவும் அதற்குத் தலையசைத்தார். ஹோலி வர இன்னும் இரண்டே நாட்கள் மட்டுமே இருக்க கோவா கனவு ஆழமாய் உள்ளே வேரூன்றியது. அதைவிட முக்கியமாக ஹோலி பண்டிகைக்கு முன்னர் கண்டிப்பாக ஒரு மாத சம்பளப் பணம் கிடைக்கும் என்று சரத் ஷெட்டி போன வாரமே சொல்லி இருந்தார். அதுவும் மகிழ்ச்சியை இரட்டிப்பாக்கியது. வாங்கப்போகும் ஐயாயிரம் ரூபாயை அப்படியே கோவாவில் செலவழித்து விட்டு வந்தாலும் கூட பரவாயில்லை என்கிற எண்ணம் கூட வந்து போனது. என் கையில் அப்போது வெறும் 620 ரூபாய் மட்டுமே இருந்தது.

மார்ச் 18 அதிகாலை ஐந்து மணிக்கு பெல்காம் பேருந்து நிலையத்தில் இருந்து கிளம்ப வேண்டும் என திட்டம். எப்படியும் மூன்று அல்லது நான்கு மணி நேரத்தில் போய்ச் சேர்ந்து விடலாம் என்றார் லிங்கய்யா. நல்ல யோசனையாகத் தோன்றியது. காலை ஒன்பது மணிக்கு போய்ச் சேர்ந்தாலும் அந்த நாள் முழுக்கக் கொண்டாடலாம் என்பதை எண்ணும்போதே பட்டாம்பூச்சிகள் பறந்தன. இரவு கடைசிப் பேருந்தில் ஏறி வந்துவிடலாம் என்பது திட்டத்தின் இறுதிப்பகுதி. 16-ஆம் தேதி முழுக்க இரண்டே எண்ணங்கள் தான். ஒன்று 17 சம்பளம் வரும். அடுத்து 18 கோவா போகிறோம். இரண்டு நினைவுகளின் கலவையான கனவுகள் வர நிம்மதியாகத் தூங்கிப்போனேன்.

17-ஆம் தேதி காலையிலேயே மஹந்தேஷ்நகருக்குக் கிளம்பிச் சென்று எங்கள் நிறுவன அலுவலகம் முன்பு ஒரு தேநீர் குடித்துவிட்டு உள்நுழைந்தேன். மிகவும் அமைதியாக இருந்தது மொத்த அலுவலகமும். வராண்டாவில் இருந்த பெஞ்சில் நான்கைந்து பேர் சோம்பலாக அமர்ந்திருந்தார்கள். மெல்ல சென்று கேஷியர் அறையை எட்டிப்பார்த்தேன். காலியாக இருந்தது. யாரிடம் கேட்பது என்கிற யோசனையில் மெல்ல நகன்றபோது, "என்னப்பா சம்பளமா?" என்று பெஞ்சில் அமர்ந்திருந்த ஒருவர் கேட்க, "இவரை எங்கேயோ பார்த்திருக்கிறோம்" என்கிற யோசனையில் நெற்றி சுருக்கிக்கொண்டிருந்த போதே அவர் "கேஷியர் அம்மா

இறந்துட்டாங்களாம்... ஆபிஸ்ல எல்லாரும் அங்க தான் போயிருக்காங்க.." என்று அவர் வாக்கியத்தை முடித்தார்.

இத்தனை பெரிய இடி விழுமென நான் எதிர்பார்க்கவே இல்லை. ஏடிஎம் இல்லாத, அவ்வளவு ஏன் எனக்கு வங்கியில் கணக்கே இல்லாத காலகட்டம் அது. கைகளில் மட்டுமே சம்பளப் பணம் தருவார்கள். கேஷியர் இல்லையென்றால் வேறு யாரும் தரவும் முடியாது. ஹோலிக்கு முந்தைய நாள் அம்மா இறந்தது கஷ்டம்தான். ஆனால் நான் கோவா போவது அதை விட கடினமானதாகிவிட்டதே! இறப்பதற்கு வேறு நாளே கிடைக்கவில்லையா?

சோகமே உருவாக கேம்பிற்குத் திரும்பி நேராக ராஜேந்திரன் அறைக்குச் சென்றேன். நான் வருவதற்கு முன்பே அவனுக்கு விஷயம் தெரிந்திருந்தது. நான் தளர்வாக வருவதைப் பார்த்ததுமே அவன் சிரிக்க ஆரம்பித்தான். அவன் சிரிப்பு உள்ளுக்குள் வெறி ஏற்றியது. "சிரிக்காதடா கொல்டி" என எப்போதாவது அவனைக் கோபத்துடன் அழைக்கும் வார்த்தையில் சொன்னேன்.

"குச்நஹிகதிரா... என் கிட்ட காசு இருக்கு... நாம போகலாம் வா..." என்றபோது எனக்கே அது ஆச்சரியமாக இருந்தது. கோவா போகும் கனவு நிராசையாகவில்லை என்கிற ஆச்சரியம் அது. அலுவலகத்தில் இருந்து கேம்புக்கு வரும் வரை "ஆகவே முடியாதோ" என்கிற யோசனையே ஓடிக்கொண்டிருந்ததால், இவன் சொன்ன அந்த வார்த்தைகள் கொடுத்த மன அமைதி சொல்லிமாளாது.

"கடல்ல குளிக்கணும் கண்டிப்பா... ஷார்ட்ஸ் எடுத்து வச்சிக்க..." என்றுவிட்டு அவன் என்னைக் கடந்து போனபோது நான் அகலமாகப் புன்னகைத்தேன்.

காலையில் நான்கு மணிக்கு விழிப்பு வந்தது என்பதைவிட, அன்று இரவு முழுக்கத் தூங்கவே இல்லை என்பதுதான் சரியான வார்த்தையாக இருக்கும். பல் விளக்கி, குளித்துவிட்டு, இருப்பதிலேயே நல்ல சட்டை ஒன்றை அணிந்துகொண்டு நாலரை மணிக்கு வெளியில் வந்தால் மொத்த கேம்பும்

மயான அமைதியாக இருந்தது. மிக மெல்லிய குளிர், காற்றில் கலந்திருந்தது. சின்ன ஷோல்டர் பேக்கில் ஒரு ஷார்ட்ஸ், ஒரு பனியன் பின்னர் அவசரத்திற்கு உதவும் என ஒரு ஜட்டி எடுத்து வைத்திருந்தேன். இதற்கென்றே தெரியாமல் இன்னொரு சட்டையும் உள்ளே இருந்தது. எதற்கும் இருக்கட்டும் என்று இன்னொரு பேண்ட்.

பேருந்து நிலையத்தை நாங்கள் நால்வரும் அடைந்தபோதே மணி ஐந்தரை. அப்போதுதான் நிரம்பத் தொடங்கியிருந்த அந்த கோவா செல்லும் பேருந்தில் ஏறி அமர்ந்தோம். ஆறு மணிக்குக் கிளம்பியது. ஜன்னலோர இருக்கையைப் பற்றியிருந்த என் முகத்தில் அந்த நூற்றாண்டுக்கான புன்னகை நிரம்பியிருந்தது. பேருந்து நான் எதிர்பார்த்ததைவிட வேகமாகச் சென்றது. கன்கும்பியைக் கடந்து சோர்லா வழியாக சத்தாரியை மிக வேகமாக அடைந்தது என்றே கூறலாம். சாலை, அந்தக் காலை வேளையில் விடுமுறை நாளான அன்று அத்தனை பரபரப்பாக இல்லை. ஆனால், செல்லும் வழி எங்கும் ரம்மியமாக இருந்தது. மரங்கள் மரங்கள் மரங்கள்.

நான் 2003 வரை கொடைக்கானலோ அல்லது உதகமண்டலமோ போனதே இல்லை. அதற்கான வாய்ப்பும் அமையவில்லை. குற்றாலமும், ராமேஸ்வரமும் மட்டுமே என் பால்ய காலத்துச் சுற்றுலாத் தலங்கள். ஆனால் ஏராளமான கதைகள் கேட்டிருக்கிறேன். கொடை மற்றும் ஊட்டிக்குச் செல்லும் பாதையின் கொண்டை ஊசி வளைவுகள், அதல பாதாள பாதைகள் என கணக்கில் அடங்காத கதைகள்தான் அத்தனையும். கற்பனை மட்டுமே செய்ய முடிந்தது என்னால். அது போகத் திரைப்படங்களில் காட்டப்பட்ட சில நினைவுகள். ஆனால் அது அத்தனையையும் நிஜமாக்கியது அந்த கோவா பயணம். சட்டாரியைக் கடந்த சிறிது நேரத்திலேயே பேருந்து மேட்டில் ஏற ஆரம்பிக்க, ஜன்னலோரம் இருந்த நான் சற்றே அதிசயிக்கத் தொடங்கினேன். சற்று நேரத்தில் அதிசயங்கள் அதிர்ச்சியாக ஆரம்பிக்க, தொடர்ந்து வந்த கொண்டை ஊசி வளைவுகள் சற்றே என்னைக் கதிகலங்க வைத்தன. சடார் சடாரென வந்த திருப்பங்கள் மெல்ல வயிற்றில் புளியைக்

கரைக்க, ஆனால் அவையாவும் கடந்து என் கண்கள் முழுக்க சாலைகளின் வளைவுகள் மீதே நிலைத்திருக்க, சொக்கித்தான் போனேன்.

சடாரென ஒரு திருப்பத்தில் பனாஜி என்கிற பெயர்ப்பலகை தென்பட என்னையுமறியாமல் என் உதட்டில் ஒரு புன்னகை எழுந்தது. கோவாவை நெருங்கிவிட்டோம் என்கிற புன்னகை. அடுத்த ஒரு மணிநேரத்தில் கோவா நகருக்குள் வண்டி நுழைந்தது. அங்கங்கே பேருந்து நின்று நின்று செல்ல, ஓரிடத்தில் சடாரென ஒரு மோட்டார் சைக்கிள் எங்கள் பேருந்தைக் கடந்து சென்றது. வண்டியின் முன்னே அமர்ந்திருந்த இளைஞன் ஷார்ட்ஸ் அணிந்திருந்தான், அவன் முகம் முழுக்கப் பச்சை நிற வண்ணத்தால் அபிஷேகம் செய்யப்பட்டிருந்தது. ஆனால் அவனுக்குப் பின்னால் வண்டியில் அமர்ந்திருந்த பெண் தொடைவரை மட்டுமே மறைக்கும் ஒரு ட்ரவுசர் அணிந்திருந்தாள். வெள்ளை நிறத்தில் காலர் இல்லாத டீசர்ட் ஒன்றும் அணிந்திருந்தாள். அவளின் முகத்தில் ஆங்காங்கே வண்ணங்கள் பூசப்பட்டிருந்தன. அவள் ஆடையிலும் அந்த நிறங்கள் ஜொலித்தன. அந்தக் குறிப்பிட்ட காட்சி என்னைக் கடக்க சில நொடிகளே ஆகியிருந்தது. ஆனால் கோவாவின் காற்றில் பரவியிருக்கும் அந்த உற்சாகம் என்னை முழுதாய்த் தொற்றிக்கொள்ள அது உதவியது.

இன்னும் சற்று பேருந்து நகரத்தினுள் நுழைய, மோட்டார் சைக்கிளில் யுவன், யுவதிகள் ஜோடியாய் வலம் வருவதைப் பார்க்கப் பார்க்க "இந்த ஊரை விட்டுப் போகாமல் இங்கேயே இருந்து விடலாம்" என்று உள்ளுக்குள் ஆணியடித்தது போல் தோன்றியது. சிறிது நேரத்தில் முக்கிய பேருந்து நிலையத்தில் இறங்கினோம். முகமெங்கும் புன்னகையோடு நானிருக்க, ராஜேந்திரன் அந்த முக்கியமான கேள்வியைக் கேட்டான்.

"எந்த இடத்துல இந்த வெளிநாட்டுப் பொண்ணுங்க எல்லாம் ப்ரா, ஜட்டியோட படுத்திருப்பாங்க?"

உண்மையில் எங்கள் நால்வருக்குமே கோவா புதிது. கோவாவில் இதெல்லாம் இருக்கும் என்கிற கற்பனைகள்

மட்டுமே எங்களுக்கு உண்டு. ஆனால் அது எங்கே இருக்கும் என்கிற விஷயமெல்லாம் தெரியாது. நேரடியாக யாரிடமாவது சென்று, "இங்க அரைகுறையா வெளிநாட்டுப் பொண்ணுங்க படுத்திருப்பாங்களே... அந்த பீச்சுக்கு எப்படிப் போகணும்?" என்று எப்படிக் கேட்பது? இந்த மிகப்பெரிய கேள்வி உந்தித்தள்ள, நானே அங்கிருந்த ஒரு ஆட்டோ ஓட்டுனரிடம் சென்று, "இங்க என்னென்ன பீச்செல்லாம் இருக்கு?" என்று முகத்தைத் தோரணையாக வைத்துக்கொண்டு கேட்டேன்.

"டோனாபாலா, கால்கிபாகா, வெலிங்டன், மோர்ஜிம், காலின்குட், அஞ்சுனாபீச்ன்னு நிறைய இருக்கு சார். உங்களுக்கு எங்க போகணும்?" என்று அவர் அடுக்கிக்கொண்டே போக, அதில் அவர் உச்சரித்த வெலிங்டன் என்கிற பெயர் மட்டும் டக்கென நினைவில் ஒட்டிக்கொண்டது. அதனால் சற்றும் யோசிக்காமல், "வெலிங்டன் போகணும். எவ்வளவு ஆகும்?" என்று யாரையுமே ஆலோசிக்காமல் நானே கேட்டேன்.

"150 ஆகும் சார்..." என்று அவன் கூற, லிங்கய்யா முறைக்க, அதையெல்லாம் பொருட்படுத்தாமல் நான் "ஏறுங்க" என்று எல்லாரையும் பார்த்துச் சொல்ல, அவர்கள் அமைதியாய் ஏறினார்கள். இருக்கிற பொருளாதார நிலைமையில் இந்த ஆட்டோ பயணம் தேவையா என்கிற கேள்வியோடே மற்ற மூவரும் என்னைப் பார்க்க, "வேற என்ன வழி இருக்கு?" என்ற கேள்வியோடு அவர்களை நான் பார்த்தேன். அதற்கு அவர்களிடமும் பதிலில்லாததால் அமைதியானார்கள். முழு ஆட்டோ பயணத்திலும் யாருமே எதுவுமே பேசிக்கொள்ளவில்லை.

ஏரிய சற்று நேரத்திலேயே கடல் வாசம் அடித்தது. அடுத்த சில நொடிகளிலேயே வானத்தின் நீளம், அகன்று தென்பட ஆரம்பித்திருந்தது. கடலின் மாயை அது, எனப் புரிந்தது. கடற்கரை மணல் தொடங்கும் இடத்தில் இறங்கினோம். கடலைப் பார்த்ததுமே 150 ரூபாய் பெரிதாகத் தோன்றவில்லை. நானே எடுத்துக் கொடுத்தேன்.

"அட இங்கிருந்து பார்க்கவே செமையா இருக்கே..." என்று

ராஜேந்திரன் நீண்ட நேர அமைதியைக் கலைத்தான். திரும்பிப் பார்த்தால் எல்லோர் முகத்திலும் ஒரு அசட்டுப் புன்னகை இருந்தது. கோவாவின் கடற்கரை ஒன்றில் நிற்பதும், அங்கே காணப்போகும் காட்சிகள் தந்த குறுகுறுப்பும் எங்கள் முகங்களில் நிரந்தரப் புன்னகை ஒன்றை விதைத்திருந்தது. சற்று தூரத்தில் சில ரெஸ்டாரண்ட்கள் தெரிந்தன. அந்த இடத்திற்கு முன்னால் சில பல சாய்வு நாற்காலிகளும் கண்களுக்குத் தெரிந்தன.

"அந்த ஓட்டல்ல எல்லாம் பீர் விலை அதிகமா இருக்கும் கதிரு.. நான் ஆட்டோ வர்ற வழியில் ஒரு சின்ன கடை பார்த்தேன். அங்க பாரும் இருக்கு. அங்க குடிச்சா சஸ்தாவா இருக்கும்" என அந்நேரம் வரை அமைதியாய் இருந்த லிங்கய்யா சொல்ல, அதுவும் நல்ல யோசனையாகத் தோன்றியது. தெளிவான மனநிலையோடு இந்தப் பெண்களைப் பார்ப்பதே போதை தரும் என்பது ஏற்கனவே தெரியும் என்றாலும்கூட, சற்றே போதையோடு பார்த்தால் அது இன்னும் அதிகமாகி ராஜபோதை அனுபவிக்கலாம் என்று நால்வரும் முடிவு செய்தோம்.

சற்று தூரம் திரும்பி நடந்து அந்த பாருக்குள் நுழைந்தோம். மெனு கார்ட் எல்லாம் இருந்தது. அதில் பல வகையான பியர்களின் விலை எழுதப்பட்டிருந்தது. மெனு கார்டே ஆச்சரியப்படுத்த, பியரின் விலையோ சற்று அதிர்ச்சியைத் தந்தது.

"என்னையா விலை எல்லாம் கம்மியா இருக்கும்னு சொன்ன? பெல்காமை விட அஞ்சி ரூபா தான் கம்மியா போட்ருக்கு?" என்று மெல்ல லிங்கையாவின் காதில் ஓதினேன்.

"இது கொஞ்சம் பெரிய பார் போல... அதான் அப்படி இருக்கு..." என்று அவன் சொன்னதும் நான் மெல்ல எங்கள் சுற்றுப்புறத்தை ஆராய்ந்தேன். நான்கே நான்கு மேசைகள்தான் அந்தக் கடையில் இருந்தன. ஒரு நேரத்தில் மிஞ்சிப்போனால் 12 பேர் உட்காரும் அளவில்தான் இருந்தது. கடையின் அளவை விட பெயர்ப்பலகையின் அளவு பெரியதாக இருந்ததைச் சொல்லவா வேண்டாமா என்று யோசித்து அந்த முடிவை

கைவிட்டேன்.

ஒரு பியரின் விலையில் இரண்டு குடிக்கலாம் என்றெல்லாம் கற்பனை செய்து வைத்திருந்த எங்களுக்கு இது பெரிய அதிர்ச்சியாக இருந்தது. அரைமணி நேரத்திற்குள் எல்லாம் முடித்துவிட்டு வெளியில் வந்தோம். மெல்லிய வெயில் மற்றும் நிதானமான நிழல் இருந்ததால் எல்லாமே தெளிவாக இருந்தது. நேராக பீச்சை நோக்கி நடந்தோம்.

நன்கு பரந்து விரிந்த கடற்கரை அது; அல்லது அப்படித் தோன்றியது. நேராகக் கடற்கரையின் மத்தியில் இருந்த அந்த ரெஸ்டாரண்டை நோக்கி நடந்தோம். ஏனெனில் அதற்கு முன்பாகத்தான் சாய்ந்துகொள்ளும் நாற்காலிகள் இருந்தன. நாங்கள் அதன் அருகில் சென்றபொழுது அங்கே இருந்த ஏழெட்டு நாற்காலிகளில் ஒன்றே ஒன்றில் மட்டும் ஒரு லேடிஸ் ஹேண்ட்பேக்கும் சில ஆடைகளும் வைக்கப்பட்டிருந்தது. சாய்பாபு வேகமாகச் சென்று ஒரு நாற்காலியில் சாய்ந்தான். அவனுக்குப் பின்னர் சென்ற நான், அடுத்த நாற்காலியில் சாய்ந்து என் நீண்ட நாள் ஆசையொன்றை நிறைவேற்றலாம் என்று நெருங்கிய தருணத்தில்,

"ஒருத்தருக்கு நூறு ரூபா ஒரு மணிநேரத்துக்கு" என்றவாறு சற்றே ஆஜானுபாகுவான உருவம் கொண்ட ஒருவன் சாய்பாபுவின் தோள் தொட்டுச் சொன்னான். சாய்பாபு உடனே அதிலிருந்து எழ, நான் உட்காரும் ஆசையை அந்த நொடியே கைவிட்டேன். சற்றே பின்னால் வந்து இதைக் கவனித்த லிங்கையாவும் ராஜேந்திரனும் கிண்டலாகச் சிரிக்கத் தொடங்க, நான் முறைக்க ஆரம்பித்தேன்.

"அட அவ்ளோ பெரிய கடல் இருக்கு... இங்கதான் உக்காரணுமா?" என்று ராஜேந்திரன் கேட்ட கேள்வியிலும் உண்மை இருந்தது. மெல்ல கடற்கரை நோக்கி நகர்ந்தோம். பிரம்மாண்டமான கடலின் வாசம் ரம்மியமாக இருந்தது. வெயில் நன்றாக ஏறத்தொடங்கியிருந்தும் கூட ஒரு விதமான குளிர் அங்கே நிலவியது.

“ஆமா... இங்க என்ன ஒரு வெளிநாட்டுப் பொண்ணுகூட கண்ணுக்குத் தெரியல” என்று லிங்கய்யா கேட்டபோதுதான் நான் அதைக் கவனித்தேன். நிஜமாகவே அங்கே வெளிநாட்டுப் பெண்களோ அல்லது அவர்கள் எடுக்கும் சூரியக்குளியலோ தென்படவேயில்லை. எனக்கு இங்கே வர கோவா என்கிற பெயரே போதுமானதாய் இருந்தது. அனால் ராஜேந்திரனுக்கோ வெளிநாட்டுப் பெண்கள் என்பது மட்டுமே முழுமுதற் காரணம். அதுவே நிகழவில்லை என்றால் எப்படி?

“கதிரு எனக்கு இந்த பீச் சரியாப் படல... நீ போயி கேட்டுப்பாரு.” என்று அவன் சொன்னபோது, மீண்டும் எனக்குள் பெரும் தயக்கம். ஆனால், அவன் கோரிக்கையும் நியாயமானதே என்பதால் நேராக அந்த ரெஸ்டாரண்டுக்குள் சென்றேன். அன்று உலகக் கோப்பைப் போட்டியில் அரையிறுதியில் இலங்கையும் ஆஸ்திரேலியாவும் மோதிக்கொண்டிருந்தன. பாதிக்கும் மேற்பட்ட கூட்டம் அங்கே இருந்த தொலைக்காட்சியில் கவனம் பதித்திருக்க, அங்கே காலியாய் இருந்த ஒரு மேசையைத் துடைத்துக்கொண்டிருந்த இளைஞனிடம் முன்பைவிட தயக்கமாக, “இங்க வேற என்ன பீச்செல்லாம் இருக்கு?” குரலில் சற்றே கருணையோடு கேட்டேன்.

“டொனாபாலா, கந்தோ...” என அவன் ஆரம்பித்த போதே, “ஓகே... டோனாபாலா ஓகே...” என்றுவிட்டு, “டொனாபாலா டொனாபாலா டொனாபாலா” என உள்ளுக்குள் மனப்பாடம் செய்துகொண்டே வந்து,

“டொனாபாலா பீச் நல்லா இருக்குமாம். அங்க போகலாம் வாங்க...” என்றதுமே ராஜேந்திரன் எங்களுக்கு முன்பாக நடக்கத் தொடங்கினான். நான் அடுத்து ஆட்டோ கிடைக்கும் வரை டொனாபாலாவை மனப்பாடமாய் வைத்திருந்தேன்.

உண்மையிலேயே டொனாபாலா பிரம்மாண்டமாய் இருந்தது. கடற்கரையில் நுழைந்த அடுத்த நொடி ஒரு மோட்டார் படகின் முனையிலிருந்து கட்டப்பட்ட கயிறின் மற்றொரு முனையில் பாராசூட்டில் ஒருவர் பறந்துகொண்டிருந்தார். அதைக் கண்டதுமே கோவாவின் மீதான பிரேமை பல மடங்காகப்

பெருகியது. அமெரிக்க, ஐரோப்பா நகரக் கடற்கரையில் மட்டுமே இவையெல்லாம் இருப்பதாகக் கற்பனை செய்திருந்த ஒருவனுக்கு, அதை நேரில் காணும் வாய்ப்பு அமையுகையில் அப்படித்தானே உணர்வான்?

“ராஜு அங்க பார்த்தியா?” என்று ராஜேந்திரனை நான் கூப்பிட்டபொழுது அவன் கண்களைக் கவனித்தேன். அங்கே ஒரு வெளிநாட்டுப் பெண், தன் வெண்மையான முலையை சூரியனுக்கு அர்ப்பணித்துவிட்டு, அந்தக் கடற்கரையில் ஒய்யாரமாகப் படுத்திருந்ததன் மீது அவன் கண்கள் பதிந்திருந்தன. என் கண்களும் சற்று நேரத்திற்கு அங்கேயே இருந்தன. இந்தக் கடற்கரையின் மத்தியிலும் ஒரு ரெஸ்டாரண்ட் இருந்தது. அதற்கு எதிராக சாய்ந்துகொள்ளும் நாற்காலிகள் இருந்தன. அதில் முழுக்க முழுக்க இரண்டு துண்டு ஆடைகளோடு பெண்களும் நிறைந்திருந்தார்கள். இதற்குத்தானே ஆசைப்பட்டாய் ராஜேந்திரா?

அடுத்த அரைமணி நேரத்திற்குள் ராஜேந்திரன் அங்கிருந்த எல்லாப் பெண்களையும் ரசித்திருந்தான். தன் குழந்தையோடு மணல் வீடு கட்டி விளையாடிக்கொண்டிருந்த வெளிநாட்டுப் பெண், தன் கணவனோ அல்லது பாய்ஃப்ரெண்ட் உடனோ சிரித்துப் பேசிக்கொண்டிருந்த பெண், கைகளில் பெயர் தெரியாத ஆங்கிலப் புத்தகம் வைத்திருந்த, பிங்க் நிற ப்ராஅணிந்த பெண், ராஜேந்திரன் அருகில் சென்று சற்று நேரம் உற்று நோக்கியதும் அருகிலிருந்த துண்டை எடுத்து தன் மார்பை மூடிய பெண் என்று யாருமே மிச்சமில்லை அங்கே. நாங்கள் மூவரும் அவன் பின்னே எந்த பாவனைகளும் இல்லாமல் தொடர, அவன் அதையெல்லாம் கணக்கிலேயே எடுத்துக்கொள்ளவில்லை.

“அவ்ளோதானா?” என்றவன் கேட்டபோதுதான் “அட ஆமா இது அவ்ளோதான்” என்று எங்களுக்கே உறைத்தது.

“வேற பீச்சுக்குப் போகலாமா?” என்று அவன் கேட்டபோது நான் சற்றே முறைத்தேன்.

“இங்கயாவது குளிக்கலாம்டா...” என்று நான் முகத்தைப் பாவமாய் வைத்துக்கொண்டு கூற, ஆடையை, பணத்தை

எல்லாம் எங்கே வைக்க, யார் பார்த்துக்கொள்வது என்கிற கேள்வியெல்லாம் எழ, பத்து நிமிடத்திற்கு ஒருவர் அதைப் பாதுகாப்பாய் வைத்துக்கொள்ள வேண்டும் என்று முடிவு செய்யப்பட்டு அதன்படி முதலில் நான், ராஜேந்திரன், லிங்கய்யா மூவரும் தண்ணீரில் ஐக்கியமானோம்.

கடல் மட்டும் எல்லா இடத்திலும் ஒரே ருசியாகத்தான் இருக்கிறது. ராஜேந்திரன் ஒரு முறை பாரதீப்பில் கடல் பார்த்திருக்கிறான். ஆனால் அன்று குளிக்க இயலவில்லையாம். அடுத்ததாக அவன் கடல் பார்ப்பதே கோவாவில்தான். முதன்முதலில் அவன் கடலில் குளிக்கிறான் என்பதே அவன் உள்ளே குதித்த பின்னர்தான் சொன்னான். ஆனால் சற்று நேரத்திலேயே அவனுக்குக் கடல் அலுத்துப்போனது. அவன் சென்று துணிக்குக் காவலாக அமர, சாய்பாபு உள்ளே வந்தான். அவனுக்கும் சற்று நேரத்தில் அலுத்துவிட, "சரி வேற பீச் போகலாம்..." எனச் சொன்னவாறே லிங்கய்யாவும் வெளியேறினார்.

எனக்கு என்ன நடக்கிறதென்றே புரியவில்லை. கோவா வந்தாயிற்று. பியர் குடித்தாயிற்று. அரைகுறை ஆடையோடு வலம் வரும் பெண்களைப் பார்த்தாயிற்று. கடலில் உடல் நனைத்தாயிற்று. இதில் எதுவுமே முழுமையாய் நிகழவில்லை. பியர் விலை அதிகம் என்று இங்கு வந்துதான் கண்டறிந்தோம். கடலில் பத்து நிமிடத்திற்கு மேல் யாருமே மூழ்கவில்லை. இனி அடுத்த பீச் போக அழைக்கிறார்கள்.

"நான் விசாரிச்சிட்டேன். ரெண்டு கிலோமீட்டர்ல இன்னொரு பீச் இருக்காம். நடந்தே போயிரலாம்..." என்று லிங்கய்யா கூற சரி என்று தலையாட்டிவிட்டு அந்தச் சாலையில் நடக்க ஆரம்பித்தோம். இரண்டு கிலோ மீட்டர் எப்போது நான்காக மாறியது என்பதே தெரியாத அளவு நடந்திருந்தோம். அந்த ஒரு பியரும், திருப்தி இல்லாத கடல் குளியலும், கடல் நீர் உப்பு கலந்த அந்த நேரத்துப் பிசுபிசுப்பும் சேர்ந்து நடப்பதையே சவாலாக ஆக்கியிருந்தது. மார்ச் மாதம் இப்படி வேர்த்துக்கொட்டும் என்பதே அன்றுதான் அறிந்தேன்.

அடுத்து ஒரு கிலோ மீட்டர் மேற்கொண்டு நடந்த பின்னர், "நாம தப்பான ரூட்ல வந்துட்டமோ?" என்று லிங்கய்யாவே கேள்வி எழுப்ப, ஒன்றுசேர அவரை முறைத்தோம். ஆங்காங்கே எதிரில் மோட்டார் சைக்கிளில் வெளிநாட்டவர் கடந்து போனது மட்டுமே அந்தப் பயணத்தின் ஒற்றை சுவாரசியம்.

"பேசாம ஆட்டோ பிடிச்சிருவோம்..." என்று மீண்டும் லிங்கய்யாவே வாய்திறந்து கூற, எதிரில் வந்த ஒரு ஆட்டோவில் ஏறி அருகிலிருக்கும் கடற்கரை என பொத்தாம் பொதுவாகக் கூறி போய்ச்சேர்ந்தோம். மீண்டும் மணல். கடல். ரெஸ்டாரண்ட். ஆங்காங்கே சில வெளிநாட்டுப் பெண்கள். உண்மையில் கோவாவின் மீதான மொத்த போதையும் அப்போதே இறங்கிவிட்டது எனக்கு. ராஜேந்திரன் மட்டும் பெண்களை உற்று நோக்கிக் கொண்டிருக்க, நாங்கள் மூவரும் சோர்வாய் ஒரு மர நிழலில் அமர்ந்தோம். அப்படியே மூவரும் சாய எப்போது தூங்கினோம் என்பதே அறியாமல் உறங்கிப் போனோம்.

ராஜேந்திரன் எங்களை எழுப்பியபோது மணி ஆறு. கிட்டத்தட்ட இரண்டரை மணி நேரம் தூங்கி இருக்கிறோம். அந்நேரம்வரை ராஜேந்திரன் என்ன செய்தான் எங்கிருந்தான் என்பதெல்லாம் இதுவரை அவனுக்கே வெளிச்சம். அவன் எழுப்பியதில் படாரென கண்விழித்ததால் மெல்லியதாக தலை வேறு வலித்தது

"பெல்காம் கிளம்பலாமா?" என ஒரு கொட்டாவியோடு சாய்பாபு கேட்க, மூவரும் மையமாகத் தலையசைத்தோம்.

"ஒரு பீர் குடிச்சிட்டு போகலாமா?" என லிங்கய்யா கேட்க, ராஜேந்திரன் உடனே "எவ்ளோ காசு மிச்சம் இருக்கு கையில?" என்று திருப்பிக்கேட்க, நேராக பேருந்து நிலையம் செல்லலாம் என உடனே ஒருமனதாக முடிவெடுத்தோம். பேருந்து நிலையம் செல்லும்போதுதான் மதியம் யாருமே சாப்பிடவில்லை என்பதே நினைவுக்கு வந்தது. அந்நேரம் வரை அமைதியாக இருந்த வயிறு, சாப்பிடவில்லை என்கிற உண்மையை அறிந்ததுமே அகோரமாய்ப் பசிக்க ஆரம்பித்தது.

கையிலிருக்கும் காசு ஊருக்குச் செல்வதற்குதான் சரியாக இருக்கும் என்கிற உண்மை புலப்பட, “எங்கிட்ட ஒரு முன்னூறு ரூபா இருக்கு தனியா” என்று சாய்பாபு கூறிய பின்னர்தான் நிம்மதியானது.

ஒரு சின்ன ஹோட்டலில் ஆளுக்கொரு தோசையை (அப்பளத்தின் பெரிய வடிவம் போலதான் அது இருந்தது. தொட்டாலே உடையும் அளவிற்கு முறுகலாக இருந்தது) தின்றுவிட்டு, பேருந்தில் ஏறி அமர்ந்தோம். மணி அதற்கே ஏழைத் தாண்டியிருந்தது. இரண்டு மணிநேரத்திற்கும் மேல் தூங்கியிருந்தும் கூட உடல்முழுக்க ஒரு பெரும் அலுப்பு இருந்தது. மெல்ல பேருந்து நகர, நால்வருமே உறங்கிப்போனோம். இடையிடையே முழித்துப்பார்த்தபோது ஒரே இருட்டாக இருக்க, கண்கள் தானாகவே மீண்டும் மூடிக்கொண்டன. பெல்காமில் இறங்கியபோது மணி பதினொன்று.

ஹலகா கேம்ப் செல்ல அந்நேரத்திற்கு பேருந்து கிடையாது என்பது தெரிந்ததுமே நால்வரின் முகமும் வெளிறிப்போனது. நான் ராஜேந்திரனிடம், “பரவால்ல வா, காசு இருக்கு பார்த்துக்கலாம்ன்னு நீதான சொன்ன? நீ எங்கேயுமே காசைக் கொடுத்த மாதிரியே தெரியலையேடா...” என்று நக்கலாக, ஆனால் உண்மையான கோபத்தோடு கேட்க, “ஆட்டோலேயே போகலாம்... காசு இருக்கு”

என்று அவன் சொன்னபோது, அவனைத் தூக்கிப்போட்டு மிதிக்கவேண்டும் போல இருந்தது.

ஆட்டோக்காரனிடம் பேரம் பேசி 200 ரூபாய் தருவதாகக் கூறி ஒருவழியாய் சம்மதிக்க வைத்து கேம்ப் அடைந்தபோது 11:30 ஆகியிருந்தது. இத்தனை நேரம் தூங்கியும் அத்தனை அலுப்பாக இருந்தது. கோவா பற்றிய எந்தவொரு நினைப்பும் இல்லாது உறங்கிப்போனேன். கனவு முழுக்க எங்கேயோ நோக்கமில்லாமல் நடந்து செல்ல, இடையிடையே ஆங்காங்கே கடற்கரை ஒன்று தென்பட, அங்கே ஒரு பழுதடைந்த படகு நிற்க, அதைக் கயிறால் நாங்கள் நால்வரும் இழுப்பது போலான ஒரு கனவு ஒன்று இடையில் எட்டிப்பார்க்க, திடீரென ஒரு பெரும் அலை

ஒன்று என்னை மூழ்கடிக்க திடுக்கிட்டு எழுந்தேன். மெல்ல அலை உள்வாங்கிச் செல்லச் செல்ல கோவா என்கிற அந்த நகரத்தின் அத்தனை கனவுகளும் என்னை விட்டு அகல ஆரம்பித்தன.

29

*க*ங்கை மிகப்பெரியது என்பதை அறிய நான் 29 வருடங்கள் என் வாழ்வில் செலவழிக்க வேண்டியிருந்தது. பீகாரில், உத்திரப்பிரதேசத்தில் என நான் எங்கு சென்றாலும் கங்கை என்னைப் பின்தொடர்ந்தது. நதிப்புறங்களை கடக்கும்போதெல்லாம் வீசும் குளிர்காற்று கங்கையின் வாசமாக இருந்தது. எங்கே நதி கண்டாலும் அது கங்கையின் வாசமாக மாறி நிற்கும் மனநிலையும் கூட அதனால் வாய்த்தது. உண்மையில் கங்கை ஒற்றை நதியல்ல. அது ஒற்றைப் பெயரல்ல. அதனாலேயே கங்கையின் பிரம்மாண்டம் என்னை வெகுநீண்ட யோசனையில் தள்ளும் மாயசக்தி கொண்டதாக இருந்தது.

சொந்தமாக கார் ஓட்ட கற்றுக்கொண்டு, என் நிறுவனத்தின் சார்பில் ஒரு வாகனமும் வழங்கப்பட்டு, உத்திரப்பிரதேசத்தின் ஒவ்வொரு இடுக்கும் செல்லும் வாய்ப்பு அமைந்த காலகட்டத்தில் ஒரு நிரந்தரப் புன்னகை உதடுகளில் ஒட்டிக்கொண்டே

இருந்தது. பேருந்துக்காக நிற்க வேண்டியதில்லை. தத்கால் டிக்கட் கன்பார்ம் ஆகுமா என்று காத்திருக்க வேண்டியதில்லை. ஷேர் ஆட்டோக்களின் அந்த நிரந்தர நெரிசலில் சிக்கி அவஸ்தைப்படவேண்டியதில்லை. சாலையே இல்லாத சாலைகளில் பேருந்திலோ அல்லது ஆட்டோவிலோ பயணிக்கையில் கைக்குட்டை தேவைப்படுவதில்லை. எழும் தூசிகளில் உடல் நனைந்து, முடி கலைந்து, ஆடை அழுக்காகி அலையவேண்டியதில்லை. நடந்து சென்று ஒரு கஸ்டமரை சந்திப்பதற்கும், காரில் இருந்து இறங்கி ஹாய் சொல்வதற்குமான அந்த வேறுபாட்டை இந்தியனாக இருந்தால் மட்டுமே உணர இயலும்.

உத்திரப்பிரதேசத்தில் ஃபத்தேபூரில் இருந்து மத்யபிரதேசத்தின் சித்ரகூட் செல்ல அன்று முடிவாகியது. உத்திரப்பிரதேசத்தில் மற்றொரு அழுக்கான நகரம்தான் ஃபத்தேபூர். காலையில் எட்டரை மணிக்குள் அந்த ஊரின் மத்தியிலிருந்து வெளியேறிவிட்டால் அன்றைய நாள் அற்புதமாக இருக்கும். இல்லையெனில் க்ளட்ச் மிதித்த கால்கள் கதற ஆரம்பிக்கத் தொடங்கிவிடும். முதல் கியருக்கு வாய் இருந்தால் அழுதுவிடும். அன்று நான் எட்டு மணிக்கெல்லாம் வண்டியைக் கிளப்பி நகரைக் கடக்கத் தொடங்கினேன். எதிரில் இருந்த ஊர் பெயர்ப் பலகையில் கொட்டை எழுத்தில் "சித்ரகூட் 120 கிமீ" என்று எழுதியிருக்க, அந்தப் பாதையில் சீரான வேகத்தில் வண்டி ஓட ஆரம்பித்தது.

பப்ரு வழியாக சித்ரகூட் செல்வது எளிதான வழி என அறிவுறுத்தப்பட்டதால், அதையே பின்பற்றினேன். அடுத்த 40 கிலோமீட்டர்கள் எந்தவித இடையூறுமின்றி நகர்ந்தது. சாலை என்னவோ ஒற்றைவழிச் சாலை போலதான் இருந்தது. ஆனால் அங்கே சாலை என்று ஒன்றாவது இருந்தது. அதுவும் தார்ச்சாலை. செங்கல்லால் அடுக்கி வைக்கப்பட்ட சாலை அல்ல. பப்ரு மூன்று கிலோமீட்டர்கள் என்று பலகை இருந்த இடத்தில இருந்து கரடுமுரடான சாலை தொடங்கியது. அதுவரை அறுபதுகளில் வந்துகொண்டிருந்த வண்டி, இப்போது இருபது கூட தாண்ட இயலாமல் முக்கியது. இன்னும் சற்று

முன்னோக்கிச் செல்ல, வெறும் செம்மண் சாலை மட்டுமே தென்பட, அதுவும் கடும் மேடுபள்ளமாக இருக்க, நான் மெல்ல நெற்றியைச் சுருக்கி "இது சரியான வழிதானா?" என்று யோசிக்கத் தொடங்கிய நொடி, எதிரே பெரிய பெரிய கான்கிரீட் தூண்களோடு ஒரு பாலம் தோன்றியது.

பாலம் செல்லும் வழியின் மீது நான்கைந்து சிமெண்ட் மூட்டைகளில் மணல் நிரப்பி அடுக்கிவைக்கப் பட்டு, பாதை மறிக்கப்பட்டிருந்தது. சற்றே எட்டிப்பார்த்ததில், பாலத்தின் மீதேறும் சாலையில் ஆட்கள் வேலை செய்துகொண்டிருந்தார்கள். அதாவது பாலம் தயாராக இருந்தது. ஆனால் அந்தப் பாலத்தின் மீதேறும் பாதை முழுமையடையவில்லை. வேறு வழியே இல்லாமல் அதே செம்மண் சாலையில் இன்னும் கொஞ்சம் கீழிறங்கினேன். எனக்கு முன்னர் ஒரு கார் செல்ல, நம்பிக்கையோடு அதே சாலையில் நான் நகர்கையில்தான் கங்கை எதிர்ப்பட்டது.

அந்த மே மாதத்தில் கங்கை முக்கால்வாசி வற்றியிருந்தது. நன்றாக மழை பெய்த வருடம் அது. இத்தனை விரைவாக கங்கையும் வற்றிவிடும் என்பது ஆச்சர்யம்தான். பாவம் கங்கையும் பெண்தானே! வற்றுவது இயல்புதான். என் முன்னால் சென்ற கார் சற்றே தாமதிக்க, எட்டிப் பார்த்ததில் அந்த பிரம்மாண்ட கான்கிரீட் தூண்களுக்குக் கீழே இன்னொரு பாலம் இருந்தது. வெள்ளப்பிரகடன காலத்தில், ராணுவம் வந்து அமைக்கும் தற்காலிகப் பாலம் அது.

ஒரு 5000 லிட்டர் கொள்ளளவு உள்ள இரும்பால் ஆன பெரிய தண்ணீர் அடைக்கும் உருளை ஒன்றைக் கற்பனை செய்துகொள்ளுங்கள். ஒரு நானூறு மீட்டர் நீளத்திற்கு முப்பது மீட்டர் இடைவெளியில் அந்த உருளைகள் வரிசையாக அடுக்கி, அதன்மீது மரக்கட்டைகள் வரிசையாக அடுக்கி, அதை எல்லாம் இடைவெளி இன்றி ஒன்றாக அடுக்கி வைத்தால் அதுதான் இந்தத் தற்காலிகப் பாலம். அது ஒரு நேரத்தில் ஒரு கார் செல்லும் அகலத்தில் இருந்தது. அந்த காரின் சக்கரங்களின் அகலத்திற்கேற்ப இரண்டு பக்கமும்

தகரங்கள் பதிக்கப்பட்டிருந்தன. என் முன்னால் சென்ற கார் அந்த மரப்பாலத்தில் ஏற ஆரம்பிக்க, நானும் அதைப் பின்தொடர ஆரம்பித்தேன்.

அந்தப் பாலத்தின் உள்ளே காரின் முன்சக்கரங்கள் இரண்டும் இறங்கும்போதே ஒரு மெல்லிய ஆட்டம் கொண்டது கார். ஸ்டியரிங் என் கைகளில் இருந்தாலும் கூட ஒருபக்கமாக கார் இழுப்பதை என்னால் உணரமுடிந்தது. அந்த நொடியில் என் கால்கள் கிளட்சையும் பிரேக்கையும் இறுக்கமாக அழுத்திக்கொண்டன. மெல்ல சூழ்நிலையின் நிதானத்தை அனுசரித்து முதல் கியரில் பயணிக்க ஆரம்பித்தேன். சக்கரம் செல்ல வசதியாக அமைக்கப்பட்ட தகரங்கள் ஆங்காங்கே பிளந்திருப்பதைக் கண்டதும் இன்னும் சற்று பயம் அதிகரித்தது. வெகுநிதானமாக காரை நகர்த்தினேன். அடுத்த இருபதாவது மீட்டரிலேயே அடுத்த உருளையை கார் கடக்க, மீண்டும் உள்ளிறங்கி எழுந்தது கார்.

இந்தமுறை சடாரென பயம் உச்சிவரை கவ்வ, இதயத்துடிப்பு அதிகமாகி, கிளட்ச்சை மிதித்திருந்த கால்கள் மெல்ல நடுங்க ஆரம்பித்தன. முதல் கியரில் எப்போதுமே கால்கள் க்ளட்ச்சின் மீது பதிந்திருக்கும் என்பதால் கால்களின் நடுக்கம் க்ளட்ச்சின் அழுத்தத்தைப் பாதித்தது. இன்னும் குறைந்தது முன்னூறு மீட்டர்கள் பாக்கியிருந்தன. ஒவ்வொரு உருளை கடக்கும்போதும் நெஞ்சுக்குள் ஒரு உருண்டை உருண்டது. முன்னால் சென்ற காரும் தயங்கித் தயங்கிச் செல்வதாய்த் தோன்ற, இங்கேயே அபப்டியே காரை நிறுத்திவிட்டு நடந்து போய்விடலாம் என்றும் தோன்றியது. ஆனால் அது சாத்தியமில்லை என்பது உரைத்ததுமே, மறுபடி காரின் மீது முழு கவனத்தைத் திருப்பினேன்.

கிட்டத்தட்ட பாலத்தின் மையத்தில் இருந்தபொழுது இரண்டு கால்களும் ஒத்துழைக்க மறுத்தன. இதற்குமேல் எங்களை கெஞ்சாதே என்பதுபோல அவை வேலைநிறுத்தம் செய்துவிட, உறைந்த அந்த கால்களுடனே கார் நகர்ந்துகொண்டிருந்தது. பாலத்தின் மீது கார் ஏற ஆரம்பித்த நொடியில் நான்

அவ்வப்போது கண்களை அந்தப் பக்கமும் இந்தப் பக்கமும் நகற்றி கங்கையையும், அந்தப் பாலத்தின் அகலங்களையும் சோதித்துக்கொண்டிருந்தேன். இப்போது கண்கள் ஒரே நேர்கோட்டில் பதிந்திருக்க, எனது கவனம் முழுக்க இன்னும் கடக்க வேண்டிய தூரத்தின் மீதே நிலைத்திருந்தது.

நிலமோ, நீரோ, காற்றோ, நெருப்போ எதுவாகினும் சரி அதை எத்தனைக்கு எத்தனை ரசிக்கிறோமோ அல்லது ஆராதிக்கிறோமோ அத்தனைக்கு அத்தனை அவைகள் தரும் ஆபத்தையும் உணரவைத்துக்கொண்டேதான் இருக்கின்றன. இதோ இந்த நொடியில் இறுக்கமாக பிடித்த ஸ்டியரிங்கும், அழுத்தமாக க்ளட்ச்சில் பதிந்திருக்கும் காலும், இமைக்காமல் நேராக நோக்கிக்கொண்டிருக்கும் கண்களும் இதேபோல ஒருமுறை ஒத்திசைவில் இருந்திருக்கின்றன.

பாட்னாவிற்கு அருகில் இருக்கும் பக்தியார்பூர் நகரத்திற்கு முன்பே சண்டிலா என்றொரு இடம் இருக்கிறது. அங்கேதான் ராம்ஜி கன்ஸ்ட்ரக்ஷன் நிறுவனத்தாரின் கேம்ப் இருக்கிறது. 40 கிமீ வேலை அங்கே இருந்தது. அத்தனை பெரிய வசதியான கேம்ப் இல்லை அது. கிட்டத்தட்ட நூற்றுக்கும் மேற்பட்ட தொழிலாளிகள் அங்கே தங்கியிருந்தாலும் கூட வசதி குறைவான கேம்ப்தான் அது. ஆஸ்பெஸ்டாங்ஸ் வேயப்பட்ட கூரைகள் கொண்ட அறைகள் அவர்களுக்குத் தரப்பட்டிருந்தது. அதுவும் தகரக்கூரைகள் என்பதால் வெயிலானாலும், குளிரானாலும் சற்றே அதிகம்தான் இருக்கும்.

அந்த மழைக்காலத்தில் சோம்பலான மதிய வேளையில் உணவு உண்டுவிட்டு ஆப்பரேட்டரின் அறைக்குச் சென்று சற்று சாயலாம் என மெஸ்ஸில் இருந்து நடந்து நான் சென்றுகொண்டிருக்கையில், தூரத்தில் இருந்து ஒரு பெரும் காற்று சுழன்று வருவதைக் கவனித்தேன். எங்கள் ஊரின் மேல்நிலைப்பள்ளி மைதானத்தில் கிரிக்கெட் ஆடுகையில் அவ்வப்போது இதுபோன்ற சுழல் காற்று எழுந்து, அருகிலிருக்கும் குப்பைகளை எல்லாம் ஒன்றாய்த் திரட்டி, சற்றுநேரம் வேடிக்கை காட்டிவிட்டு தூரத்தில் சென்று மறையும். இப்படியாகத்தான்

முதல் பார்வையில் அது தெரிந்தது இப்போது.

ஆனால், சில நொடிகளிலேயே அந்தச் சுழல் பெரிதாகத் தொடங்க, திடீரென வானமும் இருளத்தொடங்க, மழைக்கு பயந்து நான் வேகமாக அறையை நோக்கி நகரத்தொடங்கினேன். அந்தக் காற்று தூரத்தில் கீழே கிடந்த தகரம் ஒன்றைக் காற்றில் எழுப்பி, பறக்க வைப்பதைப் பார்த்துக்கொண்டே நகருகையில், நான் நடந்த இடத்திற்குச் சில அடிகள் தூரத்தில் அந்தத் தகரம் வந்து பெரும் சத்தத்தோடு விழுந்தது. நான் வேகமாக ஓட ஆரம்பித்தேன்.

ஆப்பரேட்டரின் அறைக்குள் நான்கு பேர் ஏற்கனவே அமர்ந்திருந்தார்கள்.

"சரியான காத்து... அடி வெளுக்குது வெளியில..." என்று மிக பயங்கர ஆச்சரியத்தோடு நான் கூறிக்கொண்டிருந்தபோதே தடதடவென மழை பொழிய ஆரம்பித்தது. அந்தத் தகரக்கூரைகள் மேல் இத்தனை வேகமாக மழை பொழிகையில் கேட்கும் அந்தச் சத்தம் போர்முரசு போல ஒலித்தது. அந்த அறை இருந்த திசைநோக்கி காற்று வீச, மழைத்துளிகள் அறைக்குள் மெல்ல எட்டிப்பார்க்க, கதவை ஓடிச்சென்று மூடினான் ஆப்பரேட்டர். அறையில் மூன்று மரக்கட்டில்கள் ஒழுங்கின்றிப் போடப்பட்டிருந்தன. துணிகள் போட்டுவைக்க ஒரு கயிறு சுவரின் ஓரத்தில் கட்டியிருந்தது. அதில் துணிகள் நிரம்பியிருந்தன. நான் சாவகாசமாய்ச் சென்று கட்டிலில் அமர்ந்தபொழுதில், அங்கே மங்கிய வெளிச்சத்தில் எரிந்து கொண்டிருந்த ஒரே ஒரு பல்பும் அணைந்தது. மிக மெல்லிய இருட்டு அங்கே பரவத் தொடங்கியிருந்தது.

கூரையில் அதிரடியாக மழை பெய்யும் சத்தம், கண்கள் பழகியிருந்தாலும் கூட மனிதன் விரும்பாத இருட்டு என அந்தச் சூழல் ஒரு திகில் படத்தின் சாயலை உருவாக்க ஆரம்பித்திருந்தது. திடீரென ஒரு பெரிய இடி விழும் சத்தம் கேட்க, ஐவரும் ஒரு நொடி திடுக்கிட்டோம். இப்போது ஏதோ ரம்பம் அறுப்பதைப்போல ஒரு சத்தம் வெளியிலிருந்து கேட்கத் தொடங்க, எங்கள் எல்லோர் காதுகளும் அதில்

கவனமாயின. எங்கள் அறைக்கு எதிரிலிருக்கும் அறையின் மேற்கூரை மெல்ல மெல்ல காற்றின் வேகம் தாங்காது தனது வலுவை இழக்கும் சத்தம் அது என்பதை நாங்களே கற்பனை செய்து கொண்டோம்.

"ரட்ட்ட... டர்ர்ர்... ரட்டடட்டட்ட.... ரடாம்" என்று பெரும் சத்தத்தோடு அந்தத் தகரக்கூரை தனியாகப் பிய்ந்து பறந்து போவதை எங்களால் முழுமையாக உணரமுடிந்தது. உலகின் ஆதி பயம் எங்களை உடனே சூழ்ந்துகொண்டது. ஐவரும் ஒருவரை ஒருவர் அமைதியாகப் பார்த்துக்கொண்டோம். எங்கள் அறையின் கூரை தாங்குமா தாங்காதா என்பதை நாங்கள் அறியோம். ஒருவேளை அப்படி ஏதேனும் நிகழ்ந்தால் உடனே கட்டிலுக்கு அடியில் புகுந்துகொள்ளலாம் என்பது எனது முதல் யோசனையாக உள்ளே உதித்தது. மற்றவர்களிடம் அதைப் பகிர்ந்துகொள்ளலாம் என்றால், மழை பெய்யும் அந்தச் சத்தத்தில் அத்தனை கத்தி சொல்லக்கூடிய மனநிலையில் நான் இல்லை. செய்துதான் காண்பிக்க வேண்டும்.

ஒருவேளை இந்த நொடி இறந்துபோய்விட்டால் என்னாவது? எங்கேயோ பீகாரில் இருக்கும் ஒரு கிராமத்தில் இருக்கிறோம். இங்கே நாம் இறந்தாலும், உடலை அடையாளம் கண்டு, வீட்டிற்குத் தகவல் சொல்லி அவர்கள் இங்கே வந்து என் உடலை எடுத்துக்கொண்டு போய்... அட என்ன இது? இத்தனை எதிர்மறையாக யோசிக்கிறோம்? மழை ஒரு கட்டத்தில் நின்றுதான் ஆகவேண்டும். கூரை பறந்தால் மழைதான் உள்ளே கொட்டும்? வேறொன்றும் பெரிதாய் ஆகிவிடுமா என்ன? ஆனால் காற்று என்ன செய்யும் என்று தெரியவில்லையே! இந்த இடி வேறு அவ்வப்போது இடித்து பயமுறுத்துகிறது. ஒரு பெரிய இடி எங்கள் அறைக்குள் விழுந்துவிட்டால் என்னாகும்?

இப்படியாக ஒன்றைத் தாண்டிய மற்றொரு யோசனை மாறி மாறி உள்ளே ஓடிக்கொண்டிருக்க, தோராயமாக இருபது நிமிடங்களில் மழையின் சத்தம் மெல்ல ஓய்ந்தது. கொஞ்சம் கொஞ்சமாய் அந்தத் தீவிரம் குறைவதை எங்கள் காதுகளில் உணர்ந்தோம். ஒவ்வொருவரிடம் இருந்தும் பெரும் ஆசுவாசப்

பெருமூச்சு ஒன்று எழுந்தது. ஆப்பரேட்டர் மிக தைரியமாக முன்னாள் வந்து அறையின் கதவைத் திறந்தான். மொத்த வெளிப்புறமும் மஞ்சள் நிறத்தில் இருந்தது. அத்தனை மஞ்சளாக நான் மழையையும், வானத்தையும் உணர்ந்ததேயில்லை. தூறல் மெல்ல மெல்ல வலுவிழந்து, சத்தங்கள் எல்லாம் மொத்தமாக நின்று, ஒரு சீரான ஓசை கேட்கத் தொடங்கியிருந்தது.

வெளியில் வந்து நிமிர்ந்தால் எதிரில் இருந்த அறையின் கூரைகளில் பாதிக்கும் மேல் காணாமல் போயிருந்தது. ஏற்கனவே திறந்திருந்த அந்தக் கதவின் வழியாக உள்ளே இருந்த கட்டில்கள் மழையில் நனைந்திருந்ததைக் கவனிக்க முடிந்தது. இதற்குமேல் ஒரு நிமிடம் கூட அங்கே இருக்க இயலாது என்பதை மனம் உணர்ந்ததும், அந்தத் தூறலில் நனைந்துகொண்டே மெல்ல மெயின் ரோட்டுக்கு வந்து பாட்னா பேருந்தில் ஏறிச் செல்லும்போதும் கூட அந்த நடுக்கம் நிற்கவேயில்லை.

அப்படியான ஒரு சூழல்தான் நான் இந்த கார் பயணத்திலும் சந்தித்திருக்கிறேன். இத்தனை நடுக்கம், இத்தனை உயிர்பயம் எல்லாம் எனக்குள் ஒளிந்திருக்கிறது என்பதை அறிவதற்காகவே இந்தச் சம்பவங்கள் நிகழ்கிறதோ என்றும் கூட தோன்றியது. ஆனால் இந்த பாட்னா நிகழ்வு உள்ளே தோன்றியதுமே இன்னும் பதட்டம் அதிகமாகி, கால்களின் நடுக்கம் பல மடங்காகியது. மூன்றோ அல்லது நான்கோ நிமிடங்களில் அந்த 500 மீட்டர் தூரத்தைக் கடந்திருப்பேன். ஆனால் மொத்த உடல் பாகங்களும் செயலிழந்து போய் நின்றதில் அது மூன்று மணி நேரமாகத் தோன்றியது. இயற்கை மீதான பயம் எப்போதுமே உள்ளுக்குள் இருக்க, இந்தச் செயற்கைப் பாலம் அதைவிட அதிகமாகவே பயமுறுத்தியதை இங்கே சொல்லித்தான் ஆகவேண்டும்.

30

தூரத்தில் மெதுவாய் மெதுமெதுவாய் அசைந்தாடி வந்து கொண்டிருந்த படகை இல்லை தோணியை இல்லை வள்ளத்தை கண்கள் நிறைய ஆவலோடு, போட்டிருந்த ஜெர்கினுக்கு மதிப்பளிக்காத குளிரில் நடுங்கிக்கொண்டே கங்கையின் ஏதோ ஒரு கிளை நதியின் கரையில் நின்று கொண்டிருந்தேன்.

கண்ணுக்கெட்டிய தூரத்திலிருந்து என் கைகளுக்கு எட்டிய தூரம் வந்தடைய அந்தப் படகுக்கு பதினேழு நிமிடங்கள் பிடித்தன. இரண்டு ஆடுகள், ஒரு மோட்டார் சைக்கிள், நான்கு மிதிவண்டிகள், குறைந்தது முன்னூறு கிலோ சுமை இவைகளோடு பதினெட்டு பயணிகளை ஏற்றிக்கொண்டு வந்த அந்தப் படகு, ஒரு பிரம்மாண்ட சரக்குக் கப்பல் அதற்குள் இருக்கும் எல்லா சுமையையும் பொறுமையாக இறக்குவதைப்போல் தன் பயணிகளையும் அவர்களின் சுமைகளையும் இறக்கியது.

அன்றைய நாள் இப்படித்தான் இருக்கும் என்று அதற்கு முந்தைய நாள் திட்டமிட்டபோது எனக்குத் தோன்றவேயில்லை. ராணிகஞ்சில் இருந்து பீர்பூர் வழியாக சுபோல் போகவேண்டிய கட்டாயம் எனக்கு இருந்தது. உண்மையில் ராணிகஞ்சில் இருந்து சுபோல் போகவேண்டுமானால், இங்கிருந்து குறைந்தது சாலைவழியே ஏழு மணி நேரம் ஆகும். இதைச் சொல்லி ஆப்பரேட்டரிடம் புலம்பிக்கொண்டிருக்க, அவன் சொன்ன வழிதான், "இங்கிருந்து நேரா சிம்ப்ளெக்ஸ் கம்பெனி போடுற ரோட் வழியா உள்ள நுழைஞ்சி, அப்படியே அங்க நடக்குற ரயில்வே ப்ராஜக்ட் வழியா போனா அங்க கங்கை நதி வரும். அங்கிருந்து ஒரு போட் பிடிச்சி அரைமணி நேரத்துல க்ராஸ் பண்ணுனா பீர்பூர் வந்துரும் சார்..." என்றிருந்தான். மொத்தப் பயணமே ஒன்றரை மணி நேரத்திற்குள்தான் இருந்தது. உடல் வலி, செலவு எல்லாம் யோசித்த நான் இவன் சொன்ன வழியையே எடுத்துக்கொள்ள எத்தனித்தேன்.

கண்முன் இருந்த இரண்டு பிரச்சினைகளில் முதன்மையானது அது டிசம்பர் மாதம் என்பதுதான். அந்த பீகார் குளிர் நம்மை உறையவைப்பது. காலை ஒன்பது மணிக்குள் சுபோலை அடைய வேண்டுமென்றால் குறைந்தது ஏழு மணிக்காவது கிளம்ப வேண்டும். ஏழு மணிக்கு இங்கே ஒன்றோ அல்லது இரண்டு டிகிரியோ அளவில் குளிர் இருக்கும். அதைக்கூட சமாளிக்கலாம். ஆனால் அடுத்த பிரச்சினை அவன் சொன்ன வழியில் செல்வதென்றால் பைக் மட்டுமே ஒரே வழி. இந்த குளிரில் பைக்கில் செல்வது தற்கொலை முயற்சிதான். அதுபோகக் கையில் குறைந்தது பத்து கிலோ எடையுள்ள பயணப்பையும், தோளில் தொங்கும் லேப்டாப் பேக்கும் சுமந்துகொண்டு செல்லவேண்டும். ஆனால் வேறு வழியே இல்லை. மஃப்ளரைக் கட்டிக்கொண்டு, ஜெர்கினை இறுக்கிக்கொண்டு போய்விடலாம் என முடிவெடுத்ததும், மேலாளரான மன்ப்ரீத் சிங்கிடம் சென்று பைக்கில் என்னை அழைத்துச்சென்று விட கோரினேன். அவர் உடனே அதற்குச் சம்மதித்தார்.

காலை ஏழே காலுக்குக் கிளம்பிவிட்டோம் நானும் அந்த மெக்கானிக் கோபேஷ் சிங்கும். அந்தப் பெரிய பயணப்பையை ஒருவாறு சுருக்கி மடியில் வைத்துக்கொண்டேன். போருக்குச் செல்லும் ரோமானிய வீரனை விட அதிக தடிமனான உடைகள் அணிந்துகொண்டு கிளம்பினோம். சிம்ப்ளெக்ஸ் நிறுவன சாலையைக் கடக்கும் வரை நல்ல சாலை என்பதால் நிதானமாகச் சென்றோம். பயணம் இனிதாகவே இருந்தது. ஆனால் அந்த ரயில்வே வேலை நடக்கும் இடத்தில்தான் முழுக்க செம்மண் சாலை. ஆடி அசைந்து செல்லும் பைக்கும், மண் சாலையில் முன்னால் செல்லும் வாகனங்களால் எழும் தூசியும், அந்தச் சுற்றுப்புறம் திறந்து கிடைப்பதால் நிறைந்திருக்கும் குளிரும் சேர்ந்து மெல்ல மிரட்டத்தொடங்கின. ஆனால் ரயில்வே இடத்தைக் கடந்ததும் நதி வந்துவிடும் என்று நம்பியதால் அதை நான் பொருட்படுத்தவில்லை. அங்குதான் விதி என்னை நோக்கி சத்தமாக சிரிக்கத் தொடங்கியிருந்தது.

ஆபரேட்டர் குறிப்பிட்ட இடத்தில் நதியே இல்லை. ஆனால் நதி அங்கே ஓடியதற்கான தடங்கள் மட்டும் பாக்கி இருந்தன. அந்த சிலீரென்ற குளிரிலும் அங்கே முளைத்திருந்த ஒரு தேநீர்க் கடைக்கு சென்று, “இங்க இருந்த கங்கை எங்க?” என்று விசாரிக்க, “அது நாலு மாசம் முன்னாடி பாதையை மாத்திக்கிச்சி... இங்கருந்து நாலு கிலோமீட்டர் போனா, சராஸ்பூர் ஸீரோ மைல் வரும்... அங்கிருந்து ரைட்ல போங்க... அங்க இருக்கு கங்கை” என்றார் கடைக்காரர்.

நம்மூரில் ஏதேனும் ஊருக்குள் நுழையும் முன் “இந்த ஊர் உங்களை வரவேற்கிறது” எனப் பெரிய பலகை ஒன்று இருக்குமல்லவா? அதுதான் அந்த ஊரின் எல்லை ஆரம்பமாகும் இடம். அப்படி பீகாரில் ஒரு ஊரின் எல்லை ஆரம்பிக்கும் இடமே ஸீரோ மைல். மீண்டும் பைக்கில் ஏறி சராஸ்பூர் ஸீரோ மைலை அடைந்து அங்கிருந்து வலதுபக்கம் திரும்பி நகர்ந்த சற்று நேரத்தில் பிரம்மாண்டமான கங்கை எதிர்கொண்டது.

கண்ணுக்கெட்டிய தூரம் வரை கங்கை மட்டுமே தென்பட்டது. ஒரு கடற்கரையின் மணற்பரப்பை விட மென்மையாக இருந்தது

அந்த இடத்தில் கால்கள் மெல்ல புதைய நடக்கும்போது. நதியின் கரையில் நான் இறங்கிய இடத்தில் ஒரு சிறிய ஓலைப்பந்தல் இருந்தது. அதில் இருவர் அமர்ந்து கட்டைகளை எரித்து, தங்கள் கைகளை நீட்டிக் குளிர்காய்ந்து கொண்டிருக்க, நதி தொடங்கும் இடத்தில்தான் அந்தப் படகு ஆடி அசைந்து வந்து நின்று, அதிலிருந்து அனைவரும் இறங்கிப்போனார்கள். இறுதியாகப் படகில் இருந்து இறங்கிய அதன் ஓட்டுனர்கள் அங்கே குளிர்காய்ந்து கொண்டிருந்த இருவரை நோக்கி ஏதோ கூறிவிட்டு எதிர்திசையில் நடந்து காணாமல் போனார்கள்.

"சார் எப்படியும் பத்து நிமிஷத்துல படகு கிளம்பிரும். நீங்க இங்கயே நில்லுங்க. நான் கிளம்பவா?" என்றவனை சரி என்று கூறி அனுப்பிவிட்டு, கையிலிருந்த பயணப் பையை அந்த மணலில் வைத்துவிட்டு குளிர்காய்பவர்களை வேடிக்கை பார்க்க ஆரம்பித்தேன். ஆனால் வேடிக்கை எல்லாம் நீண்ட நேரம் நீடிக்கவில்லை. காரணம் அந்நேரம்வரை பைக்கில் வந்தபொழுது இருந்த குளிர் கீழே இறங்கியபோது உணரவில்லை. ஆனால் நதியின் கரையில் நிற்கையில் அந்த நதியின் மீதேறி வரும் குளிர்காற்றும் ஒன்றுசேர்ந்து கொண்டு, ஜெர்கினைத் துளைத்து உள்ளே ஊடுருவி குளிரை பலமடங்கு அதிகரிக்கத் தொடங்கியிருந்தது. நான் பயணப் பையைத் தூக்கிக்கொண்டு வேகமாகச் சென்று, குளிர்காய்ந்து கொண்டிருந்த இருவரோடு இணைந்துகொண்டேன்.

பத்து நிமிடம்தானே என்று யோசித்துக்கொண்டிருந்த எனக்கு அது அரைமணி நேரமாக எப்போது மாறியது என்றே தெரியவில்லை. படகு அனாதையாய் நின்றுகொண்டிருந்தது. குளிர்காயத் தொடங்கி நெடுநேரம் ஆகியிருந்தும் கூட ஒரு வார்த்தை கூட நான் அவர்களிடம் பேசவில்லை. அவர்களும் பேசிக்கொள்ளவில்லை. அந்த அமைதியை உடைக்குமாறு, "எப்போ படகு கிளம்பும்?" என்று பொதுவாகக் கேட்டேன். கையை முழுதும் மறைத்திருந்த ஸ்வட்டரை விளக்கி, கடிகாரம் பார்த்து, "நேரம் ஆச்சிப் போல.. கிளம்பலாமா?" என்றார் எதிரில் இருந்தவனைப் பார்த்து.

“அடப்பாவிகளா! நீங்கதான் படகு ஓனரா?” என்று நான் யோசிப்பதற்குள்ளேயே அவர்கள் இருவரும் எழுந்து படகு நோக்கி நடக்கத் தொடங்கினர். நான் இரண்டு பைகளையும் எடுத்துக்கொண்டு அவர்களைப் பின்தொடர்ந்தேன். நீங்கள் நம்பினால் நம்புங்கள். அதுவரை அங்கே அந்த இருவரையும் சேர்த்து மூன்றே பேர்தான் இருந்தோம். அவர்கள் எப்போது படகினுள் ஏறினார்களோ அந்த நொடியில் எங்கிருந்துதான் ஆட்கள் வந்தார்கள் என்பதே தெரியவில்லை. ஒரு பதினைந்து பேர் படகுக்கு அருகில் நின்றார்கள். அதில் இருவர் புல்லட்டில் வந்து இறங்கினார்கள். இரண்டு பேர் சைக்கிள் வைத்திருந்தார்கள்.

அடுத்த இரண்டு நிமிடத்தில் படகு நிறைந்து இருந்தது. முதலிலேயே படகில் ஏறியதால் நான் வசதியாக நடுவில் இருந்த கட்டையில் அமர்ந்துகொண்டேன். பயணப்பையைக் காலடியில் வைத்துவிட்டு, லேப்டாப் இருந்த பையை மடியில் வைத்து அணைத்துக்கொண்டேன். கிட்டத்தட்ட 17 பேர் இருந்தோம் படகில். அதுபோக ஓர் ஓரத்தில் அந்த புல்லட் அமர்ந்திருந்தது. அதன் அருகில் இரண்டு சைக்கிள்கள் சாய்ந்திருந்தன. ஆடு மாடுகள் ஏற்றாமல் இருந்தது ஆறுதல்தான்.

படகின் இரண்டு எதிரெதிர் முனைகளிலும் அந்தக் குளிர்காய்ந்த இருவரும் நிற்க, அவரகள் கைகளில் நீண்ட மூங்கில் கழி இருந்தது. அதைத் தண்ணீரில் உட்செலுத்தி ஒரு தள்ளு தள்ள படகு மெல்ல நகர ஆரம்பித்தது. கங்கை அந்தப் படகு செல்ல பாதை விரித்துக்கொடுக்க ஆரம்பித்தது. படகு நகர நகர குளிரும் அதிகரிக்க ஆரம்பித்தது. நான் எதிரில் அமர்ந்திருந்த பெண்களை வேடிக்கை பார்த்துக்கொண்டே கண்களை அங்குமிங்குமாய் நகர்த்தினேன்.

கிட்டத்தட்ட இருபது நிமிடத்திற்குப் பிறகு எதிரில் ஒரு கரை தென்பட்டது. ஆனால் அங்கே சாலையோ அல்லது வீடுகளோ தென்படவில்லை. வெகு தூரம் வரை பரந்த மணல்வெளியே இருந்தது. எனக்கு சற்றுநேரம் ஒன்றுமே புரியவில்லை. கதைப்படி அங்கே பீர்பூர் இருக்கவேண்டும். நான் அங்கிருந்து சுபோல்

செல்ல வேண்டும். இந்த மணல்வெளி என்னை பயமுறுத்தியது.

"அவ்ளோதானா?" என்று நான் அருகில் இருந்த புல்லட் ஆசாமியிடம் கேட்க, "இங்க கங்கை வத்திருச்சி... ஒரு கிலோமீட்டர் நடந்தா இன்னொருக்கா கங்கை க்ராஸ் ஆகும். அங்க இன்னொரு படகு நிக்கும். அதுல ஏறி ஒரு கிமீ போனா பீர்பூர் வந்திரும்..." என்று சொல்லிக்கொண்டே அவர் இறங்க ஆயித்தமானார். இதை சற்றும் எதிர்பார்க்காத, படகில் முதலில் ஏறி அமர்ந்த நான், எல்லோரும் இறங்கிய பிறகு கவனமாக இறங்கினேன்.

மீண்டும் கையில் பெரிய பயணப்பை. தோளில் லேப்டாப் பை. ஒரு கிமீ பெரிய விஷயமில்லை. எல்லோரும் வேகமாக நடக்க ஆரம்பிக்க, அவர்களை வேகமாக பின்தொடர்ந்தேன். ஆனால் இந்த மணல் ஈரமாக இருந்தது. கால்களில் அணிந்திருந்த ஷூ சற்று அதிகமாகவே புதைந்தது. அப்போதுதான் அலை வந்து நனைத்துப்போன கடற்கரையில் நடக்கும்போது கால்கள் மெல்ல அந்த ஈரத்தில் புதையுமே... அப்படி இருந்தது. அந்த புல்லட் என்னைக் கடக்கும்போது அதற்கு மூச்சுவாங்கியது. மணலின் ஈரம் செய்யும் வேலை அது.

அடுத்த சில நிமிடங்களில் அந்த எதிர்பாராத விஷயத்தை எதிர்கொண்டேன். என் எதிரே கங்கை நீர் இருபதடி அகலத்திற்கு ஆழமின்றித் தேங்கியிருந்தது. சுற்றிப்போக முடியாதவாறு, கிட்டத்தட்ட 150 மீட்டருக்கும் மேலாக அது நீண்டிருந்தது. அங்கேயே ஒரு நிமிடம் முழுதாக நின்றுவிட்டேன். அதற்குப் பல காரணங்கள் இருந்தன. ஒன்று நான் ஷூ அணிந்திருந்தேன். இரண்டு பயணப் பையைக் கீழே வைத்தால்தான் ஷூவைக் கழற்ற முடியும். மூன்று பயணப் பையை அந்த மண்ணில் வைத்தால் அது உடனே தண்ணீரை உறிஞ்சி, கீழ்வழியாக அது பையை நனைத்துவிடும். உள்ளே இருக்கும் ஆடைகள் கண்டிப்பாக நாசமாகிவிடும். பையைக் கீழே வைத்துவிட்டு, குனிந்து ஷூவைக் கழற்றிவிட்டு, அதைக் கைகளில் ஏந்திக்கொண்டு இந்த இருபதடியைக் கடப்பது உண்மையிலேயே முடியாத காரியம் என்பதை அந்த ஒரு

நிமிடத்தில் உணர்ந்துகொண்டேன். முன்னால் செல்லவும் முடியாத, திரும்பிப்போகவும் முடியாத ஒரு திரிசங்கில் சிக்கிக்கொண்டதுபோல உணர்ந்தேன்.

"என்னாச்சி?" என்ற குரல் கேட்டு, என்ன செய்வதென்று திகைத்துக்கொண்டிருந்த நான் திரும்பினேன். என்னோடு படகில் சைக்கிளில் வந்த ஒருவர் தன் கேரியர் இல்லாத சைக்கிளோடு நின்றுகொண்டிருந்தார். அவருக்கு என் நிலையை எப்படி விளக்குவது என்றே தெரியவில்லை.

"அது ஷூ... பேக்கை கீழ வச்சா அது நனைஞ்சிரும்... நதி க்ராஸ் பண்ணணும்... நனைஞ்சிட்டா..." என்று நான் விளக்கிக்கொண்டிருந்தபோதே, அவர் தனது சைக்கிளைத் தள்ளிக்கொண்டு அந்தத் தேங்கியிருந்த நதியைக் கடந்தார். கடந்தவர் தனது சைக்கிளை நிறுத்திவிட்டு மீண்டும் என்னை நோக்கி வர ஆரம்பித்தார். நான் நடப்பது புரிந்தவனாய், எனது பயணப் பையை அவரிடம் நீட்டினேன். ஆனால் அவர் வாங்கவில்லை அதை.

"வா முதுகுல ஏறிக்க..." என்றார். எனக்கு ஒரு நிமிடம் எதுவுமே புரியவில்லை. "க்யா?" என்று கண்களைச் சுருக்கிக்கொண்டு கேட்டேன்.

"என் முதுகுல ஏறிக்கோ. நான் அந்தப் பக்கம் கொண்டு போய் விடுறேன்..." என்று அழுத்திச் சொன்னார்.

மீண்டும் என்ன அவர் சொல்கிறார் என்பதை கிரகித்துக்கொண்டே, குழப்பமான பார்வையோடு அவரை நான் பார்க்க, "குனிந்து தயாராக அவர் இருந்தார். நான் இதற்கும் மேல் தாமதிப்பது நியாயமில்லை என்றெண்ணி, பயணப் பையைச் சற்று வலதுபுறம் ஒதுக்கிவைத்துவிட்டு, அவரின் முதுகில் தொற்றினேன். அடுத்த சில நொடிகள் என்ன நிகழ்ந்தது என்று தெரியும் முன்னே அந்த இருபதடி தூரத்தையும் அவர் முதுகில் பயணம் செய்து கடந்திருந்தேன்.

என்னை அவர் இறக்கி விட்டுவிட்டு தனது சைக்கிளில் ஏறி இடதுபுறமாக இருந்த பாதையில் ஓட்டிச்செல்ல, நான் ஒரு

நன்றி கூட கூற முடியாத அளவு பிரமிப்பில் இருந்தேன். அவர் மிதிவண்டியை ஓட்டிச்சென்ற பாதையெங்கும் பூக்கள் முளைக்கத் தொடங்கியிருந்தன. நான் செல்ல வேண்டிய தூரம் நிறைய இருந்தது.

முற்றும்.

பால கணேசன்

தூத்துக்குடி மாவட்டத்தின் வடகிழக்கு எல்லையில் இருக்கும் புதூர் என்கிற ஊரைச் சேர்ந்தவர், கடந்த 21 வருடங்களாக சாலைக் கட்டுமானத்துறையில் பணிபுரிகிறார். இந்தியாவின் 22 மாநிலங்களுக்கும் மேல் பயணம் செய்த தன் அனுபவங்களை தொடர்ச்சியாய் சமூக வலைத்தளங்களில் பதிவு செய்துகொண்டும் இருக்கிறார். திரைப்படத்துறை மீது மிகுந்த ஈடுபாடு கொண்ட இவரின் முதல் நாவல் இது. தான் சார்ந்த துறையில் கண்ட, கேட்ட, அனுபவித்த விஷயங்களையே தனது கதைகளின் மூலமாய் சொல்வது இவரது பாணி. புத்தகங்களுடனே செலவான பால்யத்தின் மொத்த ஞாபகங்களும் இவரது எழுத்தின் ஆணிவேர்கள். சாலைக் கட்டுமானத்துறையின் பல்வேறு சிரமங்களையும், அதில் பங்குபெற்றிருக்கும் மனிதர்களின் கதைகளையும் தொடர்ந்து பதிவு செய்வதே தனது நோக்கம் என்கிறார். கர்நாடகாவின் பெல்காம், பீஹார் மற்றும் ஜார்கண்ட் மாநிலத்தின் பல பகுதிகள் என இந்த நாவல் காட்டும் உலகம் சற்றே அந்நியமானது. வழக்கமான கதை சொல்லல் பாணியிலிருந்து சற்றே விலகி, தனக்கான வடிவத்தை தானே அமைக்க விரும்பியிருப்பதை படிக்கும்போது நீங்கள் உணரலாம். ஒருவன் எந்த சூழ்நிலையில் எப்படியான உணர்வை வெளிப்படுத்த வேண்டும் என்பதை அதற்குமுன் அவன் எதிர்கொண்ட சூழல்களே தீர்மானிக்கிறது என்பதை சற்றே அழுத்தமாக இந்த நாவல் நிறுவ விரும்புகிறது. முன்முடிவுகள் இன்றி சகமனிதனை அணுகுதலே ஒரு பெரும் உரையாடலை சாத்தியமாக்கும் என்பதையும் இந்த நாவலில் பேசியிருக்கிறார். கடந்த ஆறு வருடங்களாக உத்தரப்பிரதேசத்தில் வசிக்கும் இவர், நாடெங்கும் தான் பணிபுரிந்த சாலைகளில் எல்லாம் மீண்டும் ஒருமுறை பயணித்து, அதை பதிவுகளாக்க வேண்டும் என்பதை தனது ரகசியக் கனவாகக் கொண்டுள்ளார். மனிதர்கள் மட்டுமே நகர்கிறோம், சாலைகள் அங்கேயேதான் இருக்கும். தொடர்புக்கு - vinolishan@gmail.com